புத்தகங்களுடன் புத்தாண்டுக் கொண்டாட்டம் 2008

உலகைக் குலுக்கிய குடந்தைப் பள்ளி தீ விபத்தும், அதில் 94 மாணவர்கள் கருகி உயிர் இழந்ததும் நமது கல்வி முறையின் அவலங்களையும், தோல்விகளையும் வெளிச்சம் போட்டுக் காண்பித்தது. இதற்கான காரணங்களைக் கடந்த இருபது ஆண்டுகளாக ஆட்சியாளர்கள் கல்வித்துறையில் அமல்படுத்தி வரும் தாராளமயமாக்கல் கொள்கையோடு இணைத்துப் பார்க்க வேண்டி உள்ளது.

நெஞ்சை உறையச் செய்த குடந்தை கொடூர நிகழ்வுகளுக்கு முன்பும்-பின்பும் இந்திய மாணவர் சங்கம் கல்வித்துறையில் மாற்றம் கோரி நடத்திய போராட்டங்கள் பல. அதிலும் சமச்சீர் கல்வி முறையை தமிழகத்தில் அமல்படுத்தக் கோரி நடைபெற்று வரும் இயக்கங்கள் முக்கியமானவை.

விடுதலைப் போராட்ட வீரர்கள், சமூக சீர்திருத்தப் போராளிகள் மற்றும் ஜனநாயக அமைப்புகள் நடத்திய இயக்கங்களின் விளைவாக இன்று கல்வி பெறுவோரின் எண்ணிக்கை அதிகரித்துக்கொண்டே வருகிறது. இது நமக்கு உளப்பூர்வமான மகிழ்ச்சியை அளிக்கிறது. ஆனால் கல்வித்துறையின் ஜனநாயகமற்ற தன்மை, வசதியுள்ளோர்க்கு மட்டுமே தரமான கல்வி, சமூகத்தின் மீது அக்கறை வளர்க்காத கல்வி முறை மற்றும் சாதிய ஒடுக்குமுறைகள் போன்றவை இன்றைய சமூகம் எதிர்நோக்க வேண்டிய பிரச்சினைகளாக உருவெடுத்துள்ளன.

இப்பிரச்சினைகளை எதிர்கொள்ளவும் மாற்றம் காணவும் நம்மில் பலர் விரும்புகின்றோம். ஆனால், அதை எப்படிச் செய்வது? இதுகுறித்து சிந்தித்த சிந்தனையாளர்களின் கருத்துகள் என்ன? என்ற கேள்விகள் இயல்பாகவே நம்மிடம் எழுகின்றன. இக்கேள்விகளுக்கு விடை தேடுவதற்கு உதவும் வகையிலும், மாற்றுக் கல்வி குறித்து ஒரு பன்முகப்பட்ட பார்வையையும், விவாதங்களையும் தமிழ்ச் சமூகத்தில் உருவாக்கும் நோக்கோடு கல்வி குறித்து 25 புத்தகங்களை அன்னைத் தமிழில் பாரதி புத்தகாலயத்துடன் இணைந்து வெளியிடுகிறது இந்திய மாணவர் சங்கம். புதிய விடியலுக்கான பாதை புத்தகங்களிலிருந்தும், கல்வியிலிருந்துமே நிகழும் என்பதை வெளிப்படுத்தும் வண்ணமாக.

"புத்தகங்களுடன் புத்தாண்டுக் கொண்டாட்டம் 2008'' என்ற நிகழ்ச்சியில் புத்தகங்கள் வெளியிடப்பட்டுள்ளன. குறுகிய காலத்தில் இப்புத்தகங்களை எழுதிய நூலாசிரியர்கள், மொழியாக்கம் மற்றும் தொகுப்புப் பணியில் ஈடுபட்ட எழுத்தாளர்களுக்கு தமிழ்ச் சமூகம் கடமைப்பட்டுள்ளது. இந்நூல்கள் வெளிவருவதற்கு உதவிய ஆசிரியர் அமைப்புகள் மற்றும் தொழிற்சங்க அமைப்புகளுக்குத் தோழமை கலந்த நன்றிகள்.

அன்புடன்,

ஜி.செல்வா.

மாநிலச் செயலாளர், இந்திய மாணவர் சங்கம்.

கல்வி சிந்தனைகள்

தாகூர்

தொகுப்பு:
ஞாலன் சுப்பிரமணியன்

இந்திய மாணவர் சங்கத்துடன்
இணைந்து

BOOKS FOR CHILDREN

Kalvi Chinthanaikal Tagore *(in Tamil)*
Gnalan Subramanian
First Published: 2008 | Fourth Print: August, 2021
BOOKS FOR CHILDREN
imprint of ***Bharathi Puthakalayam***
7, Elango Salai, Teynampet, Chennai - 600 018
Email: bharathiputhakalayam@gmail.com | www.thamizhbooks.com

கல்வி சிந்தனைகள் தாகூர்
தொகுப்பு: ஞாலன் சுப்பிரமணியன்
முதல் பதிப்பு: 2008 | நான்காம் அச்சு: ஆக்ஸ்ட் 2021
வெளியீடு:

BOOKS FOR CHILDREN

புக்ஸ் ஃபார் சில்ரன் - பாரதி புத்தகாலயத்தின் ஓர் அங்கம்
7, இளங்கோ சாலை, தேனாம்பேட்டை, சென்னை - 600 018
தொலைபேசி : 044 24332424, 24332924, 24356935
விற்பனை உரிமை

பாரதி புத்தகாலயம்

விற்பனை நிலையங்கள்
மதுரை: *37A, பெரியார் பேருந்து நிலையம் - 045 22324674*
ஈரோடு: *39: 39 ஸ்டேட் பாங்க் சாலை - 9245448353*
திண்டுக்கல்: *பேருந்து நிலையம் - 9942331105, 9976053719*
பழனி: *பேருந்து நிலையம் அருகில் - 9442883696*
திருப்பூர்: *447, அவினாசி சாலை - 9486105018*
சேலம்: *பாலம் 35, அத்வைத் ஆஸ்ரமம் சாலை 0427 2335952*
திருவல்லிக்கேணி: *48, தேரடி தெரு - 9444428358*
வடபழனி: *பேருந்து நிலையம் எதிரில் அடையார்*
ஆனந்தபவன் மாடியில் *- 9444476967*
பெரம்பூர்: *52, கூக்ஸ் ரோடு - 9444373716*
திருவாரூர்: *35, நேதாஜி சாலை - 9442540543*
சேலம்: *15, வித்யாலயா சாலை சாலை*
திருநெல்வேலி: *25A, ராஜேந்திரநகர் - 9442149981*
அருப்புக்கோட்டை: *49A/4 மெயின் ரோடு, தெற்கு தெரு - 9994173551*
மதுரை: *சர்வோதயா மெயின்ரோடு*
குன்னூர்: N.K.N வணிக வளாகம் பெட்போர்ட்
செங்கல்பட்டு: *1 D ஜி.எஸ்.டி சாலை - 044 27426964*
விருதுநகர்: *131, கச்சேரி சாலை - 0456 2245300*
கும்பகோணம்: *352, ரயில் நிலையம் எதிரில் - 9443995061*
வேலூர்: *பேஸ் III, சத்துவாச்சாரி - 9442553893*
நெய்வேலி: *பேருந்து நிலையம் அருகில், - 9443659147*
தஞ்சாவூர்: *காந்திஜி வணிக வளாகம் காந்திஜி சாலை - 9655542400*
கோவை: *77, மசக்காளிபாளையம் ரோடு, பீளமேடு - 8903707294*
திருச்சி: *வெண்மணி இல்லம், கரூர் புறவழிச்சாலை - 9994289492*
திருவண்ணாமலை: *முத்தம்மாள் நகர்*
நாகர்கோவில்: *699 கே.பி.ரோடு R.V.புரம் - 9443450111*
சிதம்பரம்: *22A / 18B தேரடி கடைத் தெரு,*
கீழவீதி அருகில் *- 9994399347*
கரூர்: *நாரத கானசபா அருகில் (TNGEA OFFICE)- 9442706676*
காரைக்குடி : *12, 2 வது தெரு, கம்பன் மணிமண்டபம் பின்புறம் - 9443406150*
பாண்டிச்சேரி : *கிழக்கு கடற்கரைச் சாலை, இலாசுப்பேட்டை, 9486102777*

நினைத்த நூல்கள்... நினைத்த நேரத்தில்... thamizhbooks.com 8778073949

ரூ.125/-

அச்சு : பிரிண்டெக், சென்னை - 600 005.

ரவீந்திரநாத் தாகூரின் கல்விப்பார்வை

– சப்யசாஷி பட்டாச்சார்யா
முன்னாள் துணைவேந்தர், விஸ்வபாரதி, சாந்திநிகேதன்.
வரலாற்றுப் பேராசிரியர், ஜவஹர்லால் நேரு பல்கலைக்கழகம், புதுதில்லி.

கல்வி எல்லா சமூகங்களிலும் கடும் போட்டிகள் நடைபெறும் களமாகவே இருந்து வருகிறது. ஏனெனில் மக்கள் மனங்களை வார்த்தெடுக்கும் கருவியாகக் கல்வி இருப்பதால் இப்போட்டி உருவாகிறது. வரலாற்றின் பெரும்பகுதியான போராட்டம் நலன் களைக் காத்துக் கொள்வதற்காக மட்டுமன்று: தத்துவார்த்த தளத்தில், இப்போராட்டம் மனித மனதைக் கட்டுப்பாட்டில் வைக்க முயலும் சக்திகளுக்கும், அதற்கு விடுதலை அளிக்க முயல்வோருக்கும் இடையில் நடைபெறுகிறது. மேலோட்டமாகப் பார்த்தால் கல்வி, இருவேறு சக்திகளுக்கிடையேயான போராட்டக்களமாக உள்ளது. வர்க்கம், சாதி, ஆணின் மேலாதிக்கங்களைக் காக்கவல்ல கலாச்சாரத்தையும், கருத்துகளையும், மனோபாவங்களையும் மீண்டும் உருவாக்கச் செய்யும் முயற்சிகள் ஒருபுறம் நடக்கின்றன. அதற்கு எதிராக, மேலாதிக்கத்திற்கு ஆட்பட்டவர்கள் கல்வி என்ற கருவியின் மூலமாகவும் தாம் மேலாதிக்கம் செய்யப்படுவதைத் தடுத்து நிறுத்தும் முகமாக, சமூக அமைப்பு இருப்பதுபோலவே நீடிப்பதற்கு எதிரான உணர்வுகள் எழுப்புகின்றனர். மேலும் ஆளும் அமைப்பின் அங்கமான அறிவுஜீவிகளில் சிலர் சமூக அமைப்பு இப்படியே நீடிப்பதை கேள்விக்குள்ளாக்கி, வர்க்க, சாதி மற்றும் பாலின வகைப்பட்ட மேலாதிக்கத்தை ஆழமாய் விமர்சிக்கிறார்கள். எனவேதான் கல்வித்துறையில் அறிவுப் பரவலைக் கட்டுப்படுத்துவதற்கும், மேலாதிக்கத்திற்கு ஆட்பட்டோரை விடுவிப்பதற்குமான இடையறா போராட்டம் நிகழ்கிறது.

இத்தத்துவார்த்த ரீதியான அணுகுமுறையில் பரிசீலிக்கும்போது ரவீந்திரநாத் தாகூரின் கல்வி பற்றிய கருத்துகள் மிகவும் முக்கியத்துவம் வாய்ந்தவையாகின்றன. கல்வி பற்றிய தாகூரின் எண்ணங்கள் முதலில்

காலனிய கல்விமுறையை மறுதலிக்கிறது. இரண்டாவதாக தம் இனத்தார், தம் பகுதியார் என்ற சார்புகளை வளர்க்க, ஒரு கருவியாக, மேற்கிலும், கிழக்கிலும், கல்வி பயன்படுத்தப்படுவதை தடுக்கிறது. மூன்றாவதாக, தாகூரின் இறுதி வாழ்நாட்களில், ‘லோகசிட்சை’ என்ற பெயரில் மக்கள் கல்வியை உறுதியாக முன்னிறுத்தியது. இவற்றில் தாகூர் மேலாதிக்கக் கருத்துகளை எதிர்த்ததோடு அவ்வகை கருத்துப்போக்குகள் கொண்ட அமைப்புகளோடு போராடினார். அவரது கல்வி குறித்த கருத்துகளின் விடுதலை தரவல்ல திறன் முழுமையாக புரட்சிகரச் செயல்பாடாக மாற்றப்படவில்லை என்ற போதிலும்கூட அக்கருத்துகள் தம் அளவிலேயே நமது கவனத்தைக் கவர்கின்றன. அவற்றிலிருந்து நாம் ஏராளம் கற்றுக்கொள்ளலாம்.

தாகூரின் கல்வி குறித்த எண்ணங்களின் பரிமாணத்தை வரலாற்று ரீதியாக அவரது எழுத்துகளையும், பேச்சுகளையும், செயல்களையும் வைத்து, நான்கு கட்டங்களாகப் பிரிக்கலாம். 1. 1892-1904. 2. 1905-1915. 3. 1916-1933. 4. 1933-1941. ஒரு காலகட்டத்திலிருந்து அவர் இன்னொன்றிற்கு மாறிச் சென்றதை நிர்ணயிக்க இயலாது. ஒரு பகுதியின் முடிவும், அடுத்ததின் துவக்கமும் ஒத்திசைந்தும் இருக்கலாம். ஆனால், இது சீரற்ற காலப்பகுப்பு எனினும் தாகூரின் கல்விக்கொள்கையின் பரிணாம வளர்ச்சியைப் புரிந்துகொள்ள நமக்கு உதவுகிறது.

முதல் கட்டம்: ஆழ்ந்த விமர்சனங்களும், பரிசோதனைகளும் 1892 - 1904

முதல் கட்டத்தினை 1892இல் வெளியான ‘கல்வியில் பொருத்தமற்ற நிலை’ என்ற வெளியீடு துவக்கி வைத்தது. அப்போது தாகூருக்கு வயது வெறும் 31தான். கல்வித்துறையில் வல்லுநர் என்று கருதப்படும் அளவில் இல்லை. பள்ளியில் தமது அனுபவம், தமது இளமையின் ஆரம்ப காலங்களில் ஐரோப்பாவில் தமக்குக் கிட்டிய அனுபவம் என்ற அளவில் கல்வி குறித்து அவர் சிந்தித்தார். இந்த அனுபவச் சாரம், 19ஆம் நூற்றாண்டின் இறுதியில் பிரிட்டிஷ் இந்தியாவின் கல்விமுறையை தவிடுபொடி செய்து காட்டிய விமர்சனமாக, வடிவம் பெற்றது. இந்தக் கூர்மையான விமர்சனம் வெளியான பத்தாண்டுகளுக்குள் சாந்தி நிகேதனில் பிரம்மச்சரிய ஆசிரமத்தை அவர் அமைத்தார். ஆசிரமம் என்ற கருவை மையப்படுத்தி அவர் ஆற்றிய உரைகளும், கட்டுரைகளும் இக்கட்டத்தில்தான் வெளிவந்தன. அவை பின்னர் ‘சமஜா’ என்ற பெயரில் தொகுக்கப்பட்டன. புதிய அறிவுப்பரவலும், ஏற்பும் தாய்மொழிக்கல்வியால் மேம்படும்; இல்லையேல், ஆங்கில பாணியின் திறனற்ற நகைப்பிற்குரிய தழுவல்

வெகு சிலருக்கு அரைகுறை கல்வியைத்தரும் என்பதே இக்கட்டத்தில் தாகூரின் மையமான கருத்தாக இருந்தது.

இரண்டாவது கட்டம்: தேசியமும் கல்வியும் 1905 - 1915

1905 முதல் நாம் தாகூரின் கல்வி குறித்த சிந்தனைகளின் அடுத்த கட்டத்திற்குள் நுழைகிறோம். இது கர்சன் பிரபுவின் வங்கப் பிரிவினைக்கு எதிராக வங்கத்தில் நடந்த சுதேசி இயக்கத்திற்கு தாகூரின் பங்களிப்பாகும். தாகூர் உள்ளிட்ட எல்லா பிரதான வங்க அறிவுஜீவிகளையும் இந்த இயக்கம் தனது போராட்டச் சுழற்சியில் ஈர்த்துக்கொண்டது என்பது அனைவரும் அறிந்ததே. தேசியக்கல்வி அமைப்பு ஒன்றை நிறுவுவதற்கு இந்த சுதேசி இயக்கம் அதிக அழுத்தம் கொடுத்தது. சாந்திநிகேதனில் ஒரு மாற்றுக்கல்வி அமைப்பை நிறுவியவர் என்று ஏற்கெனவே அறியப்பட்டிருந்த தாகூர், கல்வியில் தேசியத் திட்டத்தை எடுத்துரைப்பதில் முன்னணிப்பங்கு வகித்தார். இருந்தபோதிலும் அவர் தனது பார்வையின் தனித்துவத்தை தக்கவைத்துக் கொண்டார். அது எல்லா அம்சங்களிலும் சுதேசி இயக்கத்தின் அரசியல் தலைவர்களுடைய பார்வையோடு இணைந்ததாக இருக்கவில்லை. முதற்கட்டத்தைப்போல், அல்லாது 1905 முதலான இந்தக் கட்டத்தில் தாகூரின் கல்விச்சிந்தனைகளில் அரசியல் உள்ளடக்கம் பிரதானமாய் இருந்தது.

தேசிய கல்வி இயக்கத்தில் ஈடுபட்டிருந்த மாணவர்களுக்கு தாம் ஆற்றிய உரைகளிலும், கட்டுரைகளிலும் தாகூர் நான்கு அம்சங்களை வலியுறுத்தினார். முதலாவதாக, கல்லூரிக்கல்வியையும், தேசத்தின் வாழ்க்கையையும் இணைப்பது கல்லூரிக்கல்வி. அயல்நாட்டினரின் கைகளால் இயக்கப்படுவதால் இதனைத் திட்டமிட்டு முயற்சி செய்து கொண்டு வரவேண்டும் என்று அவர் கூறினார். ஜப்பான் நாட்டின் தேசபக்தரான யோஷடா டோராஜிரோவை முன் உதாரணமாகக் காட்டினார் தாகூர். யோஷடா டோரா ஜிரோ தன் தேசத்தை நன்றாகத் தெரிந்து கொள்வதற்காக ஜப்பான் முழுவதும் பயணம் செய்தார். வெறும் அந்நியப் புத்தகங்களைப் படிப்பதோடு நின்று விடாமல், தமது நாட்டையும், தமது மக்களையும் யோஷடாவைப் போல் படித்தறிய வேண்டும் என்று மாணவர்களை தாகூர் வலியுறுத்தினார்.

''எவரும் அணுகவியலாத இமாலயத்தில் அமர்ந்து இந்தியத்தாய் துயரம் மிக்க மெட்டிசைத்துக் கொண்டிருக்கிறாள் என்று யோசிப்பது வெறும் பிரமை. உண்மையில் வற்றிப்போன ஒரு கிராமக் குளத்தருகே, மலேரியா காய்ச்சலால் பானை வயிறாக ஊதிப்போன குழந்தையை தன் மடியில் கிடத்தி, காலியாக உள்ள அவளது

உணவுப் பாத்திரத்தைக் கவலை தோய்ந்த கண்களுடன் நோக்குவதாகவே இந்தியத் தாயை நாம் பார்க்க வேண்டும்.'' புராதன ரிஷிகளின் ஆசிரமத்தில் செடிகளுக்குத் தண்ணீர் ஊற்றும் இந்தியத்தாயை வணங்கலாம்தான்; ஆனால் தனது குழந்தையை ஆங்கிலக்கல்வி தந்து குமாஸ்தாவாக்குவதற்காக தனக்கு தேவையானவற்றை மறுத்துக்கொள்ளும் நமது அடுத்த வீட்டுப் பெண்மணி இந்தியத்தாயினும் மேலாக நமது கவனத்திற்கு உரியவர். சுருக்கமாக உமது மக்களை தெரிந்துகொள்ளுங்கள் என்பதே தாகூரின் செய்தியாகும்.

இரண்டாவதாக, அயர்லாந்து உதாரணங்களைக் காட்டி கல்வி காலனிமயமாவதை தாகூர் சுட்டிக்காட்டுகிறார். "பள்ளிக்கல்வி மூலமாக அன்னிய மேலாதிக்கத்தை நிலைநாட்டுதலை நாம் ஒருகாலும் ஏற்றுக்கொள்ள முடியாது. ஆகவே கல்வியின் மீதான நமது கட்டுப்பாட்டை அனைத்து வழிகளையும் கையாண்டு நாம் அடையவேண்டும்." அந்நியக்கல்வியை நாம் அச்சுப்பிசகாது அப்படியே பின்பற்றுவதால், நமது நாட்டில் கல்வியினால் அந்நியருக்குக் கிடைக்கக்கூடிய பலன்களோ அல்லது நமது கலாச்சாரத்துடனான பரிச்சயத்தால் நமக்கு வரவல்ல மனவளமோ, இரண்டுமே நமக்குக் கிடைக்காது.

மூன்றாவதாக, 'தேசியப்பள்ளி' என்ற கட்டுரையின் மூலம், தேசியப்பள்ளிகள் தேசத்தின் மனதை (அடிமைத்தளையினின்றும்) விடுவிக்க எடுக்கப்பட்ட முதல்முயற்சி என்று கூறி வரவேற்றார். ''ஆங்கில மொழியில் வழங்கப்படும் உரைகளின் கிராமபோன் தட்டுகளாக நாம் இருக்க மாட்டோம் என்ற நம்பிக்கையோடும், ஆங்கில ஆசிரியர்களின் கூண்டுக்கிளிகளாக இருக்க மாட்டோம் என்ற நம்பிக்கையோடும், எதுவாகினும் எப்படியாகினும் நமது சுயத்தை நாம் முழுமையாக உணர்ந்தே தீருவோம் என்ற இதயப்பூர்வ நம்பிக்கையோடும் நான் புதிதாக அமைக்கப்பட்டுள்ள தேசியப்பள்ளியை வாழ்த்துகிறேன்'' இப்படியாக அவர் எழுதியபோது சிறிது அய்யப்பாடுடையவராகவே தாகூர் இருந்தார். அதைப்பற்றிப் பிறகு பார்ப்போம். காலனியக் கல்விமுறையின் 'மேற்கைப் பின்பற்றுவது' என்பதிலிருந்து விலகி, இந்திய மக்களின் சுபாவத்திற்கு உண்மையாக இருப்பதன் மூலம் தேசியக்கல்வி நிறுவனங்கள் இந்திய நாட்டை விடுவிக்கும் என்று தாகூர் தம்மையும், தமது வாசகர்களையும் நம்ப வைப்பதற்குத் தூண்டிவிடும் முயற்சிகளை இக்கட்டத்தில் மேற்கொண்டார்.

மூன்றாம் கட்டம்: விஸ்வபாரதி
1916 - 1933

1892-1904 வரையிலான கட்டத்தில் பிரிட்டிஷ் இந்தியக் கல்விமுறை மீது தாகூரின் அதிருப்தியை அவரது அக்காலத்திய எழுத்துகளிலும் செயல்பாடுகளிலும் கண்டோம். 'தேசிய' மாற்று மீதான அவரது அதிருப்தி, 1916க்குப் பிற்பட்ட காலத்தில் புதிய பரிசோதனைகட்கு இட்டுச்சென்றது. இந்த அதிருப்திகளே மூன்றாம் கட்டத்தின் மிக முக்கியத்துவம் வாய்ந்த லட்சியமான விஸ்வபாரதிக் கோட்பாடு திண்மையடைய உதவின. விஸ்வபாரதிக் கோட்பாடு 1930களின் மையம் வரை, தாகூர் சிந்தனையில் மேலோங்கி இருந்தது. உள்ள படியே இந்தக் கோட்பாடு சரியாக என்றைக்குத் துவங்கியது என்று கூற முடியாது. ஆனால் இதன் கருத்தின் தோற்றமும் வளர்ச்சியும், 1916 முதல் (பிரசுரத்திற்காக அல்லாமலும்) அவர் எழுதிய எழுத்துகளில் பிரதிபலிக்கக் காண்கிறோம். இதில் புதிய பாதையைக் காட்டிய கட்டுரை 1919ஆம் ஆண்டில் வந்த 'அதிருப்தியின் காரணி' என்பது. சாந்திநிகேதன் பத்திரிகையில் பிரசுரிக்கப்பட்ட இக்கட்டுரை, அதற்குரிய கவனத்தைப் பெறவில்லை. (தாகூரின் படைப்புகளின் தொகுப்பான 'ரசனாவளி'யில் இது சேர்க்கப்படவில்லை.) அது குவியப்படுத்திக் காட்டும் அதிருப்தி ஆங்கிலக்கல்வி மற்றும் 'தேசியக்கல்வி' ஆகிய இரண்டோடும்தான்! தன்னால் சீரணித்து ஊட்டம் பெற முடியாத புத்தக அறிவை ஊற்றி வைக்கும் பாத்திரமாக மாணவனை மாற்றி விடுகிற ஆங்கிலக்கல்வியும் தேசியக்கல்வியும் அதிருப்திகரமானதே; ஏனெனில் அது பிரிட்டிஷார் இந்தியாவில் அமைத்துள்ள மரபு சார்ந்த வடிவத்தை உடைத்துக்கொண்டு வெளியேற முடியாததாக உள்ளது. 'புதிய பல்லைக்கழகங்களை அமைக்கும்போது நாம் இந்தத் திசையிலும், அந்தத் திசையிலும் பார்க்கிறோம்'. ஆனால் பழைய வார்ப்பிலேயே புதியதையும் வடிவமைக்கிறோம். நாம் புதியனவற்றை விரும்புகிறோம். ஆனால் நம்பிக்கையற்றவர்களாய் இருக்கிறோம். நம்மைப் பிடித்திருப்பது இதுதான்; ஒரு சுமைமிக்க கல்விமுறை நமது நம்பிக்கையின் உள் ஆழம்வரை கொன்றுவிட்டிருக்கிறது', சில மாதங்கள் கழித்து 'அறிவின் ஒத்துழைப்பு' என்ற கட்டுரை வந்தது. அது தேசியக்கல்வியின் பார்வையையும் உள்ளிருத்தி, அதை விரிவாக விமர்சனம் செய்தது. அந்நிய ஆதிக்கம் என்ற அவமானம் இந்தியர்களை தேசபக்தியை, கொச்சைப்படுத்த வைத்தது. தங்கள் நாடுதான் சொர்க்கம், தங்கள் அறிவுத்திரளே தெய்வீகமானது, தங்களுடையவை மட்டுமே சிறப்பான படைப்புகள் என்று இந்தியர்கள் வழிபடத் தொடங்கினர். ஒரு வகையான காட்டுமிராண்டித்தனமான இந்த மிகைப்படுத்தல்,

தனது மரபுகளை ஒருவன் புறந்தள்ளுவதைப் போலவே மோசமானது, இத்தருணத்தில் விஸ்வபாரதியின் வரலாற்றினுட்புகுவது பொருத்தமற்றது. ஏனெனில் இங்கு நமது நோக்கம் தாகூர் கல்விக்கொள்கையின் பரிணாம கட்டங்களைப் பகுப்பாய்வு செய்வதுதானே தவிர, அவரது நிறுவனங்களின் வரலாற்றை அல்ல. பண்பாட்டைப் பயில்வதற்கும், பரிவர்த்தனை செய்துகொள்வதற்குமான ஒரு உலக மையம் என்ற தமது கருத்தாக்கத்தை மெய்ப்படுத்த, 1919 முதல் தாம் ஜப்பானுக்கும், சீனாவுக்கும் விஜயம் செய்த 1924 வரை, தாகூர் இந்தியாவின் பல்வேறு பாகங்களிலிருந்தும், இங்கிலாந்து, பிரான்ஸ், ஜெர்மனி, ஜப்பான், சீனா போன்ற பல்வேறு நாடுகளிலிருந்தும், அறிஞர்களை விஸ்வபாரதிக்கு ஈர்த்தார் என்பதைக் கவனித்தலே போதுமானது. இவ்வாண்டுகளில்தான் ஸ்ரீநிகேதனில் ‘கிராமப்புற மறுசீரமைப்பு மையம்’ பிறப்பெடுத்தது. லியோனார்ட் எல்ம்ஹிர்ஸ்ட்டின் வழிகாட்டுதலோடும், விஸ்வபாரதியின் பிற்பகுதி பதிவாளரும், அப்போது ‘கர்மாஸ்சிவா’ என்று அழைக்கப்பட்டவருமான டாக்டர் பி.சி.மகலனோபிஸ்ஸின் கரங்களால் வளர்த்தெடுக்கப்பட்ட விஸ்வபாரதியின் உள்கட்டமைப்பு வசதிகளோடும் கிராமப்புற மறுசீரமைப்பு மையம் பிறப்பெடுத்தது.

அனைவரும் அறிந்ததுபோல, தாகூர் மனதில் விஸ்வபாரதிக்கு மூன்று நோக்கங்கள் இருந்தன: இந்தியப் பண்பாட்டின் பல்வேறு நீரோட்டங்களை இணைத்து அவற்றை மனித குலத்தின் உலகளாவிய நாகரிகத்தோடு ஒருமைப்படுத்துவது; வெறும் விநியோகத்திற்கான பயிற்றுவித்தல் மட்டுமின்றி, அறிவைப் புதிதாய் உருவாக்குவது; மூன்றாவதாக, சாந்திநிகேதனுக்குப் புறத்தே, சாமான்ய மக்களின் தினசரி வாழ்க்கையின் ஜீவிதயதார்த்தத்துடன் அறிவுப்புலத்தை முதல் இரண்டு நோக்கங்கள் மூலமாக இணைப்பது. தாகூர் தமது ஆசிரமவாசிகளையும், பரந்த பொது மக்களையும் தம்முடைய விஸ்வபாரதி கருத்தாக்கத்தை மெய்ப்பிக்க உதவுமாறு திரும்பத்திரும்பக் கோரி வந்தார். இந்த வேண்டுகோளும், போதகப் பேருரைகளும், அவரது திண்மமான நூல் திரட்டுகளான ‘விஸ்வபாரதி’யிலும், ‘சிட்சை’யிலும் பொதிந்துள்ளன. அவற்றையெல்லாம் விலாவாரியாக மேற்கோள் காட்டுவது எளிது. ஆனால் பொருளற்றது. அறிவுத்திரளின் வரலாற்றில் அதைவிட முக்கியமானது, தாகூரின் சுயவிமர்சனத்தையும், தமது குறிக்கோள்களை எய்துவதில் விஸ்வபாரதியின் முயற்சிகளை அவர் எடைபோட்டதையும் பகுப்பாய்வு செய்வதாகும்.

விஸ்வபாரதி நிறுவப்பட்டு பத்தாண்டுகள் கழிந்த பின்னர் ரவீந்திரநாத் தாகூருக்கு அதன் மீதும் அதிருப்தி ஏற்பட்டதாகவே தோன்றுகிறது. விஸ்வபாரதி என்பது ஒரு கருத்து. அந்தக் கருத்தை

ஒட்டிப் பெயரிடப்பட்ட நிறுவனம், பிற நிறுவனங்கள் பலவற்றைப் போலவே எந்த லட்சியங்களோடும், எதிர்பார்ப்புகளோடும் நிறுவப்பட்டதோ அவற்றை முழுமையாக நடைமுறைப்படுத்த இயலவில்லை.

இதுதவிர, கல்வி பற்றிய தாகூரின் சிந்தனையில் ஒரு தத்துவார்த்த வடிவப்பெயர்வு நிகழ்ந்ததாகத் தோன்றுகிறது. விஸ்வபாரதியில் அவருக்கு நம்பிக்கை இழப்பு நேரிட்டது என்பதால், புதிய கடமைகளுக்கு குறிப்பாக பள்ளி, கல்லூரி வளாகங்களுக்கு வெளியே எழுத்தறிவையும், கல்வியையும் பரப்புவதற்கு முக்கியத்துவம் தர வேண்டியதை வலியுறுத்தினார். 1930களின் மத்தியிலிருந்து 'லோக-சிட்சை' அதாவது அனைத்து மக்களுக்கும், கல்வி என்பதே தாகூரின் நிகழ்ச்சிப் பட்டியலில் தலைமை இடத்தைப் பிடித்தது.

இறுதிக்கட்டம் : 1933-1941
அனைத்து மக்களுக்கும் கல்வி

இப்போது நாம் நான்காவதும் இறுதியுமான பரிணாமக் கட்டத்திற்குள் நுழைகிறோம். 1932இல் அவர் கல்கத்தா பல்கலைக்கழகத்தில் ஆற்றிய தொழில் ரீதியான உரையிலும், 1935இல் வெளியிட்ட இரு கட்டுரைகளிலும் புதிய தொனி ஒலிப்பது இக்கட்டத்தைக் குறிக்கிறது. இவற்றின் உட்கருக்கள் இரண்டு: 'கல்விப்பரவல்(பிகிரன்) மற்றும் கல்வியை அகவயப்படுத்துதல் (ஸ்வங்கிகரன்) கல்கத்தா பல்கலைக்கழக உரையில் தாகூர் தொன்மைக்கால இந்தியாவின் கல்வி நிறுவனங்கள் வரலாற்றை விளக்கி அவை எவ்வாறு சமூகத்தின் அங்கமாக இருந்தன என்பதைக் குறிப்பிடுகிறார். ஆசிரியர், மாணவர்களின் தாய்மொழியே பயிற்றுமொழியாக இருக்காவிட்டால், நவீன பல்கலைக்கழகம் இந்தியாவில் ஒரு அந்நிய அமைப்பாகவே இருக்கும். அது இந்திய சமூகத்தில் இருக்கும்; இந்திய சமூகத்ததாகவே இருக்காது. பல்கலைக்கழகத்தின் கதவுகளுக்கு, மதில் சுவர்களுக்கும் வெளியே கல்வியைப் பரப்புவதே பல்கலைக்கழகங்களின் மெய்யான பணி என்று தாகூர் விளக்கினார். பிரிட்டிஷ் ஆட்சியில் ஆரம்பக் கல்வியும், அடிப்படை எழுத்தறிவும் சரிந்து விட்டன என்று தாகூர் குறிப்பிட்டார். தேசத்தின் சொந்தக்கல்விமுறை பின்தள்ளப்பட்டு, அது இயற்கை எய்த வகை செய்யப்பட்டது. 'ஒருபுறம் மழை வறண்டு போன பூமியைப் போல மரபுவழிக் கல்விப்பரவல் ஆங்கிலேயரால் தடுக்கப்பட்டு விட்டதால், மக்களுக்கு கல்வி வறண்டு போய்விட்டது; மறுபுறமோ, வந்திருக்கும் நவீனக்கல்வி, சாதாரண மக்கள் நோக்கிப் பாய்வதில்லை. அந்த நவீனக்கல்வி தேங்கி நிற்கும் கிணற்றுநீராய் உள்ளது. அதிலிருந்து பருக வேண்டும் என்றால் காவலுக்கு நிற்கும்

பூசாரிகளுக்கு வரி செலுத்த வேண்டும்; கணக்கில்லா விதிகட்கு உட்பட வேண்டும்'. இந்த முட்டுச்சந்தில் இருந்து வெளிவரும் ஒரே வழி, வரி கட்ட முடியாமலும், எண்ணற்ற விதிகளாலும் பல்கலைக் கழகங்களுக்குள் அனுமதிக்கப்பட இயலாத மக்களுக்காக எளிய வங்காளி மொழியில் இலக்கியம் படைக்க வேண்டும்.

'புதிய கல்வி கூட்டமைப்பு' என்ற சர்வதேச நிறுவனத்தை மேடையாகப் பயன்படுத்திக் கொண்டு 1935-36இல் தாகூர் இக்கருத்தை விளக்கிக் கூறி வந்தார். தாகூருடன் இணைந்து பணியாற்றிய டி.எம். சென், அனில்குமார் சந்தா ஆகியோரையும், பிவேயின் வழி நடப்போரையும், பிற ஒத்த மனதுடையோரையும் உள்ளடக்கி, இந்த பன்னாட்டு அமைப்பின் இந்தியப்பிரிவு 1936இல் துவங்கப்பட்டது. இந்த அமைப்பின் கல்கத்தா மாநாட்டில் தாகூர் 'கல்வியை அகவயமாக்குதல்' என்ற பொருளில் உரையாற்றினார். சமூகத்தின் மேல்தட்டிற்கு மட்டும் கல்வியைத் தந்துவிட்டு, அதன் கீழுள்ள அடுக்குகளுக்குச் செல்லாமலேயே விட்டு விடுவது என்பதை எந்த நாகரிக சமூகமும் ஏற்றுக்கொள்ளாது. அத்தகைய சமத்துவமின்மை அந்நியமாதலை உருவாக்கி, மக்கள் ஒற்றுமைக்குக் குறுக்கே நிற்கும். தமது பயணத்தின்போது, சமீபத்தில் நவீனமயமாகி வரும் ருஷ்யா மற்றும் ஆசிய நாடுகளில் எழுத்தறிவின் வேகமானப் பரவலை தாகூர் கண்ணுற்றார். அவர் அடிக்கடி உதாரணமாகக் காட்டிய ஜப்பான் போன்ற நாடுகளில் தாய்மொழி பயிற்றுமொழியாக இருந்தது, இதற்குப் பேருதவியாக இருந்தது. இந்திய மண்ணின் இயற்கைக்கு இசைவுள்ளதாக கல்வி தகவமைக்கப்பட வேண்டும். கல்வி பெறும் வாய்ப்புகள் பரவலாக்கப்பட வேண்டும் என்றும் அவர் வலியுறுத்தினார். தற்போதுள்ள திறந்தவெளி பல்கலைக்கழகத்தை அன்றே எதிர்நோக்கிய வகையில் தாகூர் ஒரு திடமான கருத்தை வெளியிட்டார். பள்ளி அல்லது கல்லூரியில் வகுப்புகளுக்கு வருகை புரிந்தமைக்கான பதிவுகளையோ, அல்லது கல்விக் கட்டணத்தையோ கோராமல், கல்கத்தாப் பல்கலைக்கழகம் பாடத்திட்டத்தை வெளியிட்டு தேர்வுகளை நடத்தும் என்று அவர் முன்வைத்த கருத்துரு கூறியது. ஆனால் பல்கலைக்கழக அதிகாரிகளால் அத்திட்டம் நிராகரிக்கப்பட்டது.

அனைவருக்குமான கல்வி என்ற தமது குறிக்கோளின் தொடர்ச்சியாக தாகூர் 'மக்கள் கல்விக்கான புத்தகத் தொடர்கள்'(லோக சிட்சா கிரந்தமாலா') என்பதை வெளியிடத் தொடங்கினார்; அந்தத் தொடரின் முதல் புத்தகம் தாகூர் எழுதிய 'விஸ்வபரிச்சய்' ஆற்றொழுக்கான தெளிவோடும், நேர்த்தியோடும் தாகூர் தமக்கே உரித்தான நடையில் எழுதிய அப்புத்தகம் பிரசித்தி பெற்றது. தமது

வாழ்வின் இறுதி நாட்களில் தாகூர் கல்வியறிவின் முக்கியமான அங்கமாக அறிவியல் இருக்க வேண்டும் என்பதை முன்னெப்போதையும் விட வலியுறுத்தினார்.

விஸ்வபாரதி வடிவம் கொண்ட ஆரம்ப கட்டங்களில் இசையும், நுண்கலைகளும் கவர்ந்த அதே கவனத்தை தற்போது அறிவியல் பெற்றது. தமது 'விஸ்வபரிச்சய்' நூலை தாகூர் 'போஸ் ஐன்ஸ்டீன்' புள்ளி விவரக்கண்டுபிடிப்புகளில் ஐன்ஸ்டீனுடன் இணைந்துழைத்த வங்காள இயற்பியல் அறிஞர் போஸிற்கு அர்ப்பணித்தார். அதன் முகவுரையில் தாகூர் இப்படி எழுதுகிறார்: 'பெருங்காட்டில், மரங்களிலிருந்து உதிர்கின்ற இலைகள் மண்ணை வளமாக்குகின்றன. அறிவியல் வளர்க்கப்படுகின்ற நாடுகளில், அறிவியலின் துண்டுச்சிதறல்கள் உதிர்ந்து பரவுகின்றன. அவை மனித மனங்களின் அறிவியல் உணர்வுக்கு உரமேற்றுகின்றன. இது கிடைக்காமல்தான் நமது மனம் அறிவியல் உணர்வற்று இருந்து வந்துள்ளது. அது கிடைக்காமல் போனதற்கான காரணம், அறிவுப்புலத்தில் மட்டுமின்றி, நடைமுறை வாழ்க்கையிலும் நாம் அடைந்த தோல்விதான்'.

இக்கட்டத்தில் தாகூர் சிந்தனையின் முக்கியமான ஒரு அம்சம் 'கல்வியின் சமத்துவம்' என்ற கருத்து. கிராமப்புற மக்களுக்கும், சமூகத்தின் பிற பிற்பட்ட பிரிவுகட்கு மட்டுமான கல்வித் திட்டங்களை தாகூர் கடுமையாக விமர்சித்தார். வசதி படைத்தோருக்கு வழங்கப்படும் கல்வியின் மலிவுப் பதிப்பினை வசதி வாய்ப்புகள் அற்றோருக்கு வழங்கும் முயற்சியாகவே அதைக் கண்டதால், அவர் அதை வெறுத்தார். நம்மிடம் வசதிகள் குறைவாக இருப்பதால்தான் இந்தப் பாதைக்கு நாம் தள்ளப்படுகிறோம் என்பதை ஒப்புக்கொண்ட அவர், ஏழைகட்கான மலிவுக்கல்விப் பதிப்பு என்பது தர்மநியாயப்படி பாதுகாக்கத்தக்கதே என்பதை ஏற்றுக்கொள்ளவில்லை. கல்வியில் சமத்துவமின்மை குறித்த தமது தார்மீக மனஉளைச்சலை, அடிப்படைக்கல்வி பற்றி 1937இல் கூட ஸ்ரீநிகேதன் நிறுவன விழாவில் ஆற்றிய உரையிலும் கொட்டித் தீர்த்தார். 'கிராமங்களில் சேவை புரிய வருபவர்களுக்கு நான் இதைச் சொல்லிக்கொள்கிறேன். கல்வி அதிகம் தேவைப்படாத இந்த கிராமாந்திர மக்களுக்கு அவர்களது மனங்களுக்கு போதுமான ஒரு கிராமப்புற கல்வியை ஒருவழியாக வடிவமைப்பது போதும் என்ற மனோபாவத்துடன் செயல்படுவது அவமரியாதை. இந்த அவமதிப்பு கல்வியில் நிலவும் சமத்துவமின்மையில் ஜனிக்கிறது. 'இந்தக் கிராமாந்திர மனிதர்கள் நடத்திச் செல்லப்படக் கூடியவர்கள்; நாம் இவர்களை தொலைவில், வெகு உயரத்தில் இருந்து இயக்குகிறோம்' என்ற மமதையில் இந்த அவமதிப்பு நிகழ்கிறது. நமக்கு இன்றைய

தினம் கல்வியில் சமத்துவம் வேண்டியதன் அவசியத்தை அவர் அடிக்கோடிட்டுக் காட்டினார். இதுவே இந்தியாவின் கல்விப்பிரச்சனை குறித்து அவர் வெளியிட்ட இறுதிக்கருத்து.(6-2-1940). அவரது இறுதி ஆண்டுகளின் கருத்துக்குவியம் இதுதான்: அனைத்து மக்களுக்கும் கல்வி கிடைக்கும் பாதைகளைத் திறக்க வேண்டும். ஒரு அறிவியல் பண்பாட்டை அகவயமாக்கி அதையே மக்கள் கலாச்சாரம் ஆக்க வேண்டும்.

தமிழில் : முனைவர் மு. இரவிச்சந்திரன்.

முன்னீடாக...

குருதேவரின் கல்விக் கோட்பாடு
ஒரு சிறு குறிப்பு

மகாகவி ரவீந்திரநாத தாகுர் அவர்களைக் காந்தியடிகள் 'குருதேவர்' என்றே அழைத்தார். அறிவுலகம் அதை அப்படியே ஏற்று மகிழ்ந்தது. (காந்தியடிகளைவிட வயதில் எட்டாண்டுகள் மூத்தவர் ரவீந்திரர். காந்தியை 'மகாத்மா' எனப் புரிந்துகொண்டு அவ்வாறு முதலில் அழைத்தவர் பாரதியா அல்லது ரவீந்திரரா என்பதில் ஓர் இனிய கருத்து வேறுபாடு உள்ளது. அது அப்படியே நீடிக்கட்டும்!) அவரைக் குருதேவர் எனும்போது நா இனிக்கிறது, மனம் மகிழ்கிறது. தக்காருக்குக் கிடைக்கும் சிறப்பு என உலகோர் மகிழ்ச்சி அடைகின்றனர். (தமிழர்கள் நிலைவேறு. பாரதி கண்ட 'புரட்சி' தொடங்கி பல அழகிய சொற்களை, அவற்றின் பொருளைக் கொச்சைப்படுத்தி இன்பமடைபவர்கள் அவர்கள்.)

குருதேவர் சிறந்த படைப்பாளி; கவிஞர், கதை சொல்லி, மேடைக் கலை வல்லுநர், நாடக ஆசிரியர், 'ரவீந்திர சங்கீதம்' என்ற புதிய இசை மரபை உருவாக்கியவர், ஓவியர், விடுதலைப் போரில் தீவிரப் பங்கு கொண்டவர். சமூக சீர்திருத்தவாதி, புதிய கல்வி முறை கண்டவர், கல்வி நிறுவனங்களைத் தோற்றுவித்தவர். பலநூறு பல்துறை அறிஞர்களையும் கலைஞர்களையும் உலகுக்கு அளித்தவர், கிராமங்களில் வாழும் மக்களின் வாழ்க்கையை நுட்பமாகப் புரிந்து கொண்டு அவர்களுடைய மேம்பாட்டுக்காகப் பெரிதும் உழைத்தவர் -எல்லாவற்றுக்கும் மேலாக அடிமை இருளில் மூழ்கிப் பெருந்துயரில் வாடிய இந்தியர்களுக்கு ஓர் அடையாளத்தைத் தந்த முதல்வர், அவர்களுக்குத் தன்னம்பிக்கை ஊட்டிய அருளாளர்.-இவ்வாறான பல பெருமைகளுக்கு உரியவர்.

அவர் வாழ்க்கையை நேசித்தார். மகிழ்ச்சியும் இன்பமும் அனைவருக்கும் உரியன என்று எளிய சொற்களில் நூறாண்டுகளுக்கு முன்னரே எழுதினார், பேசினார், பாடினார். குழந்தைகள்மீது பேரன்பும் பெருங் கருணையும் கொண்ட குருதேவர், நாடு அடிமைப்பட்டதற்கான காரணங்களைக் கண்டறிந்தார். அடிமைகளுக்குப் 'பிச்சை' என வழங்கப்பட்ட கல்வியைக் கூர்ந்து

ஆராய்ந்தார். பகட்டையும், ஆடம்பரத்தையும் கண்டித்தார். புகழ்மிக்க பெருஞ்செல்வக் குடும்பத்தில் பிறந்தும் விருப்பபூர்வமான எளிமையை ஏற்றார். தன்னல மறுப்பு, கல்வியின் அடிப்படை என அழகுபடச் சொன்னார். உடைமை உணர்வும் லாப வெறியும் பிற சமூகக் கொடுமைகளுக்கு வித்திடுவன ஆகும் எனக் கற்றோர் அவைகளில் பேசினார். அதையே வெகுமக்களிடம் அவர்களுடைய மொழியில் விளக்கினார். நாட்டுப்பற்று என்ற பெயரால், தேசியம் என்ற பெயரால் நடந்த, தொடர்ந்து நடக்கும் கொடுமைகளை வன்மையாகக் கண்டித்தார். போர் மற்றும் போர்வெறி பற்றி, அவை கொண்டு சேர்க்கும் அவலங்கள் பற்றி, வல்லரசுகளின் நீசத்தனங்கள் பற்றி உலகோரிடம் தொடர்ந்து பேசினார். (அன்றைய ஜப்பான், ஏகாதிபத்திய வெறியுடன் அன்றைய சீனத்தின் மீது பாய்ந்து குதறியபோது அடிமை இந்தியாவின், அல்ல, விழித்தெழுந்த புதிய இந்தியாவின் சார்பில் சீனத்துக்கு ஆறுதல் சொல்லி, நம்பிக்கை ஊட்டியவர் குருதேவர். ஜப்பானியரால் பெரிதும் மதிக்கப்பட்டு வாழ்ந்த **யோனே நொகுச்சி**க்கு ஜப்பானியரின் அக்கிரமங்களைக் கடுமையாகக் கண்டித்துக் கடிதம் எழுதிய அவர், சீன மக்களுக்கு ஆதரவும் ஆறுதலும் தெரிவித்து அன்றைய சீன அதிபர் சியாங் அவர்களுக்கு எழுதிய கடிதம் வரலாற்றுச் சிறப்புடையது. (இக்கடிதத்தை அதிபரிடம் நேரில் தருவதற்காக என்னுடைய ஆசிரியப் பெருமான் தான்யூன்-ஷான் அவர்களைத் தேர்வு செய்து சீனத்துக்கு அனுப்பி வைத்தார் என்பது நினைவில் இருத்தத்தக்கது.)

குருதேவரின் கல்விக் கொள்கை அல்லது கோட்பாடு, வெள்ளையரின் காலனிய ஆட்சி அதன் பலமிக்க நிலையிலிருந்த போது உருவாக்கப்பட்டது. அப்போது (பத்தொன்பதாம் நூற்றாண்டின் பின்னைய பத்தாண்டுகளில்) அடிமை இந்தியாவின் எளிய மக்கள் மெதுவாகக் கண் திறந்தனர். அதுவரை அடிமை இருளில் தடுமாறிக் கொண்டிருந்த அவர்கள் எங்கோ தொலைவில் சிறிய ஒளி தென்படுவதை உணரத் தலைப்பட்டனர். 1857 நிகழ்வுகள், நாடு புதியதோர் உணர்வு பெற்று வருவதை உணர்த்தின. குறிப்பாக வங்காளத்தில் **பிரமோ சமாஜ்** (1828-இல் **ராஜா ராம்மோகன்ராய்** போன்றவர்களால் தோற்றுவிக்கப்பட்டது. நாட்டின் பழம் பண்பாட்டு பெருமையை மீட்டு மலரவிருக்கும் புதிய யுகத்துக்கு மக்களை ஆயத்தப்படுத்துவது அதன் நோக்கங்களுள் ஒன்று. ஆங்கிலக் கல்வி மூலம் முன்னேற்றம் காண முடியும் என அவர்கள் கருதினர்; ஆங்கிலக் கல்விக் கூடங்களைப் பரவலாக நிறுவ அவர்கள் பாடுபட்டனர்.) இந்த நிறுவனத்தின் நோக்கங்கள் எவ்வாறிருப்பினும் படித்த நடுத்தட்டு, மேல்தட்டு வர்க்கத்தினரிடையே தன்மான

உணர்வினை வளர்ப்பதில் அது வெற்றி பெற்றது. 1816இல் கல்கத்தாவில் நிறுவப்பட்ட **ஹிந்துக் கல்லூரி** (பின்னாளில் மாநிலக் கல்லூரி - Presidency College எனப் புகழ் பெற்றது) மக்களிடையே நம்பிக்கை உணர்வினை எழுப்பியது. அதுவரை புதிய இந்தியாவின் அடையாளமாக 1784இல் தோற்றுவிக்கப்பட்ட Asiatic Society of Bengal மட்டுமே இருந்தது. (இதன் குடையின் கீழ் Archaeological Survey of India, Zoological Survey of India, Botanical and Geological Surveys of India, India Museum போன்ற நிறுவனங்கள் ஒவ்வொன்றாய் எழுந்தன. அவை நாட்டுக்கு அளித்த கொடைகள் ஏராளம், ஏராளம்) புதிய ஆங்கிலக் கல்வி நிலையங்களின் தோற்றம் வங்க மக்கள் மனதில் ஏற்படுத்திய தாக்கம் பெரிது. (வங்கம் வழிகாட்டும், எஞ்சிய இந்தியா அதன் பின் செல்லும் என்பது உண்மைதான்.) இத்தகைய நிறுவனங்கள் தோன்றுவதில் ரவீந்திரரின் தாத்தா துவாரகநாதர், ரவீந்திரரின் தந்தை தேவேந்திரநாதர் ஆகியோரின் பங்களிப்பு குறிப்பிடத்தக்கது. அத்தகைய சிறப்புப் பெற்ற குடும்பத்தில் பிறந்த (1861 மே 7) ரவீந்திரர் மாணவப் பருவத்தின் முதல் ஆண்டுகளிலேயே தாய்மொழி வழிக் கல்வியை வலியுறுத்தத் தொடங்கினார்! "கற்றல் என்பது உண்பதைப் போன்றது. முதல் கடியின் போதே சுவை தெரிகிறது. வயிறு ஏற்கத் தயாராகிறது. இரைப்பை நிறையுமுன்பே செயல்படத் தொடங்குகிறது. செரிக்கத் துணை செய்யும் சாறுகள் தம் பணியைச் செய்கின்றன. வங்க மொழியைத் தாய்மொழியாகக் கொண்ட சிறுவன் ஆங்கில மொழியில் கற்பிக்கப்படுகையில் இவ்வாறு நிகழ்வதில்லை... எழுத்துகளைக் கூட்டும்போது திணறுகிறான். இலக்கணம் திவலை சிதறுவித்தல் ஆகிறது. உட்புறம் பசி நீடிக்கிறது. சுவையை உணரும் வேளையில் பசி மறைந்து விடுகிறது. சுற்றிலும் ஆங்கிலம் மூலம் கற்க ஆசையுறுவோர் நடுவே என் மூன்றாவது அண்ணன் வங்க மொழிவழியே கற்பிக்கப்பட வேண்டுமென்பதில் உறுதியாக இருந்தான். அவன் விண்ணுலகில் இருப்பான். அவனைப் பணிந்து போற்றுகிறேன்" என்று ரவீந்திரர் எழுதினார்.

தாய்மொழி வழிக் கல்வியையே குருதேவர் வலியுறுத்தியதற்கு அறிவார்ந்த காரணங்கள் பல. அவற்றுள் இந்தியப் பண்பாடு மற்றும் மரபுகளில் அவருக்கிருந்த பெருமித உணர்வும் ஒன்று. தமது வேர்கள் இந்திய மண்ணில் ஆழச் சென்றுள்ளதை அவர் தெளிவாக உணர்ந்தார். தாய்மொழி வழி கற்பது சமூகநலன் சார்ந்தது என்று அவர் கருதினார். கற்பது நடைமுறைக்கு ஏற்ப அமைய வேண்டும் என்பதை அவர் உணர்ந்திருந்தார். ஆங்கிலம், புதுமையின் அடையாளம் என்று சிலர் கருதுவதை அவர் ஒப்புக் கொள்ளவில்லை.

தாய்மொழியில் அறியத்தக்கன அனைத்தையும் கற்றுத் தேற முடியும் என உறுதிபடக் கூறினார். ஆக்கபூர்வமான எந்த முயற்சியிலும் தற்சார்பு மிக முக்கியமானது என அவர் கருதினார். அந்நிய மொழி, பயன் தரும் பல கருவிகளில் ஒன்று. ஆனால் அதுவே வாழ்க்கையின் சிறப்பினை உறுதி செய்யாது என அவர் கூறினார். சான்றாக சைக்கிளைக் குறிப்பிட்டார். "தூரத்தைக் கடக்க, விரைந்து சேர சைக்கிள் உதவும். ஆனால் தன்னுடைய கால்களை நம்பாதவனுக்குச் சைக்கிள் எவ்வகையில் உதவும்" என அவர் கேட்டார்.

"இங்கிலாந்து தன் ஆங்கில மொழியால் தான் முன்னேற்றம் கண்டது என்பதை யார்தான் ஒப்புக் கொள்வர்? ஐரோப்பியர் தன்னம்பிக்கை பெரிது. அவர்கள் உழைப்பு பெரிது. தொழிற் புரட்சியை உருவாக்கியவர்கள் அவர்கள். ஒரு நாடு முன்னேற, மக்கள் முன்னேறக் கடுமையான உழைப்பும் முயற்சியும் இன்றியமையாதன. வெற்றி பெறுவோம் என்ற உறுதியுடன் செயல்பட வேண்டும். அதற்கான துணிவைக் கல்வி வழங்க வேண்டும். தாய்மொழியுடன் ஒருவனுக்குள்ள உள்ள நெருக்கம் அந்தத் துணிவைத் தரும்" என்று அவர் கூறினார்.

குழந்தைகள் மூன்று அல்லது நான்கு வயதினைத் தொடு முன்னரே ஆங்கில வழிப் பள்ளிகளில் கொண்டு தள்ளப்படுவதை இப்போது எங்கும் காணலாம். நூற்றைம்பது ஆண்டுகளுக்கு முன்பு ஆங்கில மோகம் நடுத்தட்டு வர்க்கத்தினரை பேயாய்ப் பற்றிக் கொண்டிருந்தபோது தாம் கண்ட அல்லது தாமே அனுபவித்த காட்சி ஒன்றை தமக்கே உரிய எள்ளல்-வேதனையுணர்வுடன் ஓரிடத்தில் ரவீந்திரர் குறிப்பிடுகிறார்: "அது பிரிட்டனில் உள்ள பள்ளிகளை மாதிரியாகக் கொண்டு நிறுவப்பட்ட பள்ளி. வங்காளியைத் தாய் மொழியாகக் கொண்ட குழந்தைகள் அங்கு அனுப்பப்பட்டனர். சேர்ந்து இசைத்தலும் சேர்ந்து பாடுதலும் காலையில் முதல் பாடமாக இருக்கும். ஆசிரியர் பயன்படுத்தும் இழிசொற்கள் ஒருபுறம். குழந்தைகளை உற்சாகப்படுத்துவதை நோக்கமாகக் கொண்டு திட்டமிடப்பட்டிருந்த இந்தப் பாடல் வகுப்பு நடைமுறையில் கேலிக் கூத்தினைப் போன்று அமைவதை உணர்ந்தேன். இது என் நேரடி அனுபவம். ஆங்கில இசையும் புரியாது, ஆங்கிலச் சொற்களும் புரியாது என்ற நிலையில் அந்த வங்காளி பேசும் குழந்தைகள் பாடினர். *Kallokee Pullokee singi ii mellaling mellaling mellaling* என்று அவர்கள் பாடியதைப் புரிந்துகொள்ளப் பலவாறு முயன்றேன். இறுதியில் ஒருவாறாகச் சில சொற்களை மீட்டுருவாக்கினேன் - *Full of Glee, singing merrily, merrily, merrily!* ஆமாம் அது என்ன

Kallokee? இன்றுவரை யோசிக்கிறேன். கண்டுபிடிக்க முடியவில்லை" -இதுதான் ஆங்கில மொழிவழி நாம் பயிற்றும் அழகு. இந்த நூற்றைம்பது ஆண்டுகளில் இக்காட்சியில் ஏதும் மாற்றம் ஏற்பட்டு விடவில்லை!

ஒவ்வொருவர் வாழ்விலும் நிறைவு காண வேண்டும் என்பதே ரவீந்திரநாதரின் அடிப்படை நோக்கம் என்பர். கல்வித்துறை பற்றி ஆராயும்போதும் அவரது இயல்பான இந்த நோக்கம் வெளிப்படுகிறது. அவர் பல துறைகளிலும் அருஞ்சாதனைகள் புரிந்தவர். எல்லாவற்றையும்விட கல்வித் துறையில் அவர் செய்த முயற்சிகளும் இயற்றிய சாதனைகளும் தனிச் சிறப்பானவை.

நீர், நிலம், வானம், வைகறை, மலர்கள், செடிகள், மரங்கள், ஆறுகள், இவற்றின் ஊடாகக் காணும் குழந்தைகள், படகோட்டிகள், உழைக்கும் மக்கள்-இப்படி அவர் வாழ்வில் கூர்ந்து கண்ட அனைத்திலும் அவர் இயற்கையின் அழகைக் கண்டார். அந்த இயற்கையுடன் இடையறாத் தோழமை கொண்டு பலவற்றைக் கற்றறிந்தார்.

கல்வி தொடர்பான அவருடைய கருத்துக்கு இவை தாம் ஆக்கம் தந்தன. கல்வி பற்றி அவர் தீர்க்கமான முடிவுகளைக் கண்டார். குழந்தைகளின் உடலும் உள்ளமும் இயைந்து, இணைந்து பொருந்தி முன்னேற இயற்கை பெருந்துணை புரிவதை அவர் உணர்ந்தார். இந்தப் பேருண்மையின் அடிப்படையில் கல்வி இருக்க வேண்டும் என அவர் கருதினார். சிறந்த கல்வியைக் குழந்தைகள் பெற வேண்டுமெனில் அதற்குத் தக்க சூழலும் ஆசிரியர்களும் அமைய வேண்டும் என்று அவர் வலியுறுத்தினார்.

"... இயற்கை அன்னையின மடியில் பிறந்தவர்கள் நாம் என்பதைப் பிள்ளைப் பருவத்திலேயே உணர்ந்து, வற்றாத தாய்ப்பால் போன்ற பேரூக்கத்தை அவளிடமிருந்து பெற்று மகிழ வேண்டும்; அவள் தன் இரகசியங்களை உணர்த்தும்போது அவற்றை அரிய மந்திரமாக ஏற்று வாழ நாம் தெரிந்துகொள்ள வேண்டும். அப்போதுதான் நாம் நிறைவு பெற்றவர்கள் ஆவோம். இளஞ்சிறுவர்-சிறுமியரின் உள்ளம் புதுமைப் பொலிவுடன் விளங்குவது; அதில் ஆர்வம் பொங்கி எழுகிறது. ஐம்புலன் அறிவு கூர்மையாக இருக்கும் பருவம் அது. அப்போதுதான் மேகம், வெயில், திறந்த வானவெளி இவற்றின் கீழ் விளையாடி மகிழ வாய்ப்பு அளிக்க வேண்டும்; இப்படி அவர்கள் இயற்கையோடு பழகுவதைத் தடுக்காதீர்கள், பேரறிஞர்களே! பொருள் திரட்டுவதையே நோக்கமாகக் கொண்ட பெருமக்களே, நீங்கள் என்னதான் கற்பனைக்கு அணை போட்டு அதை ஒடுக்கப்பார்த்தாலும், உங்கள் உள்ளத்தை என்னதான் கடினம் ஆக்கிக்கொண்டாலும் ஒன்றை மட்டும் தடை

செய்யாதீர்கள். உங்களைக் கெஞ்சிப் பணிவுடன் கேட்டுக்கொள்கிறேன்: குழந்தைகளைப் பரந்த உள்ளம் படைத்த உலகம் எனும் அன்னையிடம் நெருங்கிப் பழக விடுங்கள். அவளை விட்டு அவர்களைப் பிரிக்காதீர்கள்''.

ரவீந்திரர் சிறந்தவொரு 'நாடோடி'; இறுதி நாட்கள் வரை அவர் உலகெங்கும் சுற்றி வந்தார். மாபெரும் அறிஞர்கள் முதல் நிலத்தில் பாடுபடுவோர் வரை அனைத்துத் தரப்பினருடனும் பேசினார், கலந்துரையாடினார். கற்றோர் அவையில் பேருரைகள் நிகழ்த்தினார். அரண்மனைகளில் தங்கினார்; கூட்டறவுப் பண்ணைகளில் உழைத்த மக்களுடன் வாழ்ந்தார். பெரும்பகுதி நேரத்தை கிராமங்களில் கழித்தார். ஐரோப்பிய நாடுகள் சிலவும் அமெரிக்காவும் கண்ட முன்னேற்றம் கண்டு வியந்தார். அதே பொழுதில் அந்த முன்னேற்றம் மனித குலத்துக்கு குறிப்பிடத்தக்க நலன்களைக் கொண்டு வரவில்லை என்பதையும் உணர்ந்தார். அவருடைய பேருரைகளில் ஒன்று 'ஸப்யதார் சங்கத்' (The Crisis in Civilization) இதுவே அவர் நிகழ்த்திய இறுதியான சொற்பொழிவு எனலாம். (14 ஏப்ரல் 1941) ஒரு வகையில் அவர் உலகுக்கு விட்டுச் சென்ற இறுதி ஆவணமாகும் (testament) இது. மேலை நாட்டுக் கல்வியும் அதன்மூலம் அவர்கள் கண்டதாகப் பெருமைப்படும் முன்னேற்றமும் எத்தகையன என்பதை வேதனையுடன் இவ்வுரையில் குறிப்பிடுகிறார்:

"இலக்கியத்தின் நயம் பாராட்டி இருந்தது போதும் எனத் தோன்றுகிறது. அதிலிருந்து சற்றே விடுபட்டு வெளிவரும் வேளையில் பார்வைக்குத் தெரியும் சில உண்மைகளைக் கலப்பற்ற ஒளியில் கண்டேன். இந்திய நாட்டின் வெகுமக்கள் மிகக் கொடுமையான வறுமையில் உழல்கின்றனர். அது என் நெஞ்சினைப் பிழிந்தது. என் கனவுகள் கலைந்தன. வேறெந்த நாகரிக நாட்டிலும் வாழ்க்கையின் அடிப்படைத் தேவைகள் நிறைவுறா நிலையில் இவர்களைப் போலத் துயருறும் மக்கள் இருக்க மாட்டார்கள் என்பதை அறியலானேன். இந்த நாட்டினரின் செல்வாதாரங்கள் தாம் பிரிட்டிஷாரின் செல்வத்துக்கும் சிறப்புக்கும் இதுவரை அடிப்படையாக இருந்துள்ளன. நாகரிக உலகினைப் பற்றி நான் சிந்தித்திருக்கையில் மானுடத்தின் மாபெரும் லட்சியங்கள் இத்தகைய அவலத்தில் முடிந்திருக்கின்றன என்பது என்னுடைய கற்பனைக்கும் எட்டாதது. மேம்பட்ட நாகரிகமுடையோர் எனக் கருதிக்கொள்வோர் கோடிக்கணக்கான இந்திய மக்களின் நலன்களைப் புறக்கணித்தே வந்துள்ளனர் என்பது முகத்தில் அடித்தாற் போல உள்ளது."

"ஐரோப்பிய நாடுகள் நாகரிகத்துக்கு உரிமை பாராட்டுவதை இனி என்னால் ஏற்க இயலாது. குறைந்தபட்ச அளவில்கூட இந்தியாவில்

உணவில்லை, துணி இல்லை, மருத்துவ வசதி இல்லை. கல்வி வாய்ப்புகள் இல்லை... இவ்வளவுக்கும் மேலாக மக்களைப் பிரித்தாளும் கொடுமை தொடர்கிறது. எல்லாப் பழியும் நமது மக்கள் மீது!

"இது கொடுமையானது. நாகரிகமற்றது... இவற்றுக்கெல்லாம் அடிப்படை, நமது மரபுகளை மறந்த பகட்டுக் கல்வி முறையைப் பின்பற்றி வந்ததே."

ரவீந்திரரின் கல்விக் கோட்பாடுகள் அவருடைய வாழ்க்கையின் நோக்கங்களுடன் இணைந்தவை. இங்கிலாந்திலும் சோவியத் ரஷ்யாவிலும் சுற்றி வந்துதான் இந்திய மக்களின் வறுமை நிலையை அறிய வேண்டும் என்பதில்லை. அவருடைய குடும்பத்துக்குச் சொந்தமாயிருந்த நிலங்களை நிர்வகிக்க அவருக்கு ஒரு வாய்ப்புக் கிடைத்தது. அப்போது அந்த நிலங்களைச் சார்ந்திருந்த மக்களின் துயரமிக்க, இரங்கத்தக்க வாழ்க்கை நிலையை அவர் கண்டார். இந்தியச் சமூக நிலைமைகள் ஒருபுறம். ஏழ்மை-வறுமை-வஞ்சகச் சுரண்டல், மறுபுறம் செல்வப் பெருக்கு என இருந்ததைக் கண்டுணர்ந்தார்; ஒருவருடைய உள்ளீடான வளர்ச்சியை இந்தக் கொடுமையான அமைப்பு முக்கியமானதாகக் கருதவில்லை என்பதைக் கண்டார். விளைவாக இங்கு மனித சமுதாயம் கொடுநோய் வயப்பட்டுத் தவிப்பதை உணர்ந்தார்.

அவர் இலக்கிய உலகில் முதற் பெரும், தனிப்பெரும் ஆளுமை. அதைவிட அவர் ஓர் ஆசிரியர். அவர் செயல் வீரர். கர்மயோகி அவருடைய இலக்கியம்-கோட்பாடுகளிலிருந்து அவருடைய செயல் வீரத்தைப் பிரிக்க முடியாது. ஆழ்ந்த, நீண்ட சிந்தனைக்குப் பின்னர்தான் 1901-இல் '**பிரமச்சரிய ஆசிரமம்**' என்ற பெயரில் கல்வி நிலையத்தை நிறுவினார். அதுவே பின்னர் **சாந்தி நிகேதனம்** எனப் பெயர் பெற்றது. ஆசிரியர் ரவீந்திரரால் இப்பள்ளி நிறுவப்பட்டது என நாம் நினைக்கக் கூடாது. ஏனெனில் அவ்வாறு கருதுவது, சாந்திநிகேதனத்தைப் பற்றிய முழுமையான தொலைவுத் தோற்றத்தைப் பற்றிச் சரியான கருத்தினைத் தராது. அவ்வாறே கிராம முன்னேற்றம் தொடர்பான அவருடைய பணிகளைக் கருத வேண்டும். **ஸ்வதேசி சமாஜ்** வெறும் அறிஞர் ஒருவர் அல்லது ஒரு சாதாரண சமூக ஊழியரால் எழுதப்பட்ட ஒரு நூல் அன்று; அதை எழுதியவர், ஒரு கவிஞர்,-ஓர் ஆசிரியர்,-ஓர் ஓவியர், ஒரு மெய்நூலறிஞர்-ஒரு ஞானி, நிறுவனங்களை உருவாக்குபவர்-இத்தனை சிறப்புகளையும் கொண்ட ஒருவராய்த்தான் அவர் இருக்க முடியும். அந்த அடிப்படையில்தான் அவர் பின்னாளில் **ஸ்ரீநிகேதனம்** கண்டார். இது கிராம வாழ்க்கை -குடிசைத் தொழில் மேம்பாட்டுக்காக, புனரமைப்புக்காக

உருவாக்கப்பட்ட நிறுவனம். ரவீந்திரரின் முழுமையான பார்வையின் பின்னே இவ்விரு கூறுகளும் அமைகின்றன.

நாட்டின் ஏழ்மையும் துயரமும் கண்டு ரவீந்திரர் மனம் பதைத்தார். இவற்றின் பின்னே இருப்பது காலனிய ஆட்சி என்பது அவருக்குத் தெரிந்தது. பிரிட்டிஷ் அரசு இந்தியத் தொழில்களைச் சிதைத்து அழித்து விட்டதையும் இந்தியாவிலுள்ள 'படித்த' வர்க்கத்தினர் தமது பண்பாட்டினை மறக்கும் ஒரு சூழலை ஒரு செயற்கையான கல்வி அமைப்பின் மூலம் உருவாக்கியுள்ளதைத் தமது **தேஷேர் கதா** எனும் நூலில் விளக்கி எழுதினார். இங்கிலாந்தில் இளம் மாணவனாக நீண்டகாலம் இருந்து ஆங்கிலேயரின் வஞ்சனையை நேரடியாகக் கண்டவர் அவர். 1905-இல் வங்கப் பிரிவினையை எதிர்த்து வெடித்த வெகுமக்கள் இயக்கத்தின்போது அவர் எழுதிய பாடல்கள் பலவற்றில் அவருடைய நெஞ்சக் குமுறல்களைக் காணலாம். இரண்டாவது, முடிவுகள் எடுப்பதிலும் அவற்றைச் செயல்படுத்துவதிலும் மனிதனுக்குள்ள ஆற்றலில் அவருக்குப் பெரும் நம்பிக்கை இருந்தது. அதற்கு அன்னியப் படுத்தாத கல்வி முறை இன்றியமையாதது என்று அவர் நினைத்தார். மண்ணின் தொடர்பு அறாத, நடைமுறைக்குப் பொருந்தும் கல்வி முறை பற்றி அவர் சிந்தித்தார். இத்துறையில் மேற்கு நாடுகளின் அனுபவங்களிலிருந்து நமக்குத் தேவையான, பொருந்தும் ஓரிரு அம்சங்களை எடுத்துக் கொள்ளலாம் என்று அவர் கருதினார். குறிப்பாக அவர்களுடைய விடாமுயற்சி, உண்மை காணும் முயற்சியில் பிடிவாதமான உறுதி ஆகியவற்றை அவர் அடையாளப்படுத்தினார். இத்தகைய அடிப்படை நம்முடைய மாணவர்களின் தன்னம்பிக்கை உணர்வை, பெருமித உணர்வைப் பெரிதும் வளர்க்கும் எனவும் தனிப்பட்ட ஒருவருக்கு மட்டுமின்றி சமுதாயத்துக்கும் இது பொருந்தும் எனவும் அவர் கருதினார். நாட்டுக்கு ஓர் ஆக்கப் பூர்வமான திட்டம் தேவை என அவர் கருதினார். தொடக்கத்தில் சில சங்கடங்கள், தடைகள், தோல்விகள் நேரலாம், ஆயினும் அவற்றை எதிர்கொள்ளும் துணிவினைப் புதிய கல்வி அளிக்கும் என அவர் உறுதிபடக் கூறினார்: ''பிறரிடம் நாம் இரந்து நிற்க வேண்டியதில்லை. நமது மக்களின் நிலையை உணர்ந்து அதற்கான கல்விமுறையை, தியாகவுணர்வினை வளர்க்கும் கல்வி முறையை உருவாக்கினால் வெற்றி உறுதி. நம் நாடு மேன்மையுறுவது உறுதி. ஸ்ரீ நிகேதனத்தில் அவர் நடைமுறைப்படுத்திய கல்வி முறையும் தொழிற் பயிற்சி முறைகளும் எதிர்பார்த்த பலன்களைத் தந்தன. இன்றும் அவற்றின் சிறப்பைக் காணலாம், உணரலாம். ஸ்ரீ நிகேதனம் அமைந்துள்ள பீர்பூம் மாவட்டத்தில் அதனைச் சுற்றியுள்ள **24 பர்கானாக்கள்** மாவட்டத்தில் நிலவளம் இல்லாத நிலையில்

குடிசைத் தொழில்களில் சிறப்பான வளர்ச்சி காணப்பட்டுள்ளதைக் கண்டு பிரமிப்பு ஏற்படுகிறது. ஸ்ரீ நிகேதனத்தின் விரிவாக்கக் கல்வி. இப்பகுதியில் குறிப்பிடத்தக்க எண்ணிக்கையில் வாழும் சந்தால் பழங்குடியினரின் வாழ்க்கையில் பெரும் மாறுதல்களை ஏற்படுத்தியுள்ளது." குருதேவரின் கல்விக் கொள்கை சமூகப் பொறுப்புணர்வுள்ள மாணவர்களை, இளைஞர்களைத் தொடர்ந்து உலகுக்கு அளித்து வருகிறது. (சாந்தி நிகேதனம், ஸ்ரீ நிகேதனம் அமைந்துள்ள போல்பூர் பாராளுமன்றத் தொகுதியிலிருந்து இன்றைய மக்கள் சபைத் தலைவர் **சோம்நாத் சட்டர்ஜி** தொடர்ந்து தேர்வு பெற்று வருகிறார்.)

1905ஆம் ஆண்டில் நிகழ்த்திய சொற்பொழிவு ஒன்றில் கல்விக்கான பொறுப்பை மக்களே ஏற்க வேண்டும் என ரவீந்திரர் வலியுறுத்தினார். மக்களுடைய முன்முயற்சியால் கல்விக் கூடங்கள் உருவாக வேண்டும், அவ்வாறு எழும் கல்வி நிலையங்கள் அச்சமுதாயத்தின் தேவைகளை நிறைவு செய்வனவாக இருக்க வேண்டும் என அவர் விரும்பினார்.

குருதேவரின் உள்ளத்தில் ஆசிரமப்பள்ளி பற்றிய சிந்தனை வலுப்பெற்ற போது அதற்கான இடம், பிற தேவைகள் பற்றி அவர் கவலைப்பட வேண்டியிருக்கவில்லை. அவருடைய தந்தையார் மகரிஷி தேவேந்திர நாதர், போல்பூரை அடுத்த அந்தக் காட்டுப் பகுதியில் தமக்குச் சொந்தமாக இருந்த இடத்தில் ஏற்கெனவே ஒரு தியானக் குடிலை உருவாக்கியிருந்தார். கண்ணாடிகளால் ஆன அந்த அறை இன்றும் பயன்பாட்டில் உள்ளது. அது கோவில் என வழங்கப்பட்டாலும் அங்கு கடவுளர்களின் உருவச் சிலைகள், சித்திரங்கள் இல்லை. தேவேந்திரநாதர் பிரம்ம சமாஜத்தைச் சேர்ந்தவர்; அதன் கொள்கைகள் உருவ வழிபாட்டினை ஏற்கவில்லை. தேவேந்திரரும் அவரது நண்பர்களும் அமைதியான ஓரிடத்தில் எவ்வித ஈர்ப்பும் இல்லாத சூழலில் ஓய்வாகத் தியானம் செய்வதற்கான இடமாக இது பயன்பட்டு வந்தது. ஆசிரமப் பள்ளியை இங்கேயே நிறுவுவது என ரவீந்திரர் முடிவு செய்தார்.

இப்பகுதி நிலமும் தட்ப வெப்ப நிலையும் வியத்தகு தன்மை உடையவை. வசந்த காலத்தில் அற்புதமான அழகினை உணரலாம். அடுத்துவரும் கோடையில் மண்டையைப் பிளக்கும் வெப்பத்தை உணரலாம். தொடர்ந்து வரும் மழைக் காலத்தில் மழை கொட்டித் தீர்க்கும். இலையுதிர் காலம் வருணனைக்கு அப்பாலான எழில் தரும். முன்பனிக் காலமும் பின்பனிக் காலமும் உடலுக்கும் மனதுக்கும் புத்துயிர் ஊட்டும். குறிப்பிட்ட நாளில் இப்பருவச் சூழல் நம்மை வியப்பில் ஆழ்த்தும். ஆனால் மண் வளமோ வேறுபட்டிருக்கும்.

வறட்சி மிக்க இப்பகுதியில் நில வெடிப்புகள் (canyons), "அப்பள்ளங்களில் அவ்வப்போது ஓடிவரும் நீர், அருகிலுள்ள 'கொபாயி' ஆறு, சுற்றியுள்ள அடர்ந்த காடுகள் என அச்சூழல் மனதுக்கு இதமளிக்கும். (இன்று புதுப் பணக்காரர்கள் பெரிய அளவில் படை எடுத்து வந்து இப்பகுதியை காங்கிரீட் காடாக மாற்றி வருகின்றனர். இம்மாற்றத்தைச் சுற்றுலா என்கின்றனர், தவிர்க்க இயலாத தீமை என்கின்றனர், சந்தைப் பொருளாதார வளர்ச்சி என்கின்றனர். ஆயினும் **அமர்த்திய சென், ஆஷா பூர்ணா தேவி, மகாஸ்வேதா தேவி** போன்றோர் சாந்தி நிகேதனத்தைத் தான் வாழ்விடமாகத் தேர்ந்தெடுத்தனர்!)

அன்று ரவீந்திரர் சாந்தி நிகேதனத்தில் விருப்ப பூர்வமான எளிமையை அறிமுகம் செய்தார். அவர் ஏழ்மைக்கு 'வக்காலத்து' வாங்குகிறார் என்று சில பெருமக்கள் விமர்சித்தனர். "கோடீஸ்வரரின் குழந்தைகளும் பிறந்து, நடை பழகித்தான் வளர வேண்டும். கால்களின் துணையின்றி நடக்க அவர்களுக்கு உயர்ந்த கருவிகள் கிடைக்கலாம், தூக்கிச் சுமக்க வேலையாட்கள் கிடைக்கலாம். ஆனால் வாழ்க்கையுடன் முழுமையான தொடர்பு கிடைக்க வேண்டுமெனில் கால்களையே பயன்படுத்த வேண்டும். உண்மையான வாழ்க்கைக்கு மாற்று இருக்க முடியாது... பகட்டான வாழ்க்கைக்குப் பழகிப் போனவர்கள் வேண்டுமானால் குறைபட்டுக் கொள்ளலாம். இங்கு (இப்பள்ளியில்) இருக்கைகளும் மேசைகளும் பிற தட்டுமுட்டுப் பொருள்களும் இல்லைதான். சிறந்த பேராசிரியர்களுக்கும் அவை வழங்கப்படவில்லை! அதற்கு வறுமை நிலை அல்லது ஏழ்மை நிலை காரணமா? அன்று. உலகத்தோடு, மண்ணோடு நேரடியான தொடர்பு இருக்க வேண்டும் என்பதற்காக..." (1917-இல் My School எனும் தலைப்பில் அமெரிக்காவில் நிகழ்த்திய உரையிலிருந்து).

"வழக்கமான, பார்த்துப் பழகிப் போன பள்ளியை regular type of school என்கின்றனர். உலகத்தின் முழுமையை உணர்வதற்கான வாய்ப்பே அங்கில்லை என்பதை மறந்து விடுகின்றனர். அவர்களுக்குப் பள்ளி ஓர் ஏற்பாடு. அந்த ஏற்பாட்டின் அடிப்படையில் பாடத்திட்டம் அமைகிறது; அந்தப் பாடங்களைக் கற்பிக்கின்றனர். ஆனால் குழந்தைகளுடைய மகிழ்ச்சி, அவர்களுடைய உரிமையைப்பற்றிக் கவலைப்படுகின்றனரா? வாழ்க்கையை நேசிப்பதன் மூலம் அறிவு பெறக் குழந்தைகளுக்கு வாய்ப்பு வழங்கப்பட வேண்டும். இவ்வாறு பெற்ற கல்வியை அவர்கள் விட்டு விட்டு வாழ்க்கைப் படியில் ஏறிச் செல்லவும் முடியலாம். குழந்தைகள் துறவிகளாகப் பிறப்பதில்லை. மடத்துக் கட்டுப்பாடுகளை

அவர்கள் ஏற்க வேண்டும், அவற்றில் பழகி அறிவு பெற வேண்டும், அதற்குத்தான் அவர்கள் 'லாயக்கு' என்று வாதிடலாமா?

"உலகை நாம் அப்படியே ஏற்றுக்கொள்ள வேண்டும். அதை அறிவது மட்டுமே நமது கடமை ஆகிவிட முடியாது. அறிவு நமக்கு சக்தி தரலாம். ஆனால் முழுமையைப் பெறத் துணை செய்வது அன்பு, கருணை, தயை ஆகியவையே. உயர்ந்த கல்வி என்பது பல்வேறு தகவல்களைத் தருவதன்று; முழுமையான வாழ்க்கையுடன் இயைந்து செல்லும் வாழ்க்கைக்குப் பயிற்றுவதுதான் கல்வி" என்று ரவீந்திரர் கூறினார். பழக்கங்கள் குழந்தைகள் மீது திணிக்கப்படுவதையும் அதனால் அவர்கள் இயற்கையிலிருந்து விலகிச் செல்ல நிர்ப்பந்தப்படுத்தப்படுவதையும் அவர் வேதனையுடன் சுட்டிக்காட்டினார். பரிவு சார்ந்த கல்வி தொடக்கத்திலிருந்தே புறக்கணிக்கப்படுவது ஏற்கத்தக்கதன்று என அவர் கருதினார்.

"குழந்தைக்கு மண்ணியியல், நிலவியல், இலக்கணம் எனப் பலவற்றைக் கற்பிக்கிறோம். குழந்தையோ கதை கேட்க விரும்புகிறது. ஆடிப்பாட விரும்புகிறது. மானுடவுலகில் பிறந்த குழந்தையைக் கிராம போன் உலகில் தள்ளி விடுகிறோம். அறியாமை காணப்படும் இடம் எது?" குழந்தைகளுக்குக் கல்வி தரும் மையங்களாகப் பள்ளிகள் இருப்பதில்லை, மாறாக அவை சிறைச்சாலைகளாக இருக்கின்றன என ரவீந்திரர் வேதனைப்பட்டார்: "குழந்தைகளுடைய வானம், காற்று, அவர்களுடைய மகிழ்ச்சி அவர்களுக்கு மறுக்கப்படுகிறது. அறியாமை நிலையிலிருந்து படிப்படியாகப் பயணித்து அறிவின் இன்பங்களை நுகர்ந்து திளைக்கும் உரிமை குழந்தைகளுக்கு உண்டு. இதுதானே உண்மை? அவர்கள் அறிவு பெற வேண்டும் என்பது சரி. அதை அவர்கள் மகிழ்வுடன் பெறட்டுமே. குழந்தைகளுக்கான கல்வி சிறைச்சாலைகளிலா வழங்கப்பட வேண்டும்? திட்டமிட்டு, கொடூரமான முறையில் திணிக்கப்படுவது கல்வியாகுமா? விளையாட்டாகக் கற்பதுதான் சரியான முறை. கெடுபிடியற்ற சூழலைத்தான் இறைவன் படைத்திருக்க முடியும். நோக்கம் பொருளற்றதாயிருக்கக் கூடாது. அவ்வாறு இருப்பின் பயனும் அவ்வாறுதான் இருக்கும். மானைக் கூண்டில் அடைப்பதா? அதன் சுவர்களை உடையுங்கள். அன்னையின் கருவறையில் ஒன்பது மாதங்கள் இருந்து வெளிவந்து பண்டிதராக இயலவில்லை என்பதற்காகச் சிறையிலிடுவதா? குழந்தைக்குச் சிறிது கருணை காட்டுங்கள்!"

ஒரு பள்ளியின் தரம், தன்மை அதன் கட்டிடங்கள், நூலகத்திலுள்ள புத்தகங்களின் எண்ணிக்கை, கல்விக்கான கருவிகள் ஆகியவற்றைப் பொறுத்ததல்ல. கல்வியின் உண்மையான பக்கம் வேறு திறத்தது.

வித்து, முளைவிட்டு வளர்ந்து செழிக்கத் தேவையான மூலகங்கள் பற்றியே ரவீந்திரர் ஆராய்ந்தார்; வலியுறுத்தினார். கல்விச் சாதனங்கள் பற்றி அறியாதவரல்லர் அவர். அந்தக் கருவிகளும் சாதனங்களும் பிற வசதிகளும் அறிவின் வளர்ச்சிக்குத் துணை செய்வதற்குப் பதிலாகப் பேராசை, சுயநலம் ஆகிய போக்குகளுக்கே அவை பயன்படுகின்றன என்பதை அவர் சுட்டினார். உயர்ந்த, மேம்பட்ட சமூக விழுமியங்களை உருவாக்கும் முயற்சிக்கு அவை தடையாக இருப்பது கண்டு அவர் வருந்தினார்.

சீன நாட்டில் அவர் விரிவாகப் பயணம் செய்தார். "பரிதியின் ஒளியிலிருந்து ஆதர்சம் பெறுங்கள். வசந்தம் இனியது. வித்து முளைவிட்டு மலரத் துணை செய்யும் ரகசியங்களை அறியுங்கள். கோட்பாடுகளோ, புத்தகங்களின் உயிரற்ற பக்கங்களோ ஏக்கங்களை நிறைவு செய்யா. ஏற்கனவே உருவாக்கப்பட்டுள்ள (readymade) மூதுரைகள் உங்கள் எழுச்சிக்குப் பெருந்துணை செய்யா. உங்கள் குழந்தைமை, இளமை அரிய பரிசு என்பதை உணருங்கள். அது வைகறையில் தோன்றும் விண்மீனைப் போன்று இன்னும் பிறக்காத பகலுக்கான நம்பிக்கையை அளிக்கின்றது. இளமையின் உன்னதத்தைப் பாடவே இங்கு வந்துள்ளேன். இளமையின், குழந்தைமையின் கவி நான். உங்கள் கவி" என்று சீன மாணவர்களிடையே பேசினார். ''இளமையின் நிலைபேறுடைய வனதேவதைக் கதை உங்களுக்குத் தெரியும். உலகின் பல பாகங்களிலும் இக்கதை வழங்குகிறது. ஒரு கொடூரமான முரடன், ஓர் அழகிய இளவரசியைச் சிறை செய்து விட்டான். அவளை மீட்க ஓர் இளவரசன் புறப்படுகிறான். இக்கதையினைக் குழந்தைகளாக நாம் முதன்முதலில் கேட்டபொழுது நம்முள் எழுந்த ஆர்வம்-அந்த இளவரசியை மீட்க நாமே புறப்படுவது போன்ற பரபரப்பு-தடைகள் அனைத்தையும் தகர்த்தெறிந்த, அச்சங்களைப் புறந்தள்ளி, இறுதியில் அந்த இளவரசிக்கு விடுதலை பெற்றுத் தருதல்-எத்துணை மகிழ்ச்சி! இன்று மானுடத்தின் உள்ளுயிர் ஒரு பிரமாண்ட எந்திரச் சிறையில் அடிமைப்பட்டுக் கிடக்கிறது. என் அருமையான இளவரசர்களே, மானுடத்தன் உள்ளுயிரை, பேராசையின் தளைகளிலிருந்து மீட்க வாருங்கள் என அழைக்கிறேன்!"

"மனிதன் உண்மையைத் தேடுகிறான். அந்த முயற்சியில் வெற்றி காண்கிறான். அவன் கண்ட உண்மை அனைவருக்கும் சொந்தம். அவ்வாறே பணமும் சொத்தும் அவரவர்க்கு, உங்களுக்குச் சொந்தம். ஆனால் உண்மையை நீங்களே உங்கள் ஏகபோக சொத்தாக நினைக்கக் கூடாது. அவ்வாறு செய்வது, இறைவன் தந்த பரிசுகளை லாபத்துக்காக விற்பதற்கு ஒப்பாகும். எனினும் அறிவியலும் உண்மை சார்ந்தது.

அதற்கென ஓர் இடம் உண்டு. நோய்வாய்ப்பட்டுள்ளோருக்குக் குணமளிக்க அது உதவுகிறது, விளைச்சலைப் பெருக்க உதவுகிறது. ஓய்வுப் பொழுதை அதிகரிக்க உதவுகிறது, ஓய்வு அளிக்கிறது. ஆனால் வலிமை மிக்கவன், வலிமை குறைந்தவனை அழிக்க, உறக்கத்தில் உள்ளவனிடம் திருட்டுச் செய்ய, தீய நோக்கங்களுக்குப் பயன்படுத்த இந்த அறிவியல் உதவுமானால்... அவ்வாறு அறிவின், உண்மையின் புனிதத்தைக் கெடுப்போர் நிச்சயம் துன்புறுவர், அவர்கள் விளைக்கும் அழிவுக் கருவிகள் அவர்களுக்கெதிராகவே திருப்பப்படும்.'' (குருதேவரின் செயலாளர் பேராசிரியர் அமிய சக்ரவர்த்தி பதிப்பித்த *A Tagore Reader* நூலிலிருந்து பக்கங்கள் 207-9,-) *Beacon Press, Boston*, 1961)

குருதேவரின் கல்விக் கோட்பாடு பற்றி நுணுக்கமாக ஆராயும்போது தெரிவதென்ன? மானுடர்க்கு மூன்று இல்லங்கள், அதாவது உயிர் மையங்கள் உள்ளன என்பதாம். முதலாவது, தனி ஒருவர் (ஒருவன் அல்லது ஒருத்தி) - அடுத்தவரிடமிருந்து தனித்த அடையாளத்துடன் நிற்பவர். இரண்டாவது, சமூகம். அது அந்தத் தனி நபருக்காக நிற்பது; பிறருடன் ஒன்றுபட்டு அவன் அல்லது அவள் வாழத் துணை செய்வது. மூன்றாவது, இயற்கை. முழுமையான உலகம். இந்த மூன்று மையங்களும் ஒன்றோடொன்று உறவு கொண்டவை அல்லது உறவினை ஏற்படுத்திக் கொள்கின்றன. இந்த உறவு ஒவ்வொரு வினாடியும் புதிதாக உருவாக்கப்படுகிறது. அது முழுமையுடன் இணைந்தது. ஒருவிதத் தாள லயத்துடன், ஓசை ஒழுக்குடன் இது நிகழ்கிறது. இதில் ஏதும் தடை ஏற்பட்டால் சிதைவுகள் நேர்கின்றன. இன்று சமூக உறவுகள் படிப்படியாக சிதைக்கப்படுவதைக் காண்கிறோம்; இணைந்த கூட்டுறவு நிலையிலிருந்து தன்னலத் தேட்ட (சுரண்டல்) நிலையாகச் சிதைவுறுவதைப் பார்க்கிறோம். உடைமை வெறியில் மேன்மேலும் தேடிச் சேர்ப்பவன் அளவற்ற பேராசையில் திளைக்கிறான்.

கல்வியைப் பற்றி ஆழ்ந்து சிந்தித்த குருதேவர் இந்த மூன்று அம்சங்களையும் கருத்தில் கொண்டார். இந்த மூலக் கூறுகள் சீரான அமைதியுடன், ஒழுங்குடன் இயைந்து செல்லும்போது மேம்பட்ட சமூக உறவுகள் உருவாகும் என அவர் நம்பினார். அந்தச் சீர் ஒழுக்கம் கல்வி அமைப்பில் வெளிப்பட வேண்டும். அழகு, நளினம், தோழமை ஆகியன அக்கல்வியின் அடிப்படை. அதாவது, தனிநபர், நிறைவுணர்வை வளர்த்துக் கொள்கிறார். அதனால் இயற்கையுடன் பரிவார்ந்த இணக்கத்தை உருவாக்குகிறார். இத்தகைய கல்வி, குழந்தையின் மாணவனின், இளைஞனின் ஆளுமைத் திறம் ஆக்கபூர்வமாக வளர்ந்தோங்கத் துணை செய்கிறது.

கல்வியின் முதன்மையான நோக்கம், ஏராளமான தகவல்களைத் திரட்டுவதல்ல என்றும் மனிதனை, உயர்ந்த மனித மாண்புகளை அறிந்து, தன்வயப்படுத்தி பொறுப்புணர்வுடன் ஒழுகல்தான் என்றும் மீண்டும் மீண்டும் வலியுறுத்தினார் குருதேவர்.

தாய்மொழி

இந்தியச் சமூக அமைப்பின் மீது பல தாக்குதல்கள் தொடுக்கப்பட்டன. அவற்றுள் பெருந்தீமைகளை விளைத்தன சில. ஆங்கிலக் கல்வி அறிமுகப்படுத்தப்பட்டபோது விளைந்த கேடுகள் குறிப்பிடத்தக்கன: அ) படித்த நடுத்தட்டு வர்க்கத்தினர் வெகுமக்களை அந்நியப்படுத்தினர். ஆ) நமது பாரம்பரியக் கல்வி முறையை திட்டமிட்டு அழித்தனர்.

மக்களிடையே வேறுபாடுகள் உருவாவது, நீடிப்பது நாளடைவில் அச்சமுதாயத்தின் நாகரிகத்தை, பண்பாட்டினைச் சிதைத்து விடும்; முரண்கள் கூர்மையாவதால் அமைதியும் ஒழுங்கும் கெடும். ஆங்கிலக் கல்வியின் செல்வாக்கால் படித்தவர்கள் எனத் தம்மைக் கருதிக் கொண்டிருப்போருக்கும் விவசாயிகள், கைவினைஞர்கள் உழைத்து வாழ்வோர்க்கும் இடையே பெரும் இடைவெளி பிளவு ஏற்பட்டது. மிக மிகச் சிறுபான்மையினரே ஆங்கில மொழியில் படிக்கவும் எழுதவும் பேசவும் வாதிடவும் திறமை பெற்றிருந்தனர். (ஆனால் இவர்கள் செல்வாக்குப் படைத்தவர்களாக, சக்தி வாய்ந்தவர்களாக கருதப்பட்டனர். பெரும்பான்மையான மக்கள்-ஒரு காலத்தில் அவர்கள் கல்வி பெற்றவர்களாகவே இருந்தனர்-எழுதப் படிக்க இயலாதவர்களாக, எழுத்தறிவை 'மறந்த'வர்களாக மாறினர். (காலனிய ஆட்சியில் எழுத்தறிவின்மை பற்றி ஏராளமான ஆவணங்கள்-பதிவுகள் உள்ளன.) அப்போது ஆங்கில அறிவு பெற்றவர்கள் தாம் சமூகப் பணி ஆற்றுவதாகக் கூறிக் கொண்டனர். ஆனால் தொடர்புக்கான மொழி, மக்கள் மொழி-நிர்வாகத்தில் சிறிதளவு கூட இடம் பெறவில்லை. தொடர்பு மொழியாக ஆங்கிலம். சொற்பொழிவுகள் ஆங்கிலத்தில். பயிற்சி மொழி ஆங்கிலம். விளைவாகச் சமூக உறவுகளில் செயற்கைத்தன்மை காணப்பட்டது. மரபுகள், வாழ்க்கைப் பார்வை மாறின. பல கேடுகளில் ஒன்றுதான் மொழி பற்றியது எனினும் தாய்மொழி மீது காட்டிய அலட்சியம், வட்டார மொழி மீது காட்டிய கருத்தின்மை, கல்வியின் உயிர்த்தன்மை, அதன் வடிவம் ஆகியவற்றைச் சிதைத்துச் சீரழித்தது.

இந்தியர்கள் தத்தம் தாய்மொழி வழியாகக் கல்வி பெறும்போது அவர்களுடைய மனம் விழிக்கும், எனவே செயலூக்கம் பெறும் என்பதைக் குருதேவர் உணர்ந்தார். கல்விமுறை, உணவு கொள்ளும் முறைக்கு ஒப்பானது என அவர் பல இடங்களில் குறிப்பிட்டுள்ளார்.

நிர்வாகத்தில் சொந்த மொழி இருப்பது நிர்வாகத்துக்கு நல்லது, சமூக உறவுகளுக்கும் நல்லது. தொடர்பு என்றால் ஒருவருக்கொருவர் பேசிக் கொள்வது என்பது பொருளல்ல; அது ஒருவருக்கொருவர் உறவுகளைப் பேணுவது, சமூக உறவுகளைக் கட்டமைப்பது ஆகும். அதனால்தான் குருதேவர் தாய்மொழிக் கல்வி மீது அத்துணை ஆர்வமும் அக்கறையும் கொண்டிருந்தார். கலை பற்றிய கல்வி தன்னை வெளிப்படுத்த உதவும். அது சமுதாயத்துக்கு இன்றியமையாதது. அவ்வாறே தாய்மொழி வழிக்கல்வி, தன்னை வெளிப்படுத்த பெருந்துணை செய்யும். வெற்றிகரமாக ஒருவர் தன்னை வெளிப்படுத்த துணியும்போது அவருடைய தாய்மொழிதான் உயிர்த்துணையாக அமையும். இது உண்மை; பேருண்மை.

ஆங்கிலக் கல்வி பெற்றோர் சமூக நிர்வாகத்தில் ஆங்கில முறையையே பின்பற்றினர், 'போலி' செய்தனர். சமுதாய மாற்றங்கள் அவசியம் என உணர்ந்தபோது பிரிட்டிஷ் நிர்வாக அமைப்பையே வழிகாட்டியாகப் பயன்படுத்தினர். தண்ணீர் வினியோகத்துக்கு ஏற்பாடு செய்வதற்குக் கூட அவர்கள் பிரிட்டிஷ் அரசை எதிர்பார்த்தனர்! நமது கிராமங்களிலிருந்து தூய குடிநீர் மறைந்தது!

அந்நியப் படையெடுப்புகள், ஆட்சி மாற்றங்கள், சீரழிவுகள், இறுதியாகப் பிரிட்டிஷாரின் காலனியக் கொடுமைகள் அனைத்துக்கும் ஈடுகொடுத்துத் தன் அடையாளத்தை, உயிர்த் தன்மையைப் பாதுகாத்துக் கொள்ளும் ஆற்றலை இந்தியச் சமூகம் கொண்டிருந்ததைக் குருதேவர் கண்டு வியந்தார். இந்த ஆதிக்க சக்திகளால் சமுதாயக் கட்டுக் கோப்பைச் சீர்குலைக்க இயலவில்லை என்பதை உணர்ந்தார்; மக்களைத் தாழ்த்தி, அடக்கி வைக்கப்பட்டவர்களாக (down-trodden) ஆக்க முடியவில்லை இந்தச் சக்திகளால் என்பதைக் கூர்ந்து கவனித்தார். 1905 நிகழ்வுகளை ஒட்டி அவர் ஸ்வதேஷி சமாஜ்-இல் எழுதியனவற்றிலிருந்தும் 19ஆம் நூற்றாண்டின் இறுதியிலும் 20ஆம் நூற்றாண்டின் தொடக்கத்திலும் பிரிட்டிஷ் பார்லிமெண்டில் நிகழ்ந்த வாய்ச் சண்டைகளிலிருந்தும் இதை நாம் உணரலாம்.

தாய்மொழியை இந்தியச் சமூகம் புத்துயிர் பெற்றெழுவதன் சின்னமாக இந்தியா ஆக்க வேண்டும் என்று குருதேவர் வலியுறுத்தினார். "தாய்மொழி அரியணையில் அமர்த்தப்பட வேண்டும். அதன் பொருள் நம்முடைய சுயகௌரவம் மீட்கப்பட வேண்டும்." சென்ற இடமெல்லாம் இதையே கூறினார்; பல நூறு தடவை எழுதினார். கற்றோர் அவையில், பல்கலைக்கழகங்களில், பட்டமளிப்பு விழாப் பேருரைகளில் தாய்மொழியையே பயன்படுத்தியவர் அவர். அவர் வாழ்ந்தபோது அவரளவு மதிக்கப் பெற்ற இந்தியர் சிலரே. ஆயினும் தாய்மொழிக்கு உரிய இடம்

கேட்டுப் போராடிய முதல்வர் அல்லது முன்னோடிகளில் முதல்வர் அவர்தான். "தன் மீது நம்பிக்கையில்லாத ஒரு நாடு தலைநிமிர முடியாது. சரிநிகர் உணர்வு பெறாத மக்கள் துன்புறுவர். தன் தாய்மொழி பற்றிய பெருமிதவுணர்வும் நம்பிக்கையும் கொள்வோர்-தன்னம்பிக்கையுடையோராக வளர்வர்; தன் ஆற்றலில் நம்பிக்கை கொண்டோராக அவர்கள் சிறப்பர்" என அவர் கூறினார்.

இயற்கை

இயற்கையை, அழகினைப் போற்றியவர் ரவீந்திரர். அவர் கவிஞர், ஓவியர் என்பதால் மட்டுமன்று. அவர் மானுடத்தின் ஓர் அங்கம்; இயற்கையின், உலகின் ஒருங்கிணைந்த கூறு. அவர் இயற்கையை வழிபட்டார் என்றே கூறலாம். அந்த வழிபாடு, கோவில்களில், மசூதிகளில், சர்ச்சுகளில் நிகழ்வதைப் போன்றதல்ல. மனிதர்கள் இந்த மண்ணுலகுக்கு ஓர் உணர்வுடன் வருகின்றனர். அந்த உணர்வு அவர்களுக்குக் கற்பனையைத் தருகிறது. தேர்ந்தெடுக்கும் ஆற்றலைத் தருகிறது, துணிவைத் தருகிறது. படைப்புத் திறனை வழங்குகிறது. இந்த உண்மையை அறிந்ததால் விளைந்த வழிபாட்டுணர்வு அது.

இயற்கையை அன்னை எனக் கருதலாம், அதனுடன் இனிதாக இணைந்து செல்லலாம். 'இயற்கையின் குழந்தைகள்' அனைவருடனும் உறவுகளைக் கட்டலாம். இயற்கை அருளியவற்றை அந்த அன்னையின் விலை மதிக்கவொண்ணாப் பரிசாகக் கருதலாம், நன்றி பாராட்டலாம். அவ்வாறின்றி இயற்கையைத் தன் சொத்தாகக் கருதினால் அவன் நடத்தை பழிப்புக்கிடமாகும் எனக் குருதேவர் கருதினார். குருதேவரின் கல்விக் கோட்பாடு, சமூக மற்றும் இயற்கைச் சூழலின் இணக்கத்தைக் காப்பதைச் சுட்டுகிறது. ஒவ்வொருவரும் படைப்பாற்றல் பெற்றவரே. அவர்கள் பிள்ளைப் பருவத்திலிருந்தே இந்த ஆற்றல்களை வளர்த்துக் கொள்ள வேண்டும். இதற்குக் கல்விதான் கருவியாக இருக்க முடியும். இயற்கையின் லயத்துக்கேற்பக் குழந்தையின் உள்ளமும், உடலும் இசைந்தொழுகுமாறு கல்வி கட்டமைக்கப்பட வேண்டும் என்பதில் அவர் உறுதியாக இருந்தார்.

'கற்றோர் உலகு' என்றால் நன்கு கற்றவர்கள், பல நூறு புத்தகங்களைப் படித்தவர்கள், புத்தகத்தின் பக்கங்களில் தம்மைப் புதைத்துக் கொண்டவர்கள் என்று தான் புரிந்து கொள்ளப்படுகிறது. மாணவர்களில் பலர் தலை நிமிர்ந்து வெளியுலகினைப் பார்க்கத் துணிவதில்லை; செய்தித்தாள்களைக் கூடப் படிப்பதில்லை. பாடங்களை நெட்டுருப் போட்டு ஒருகோழையும் கூட முதல் வகுப்பில் தேர்வு பெற்று விட முடியும் என ரவீந்திரர் கருதினார். அத்தகைய கல்வி பெறுவோர் சமூகத்தில் உயர்ந்த இடங்களைப் பிடித்து விட முடியும். ஆனால் உலகினை அவர்கள் தமதாக்கிக்

கொள்ள இயலாது. "உண்மையான கல்வி, வாழ்க்கையை முழுமையாக வாழக் கற்றுத் தருகிறது" என்றார் அவர்.

(இன்று சுற்றுச்சூழல், காற்று வெளித் தூய்மை, நீர்நிலைத் தூய்மை, தட்பவெப்பங்களில் கடுமையான மாற்றம், மாசுக் கட்டுப்பாடு, வாழ்க்கை முறை சார்ந்த புதிய நோய்கள் என்றெல்லாம் பேசுகிறார்கள். இயற்கையோடு இருந்த உறவுகள் பாதுகாக்கப் பட்டிருக்குமேயானால் இந்தநிலை ஏற்பட்டிருக்காது; தம்முடைய நலன்களுக்காக, தமது 'சொகுசு' வாழ்க்கைக்காக, தமது பேராசைகளை நிறைவேற்றிக் கொள்வதற்காக இயற்கையையும் 'சுரண்டி' வாழ்ந்ததால்தான் இந்த நிலை ஏற்பட்டுள்ளது. இயற்கையுடன் மனிதர்களுக்குள்ள உறவு எப்படி அமைதல் வேண்டும் என்பதைப் புரிந்து கொள்ளும் நோக்கில்தான் இதைக் குறிப்பிட நேர்கிறது. ரவீந்திரர் காலத்தில் சுற்றுச்சூழல் இந்த அளவு மாசுபடவில்லை என்பது உண்மையாக இருக்கலாம். ஆனால் இயற்கைக்கும் வாழ்க்கையின் புறநிலைகளுக்கு மிடையே ஒரு பிளவு தோன்றி விரிவடைவது குறித்து அவர் வேதனை அடைந்தார். "ஹின்ஷியா உன்மத் பிருத்வி, நித்ய நிதுர்துவந்தா" எனும் கவிதை அவருடைய வேதனையை வெளிப்படுத்தும். இக்கவிதை இன்றைய நிலையை விளக்குவதுபோல அமைந்துள்ளது.)

கல்வி

ரவீந்திரநாதர் சொற்களில்...

உலகப் புகழ்பெற்று விளங்கும் விசுவபாரதி பல்கலைக்கழகம் (1950-இல் விடுதலை பெற்ற இந்தியாவின் முதல் மத்திய பல்கலைக்கழகம்-Central University) 1901 டிசம்பர் 22இல் 'கவீந்திர' ரவீந்திரரால் ஓர் ஆசிரமப் பள்ளியாகத் தான் தொடங்கப்பட்டது. அது *Poet's School* அல்லது *Ashram* என்றே அந்நாட்களில் வழங்கப்பட்டது.

தன்னுடைய பெருமைகள் அனைத்தையும் இழந்து அல்லது மறந்து அடிமை இருளில் தவித்த நாட்டுக்குப் புத்தொளி ஊட்டுவதற்கான முயற்சிகள் அப்போதுதான் முறையாகத் தொடங்கப்பட்டன. அவற்றுள் சாந்தி நிகேதனத்தில் பிறந்த ஆசிரமப் பள்ளி ஒன்று.

'யத்ர' விஸ்வம் பவதி ஏக-நீதம்' (உலகனைத்தும் ஒரு கூட்டில் இணைவது) எனும் பெருநோக்குடன் பிறந்தது இப்பள்ளி. மிகுந்த தீர்க்க தரிசனத்துடன் தொடங்கப்பட்ட இப்பள்ளி வளர்ந்தபோது **ஆனந்த குமாரசுவாமி, சில்வென் லெவி, எமெர்ஸ்ட், தான் யூன்ஷான், அரிய நாயகம்** போன்ற பேரறிவாளர்கள் ஆசிரியப் பணியாற்ற முன்வந்தனர். கிராமங்களுக்குப் புத்துயிரூட்டும் முதற்படியாக ஸ்ரீநிகேதனம் தொடங்கப்பட்டது. பல நாடுகளிலிருந்தும் ஆசிரியர்கள் வந்தனர். மாணவர்கள் சேர்ந்தனர்; மொழிகள், இலக்கியம், கலைவடிவங்கள், ஒப்பியல் ஆய்வுகள் எனப் பல துறைகளிலும் ஒப்பற்ற பெருமைகளைச் சேர்த்தனர்.

குழந்தைகளை நன்கு புரிந்து கொண்டவர் ரவீந்திரர். அவர்களை வெகுவாக நேசித்தார்.

ஆசிரமப் பள்ளியைத் தொடங்கி வைத்து வங்க மொழியில் அவர் நிகழ்த்திய பேருரை இது:

"இனிய குழந்தைகளே, பல்லாண்டுகளுக்கு முன்பு நம்முடைய நாடு பல துறைகளிலும் உயர் நிலை பெற்றிருந்தது. நமது மக்கள் தீரமுடன் வலம் வந்தனர். அவர்கள் நம்முடைய முன்னோர்கள். உண்மையான பொருளில் உயர் நிலை, பெருநிலை என்பது என்ன? அவர்கள் மாண்புறு மக்கள் என எதனால் நினைக்கிறோம்? அந்த உயர்நிலை இன்று நமக்கு இல்லை. ஏராளமானசெல்வம் பெற்றிருப்பது உயர்நிலைக்கான வழி என எண்ணுகிறோம். பணக்காரரைப் பெருமக்கள் எனக் கருதுகிறோம். ஆனால் நமது முன்னோர் அவ்வாறு கருதவில்லை. உண்மையில் பெருநிலையில்

வாழ்ந்தோர் செல்வத்துக்கு மிகச்சிறிய முக்கியத்துவத்தையே தந்தனர். அவர்கள் ஆடம்பரத்தில் திளைக்கவில்லை. சிறப்பான ஆடையணிகள் பற்றி நினைக்கவில்லை. அதனால்தான் அரசர்களும் பேரரசர்களும் அவர்கள் காலடியில் தலைவணங்கி நின்றனர்.

சிறப்பான ஆடை அணிகள் அணிந்து குடை நிழலில் செல்வோர் தம்மைப் பற்றி உயர்வாக எண்ணிக் கொள்கின்றனர். அதன்மூலம் அவர்கள் தம் சிறுமையைத்தான் வெளிப்படுத்திக் கொள்கின்றனர். காலணிகள் ஒருவருக்குப் பெருமை சேர்க்குமா? விலை உயர்ந்த காலணிகளும் ஆடைகளும் உடைகளும் அவர்களுடைய மனிதப் பண்புகளை வெளிப்படுத்துமா? பழங்காலத்தில் நமது முனிவர்களும் ரிஷிகளும் காலணிகள், விலையுயர்ந்த ஆடைகள் அணிந்ததில்லை. மேற்கத்தியப் பண்டங்கள் விற்கும் கடைகளிலிருந்து (விலாயதி) காலணிகளையும் ஆடைகளையும் வாங்கிப் பயன்படுத்தும் நம்மைவிட அந்த முனிவர்கள் உயர்ந்தோர் இல்லையா? காலணி இல்லாத வெறுங்கால்கள், - நீண்ட சடைமுடி இடுப்பில் ஒரே கச்சை - ஒளி வீசும் கண்கள் - இத்தோற்றத்தில் அந்த மாபெரும் முனிவர்கள் நம்முன்னர் தோன்றுகின்றனர் எனக் கற்பனை செய்து கொள்ளுங்கள். ஒரு அரசரோ அல்லது ஒரு பெருஞ் செல்வரோ தம் காலணிகளைக் கழற்றிவிட்ட அந்த முனிவர்களைப் பணிந்து அவர்கள் காலடி மண்ணை எடுத்துத் தம் நெற்றியில் திலகமாக அணியாதிருப்பார்களா? அந்த முனிவர்களைக் காண்பதே பெரும் பேறு என அவர்கள் எண்ணாதிருப்பார்களா? ரதங்கள், பல்லக்குகள், பொன்னாபரணங்கள் வைத்திருக்கும் எத்தனை பேருக்கு அந்த ஞானிகளின் முன்பு பணிந்து நிற்கும் துணிவு இருக்கும்?

அவர்கள் நம்முடைய பெருமிதத்துக்குரிய முன்னோர்கள். அவர்கள் முன்பு பணிந்து நிற்போம். அவர்களுக்குச் சம்பிரதாய பூர்வமான மரியாதை தருவது மட்டுமின்றி அவர்கள் நமக்கு வழங்கிச் சென்றுள்ள அறிவுச் செல்வத்தை ஏற்றுக்கொள்வோம்; நமது வாழ்க்கையில் அவற்றைப் பின்பற்றி நடப்போம். அவர்களைப் போன்று வாழ முயற்சி செய்வதே அவர்களுக்கு நாம் செய்யும் மரியாதையாக இருக்கும்.

அவர்களுக்குப் பெருமை சேர்த்த பண்பு நலன்கள் யாவை? அவர்கள் உண்மையை, சத்தியத்தைச் சிறந்த பண்பு என அறிந்திருந்தனர். அவர்கள் உண்மையல்லாதவற்றுக்குப் பணிந்ததில்லை. உண்மையைத் தேடுவதற்கே அவர்களுடைய வாழ்க்கை முழுதும் அர்ப்பணிக்கப்பட்டிருந்தது. கேளிக்கைகளிலும் சிற்றின்பங்களிலும் வாழ்க்கையைச் செலவிடுவது அவர்கள் நோக்கமாக இருந்ததில்லை.

உண்மைத் தேடும் முயற்சியில் தடை ஏதும் எதிர்ப்பட்டால் அதை அவர்கள் புறந்தள்ளினர். உண்மையைக் கண்டறிவதே அவர்களுடைய முழுமுயற்சியாக இருந்தது; அவர்கள் உண்மையையே பேசினர். உண்மை எனக் கண்டவற்றைத் தமது வாழ்க்கையில் அவர்கள் பின்பற்றினர். அவர்கள் யாருக்கும் அஞ்சியதில்லை. நாம் பணம் சம்பாதிக்கக் கடுமையாக உழைக்கிறோம்; வசதிகளை வழங்கும் கருவிகளைத் தேடிப் பெறுகிறோம். ஆனால் நமது ரிஷிகள், முனிவர்கள் உண்மையைத் தேடுவதில் நம்மை விடக் கடுமையாக உழைத்தனர். எனவே அவர்கள் நம்மைவிட உயர்ந்தவர்களாகின்றனர்.

அவர்கள் அச்சமற்றவர்கள், அச்சமறியாதவர்கள். அறத்திற்கே அன்றிப் பிறிதெதற்கும் அவர்கள் அஞ்சியதில்லை. அவர்கள் மகிழ்ச்சியுடன் வாழ்ந்தனர்; தமக்குள்ளே அறிவார்ந்த வாழ்க்கையை மேற்கொண்டிருந்தனர். அவர்கள் எந்த அரசனின் நியாயமற்ற ஆட்சியையும் ஏற்றதில்லை. அவர்கள் சாவுக்கு அஞ்சியதில்லை. பொருட்களைத் தேடி உரிமை பாராட்டுவதில்லை எனும்போது அவற்றை இழப்பது பற்றியும் கவலைப்படத் தேவையில்லை என்பதை அவர்கள் அறிந்திருந்தனர்.

அவர்கள் உடைமை அனைத்தும் அவர்களுடைய மனதில் ஆன்மாவில்தான் இருந்தன. அவர்கள் உண்மையை அறிந்திருந்தனர். அதை அரசர்களோ அல்லது பணியாளர்களோ திருடிச் செல்ல முடியாது. அச்சத்துக்குச் சாவு ஒரு காரணமாக இருக்க முடியாது என அவர்கள் உறுதிபட அறிந்திருந்தனர். சாவு வரும், உடல் அழியும், ஆனால் உள்ளுயிர் அழியாது என்பதை அவர்கள் அறிந்திருந்தனர்.

ஒவ்வொருவருடைய நலன் பற்றியும் அவர்கள் சிந்தித்தனர்; அந்தப் பொது நலன் நாடும் முயற்சியிலேயே தம்முடைய ஆற்றல் அனைத்தையும் செலவிட்டனர். தம்முடைய சிக்கல்களுக்குத் தீர்வு வேண்டி, வழிகாட்டுதல் வேண்டி அவர்களை மக்கள் அணுகினர். தமது குடும்பத்தின் நலன்கள் வேண்டி இல்லறத்திலிருந்தோர் அவர்களை அணுகினர்; தமது குடிமக்கள் நலன்களுக்கு வழி காட்டுமாறு அரசர்கள் அவர்களைச் சேர்ந்தனர். உலகனைத்திலும் உள்ள மக்களுக்காக ஆடம்பரத்தை அவர்கள் விட்டொழித்தனர்; மண வாழ்க்கையின் இன்பங்களைத் துறக்கவும் அவர்கள் தயங்கியதில்லை.

ஆனால், அக்காலத்தில் இந்த முனிவர்கள் மகாகவிகள் மட்டும்தான் வாழ்ந்தனரா? இல்லை. அரசர்கள் இருந்தனர். அவர்களுடைய படையணியினர் இருந்தனர்; அரசு நிர்வாகிகள் இருந்தனர். போர் மூண்டால் அதற்கு அவர்கள் ஆயத்தமாக இருக்க வேண்டும். அது அரசு நிர்வாகத்தின் ஒரு கூறு. போர்க்காலத்தில் கூட அவர்கள் அறநெறியைப் புறக்கணித்ததில்லை. ஆயுதங்கள் வைத்திராதவர்களை

அவர்கள் கொல்லவில்லை. அவர்களுடைய பாதுகாப்பின் கீழ் வந்தவர்களைத் துன்புறுத்தவில்லை. தேரில் இருந்தவண்ணம் தரையில் இருப்போர் மீது ஆயுதங்களைப் பயன்படுத்தவில்லை. படையணியினர் மட்டுமே மோதிக் கொண்டனர். படைத்துறை சாராதவர் (சிவிலியன்) துன்புறுத்தப்படவில்லை. எதிர்த் தரப்பினர் சொத்துகளைச் சேதப்படுத்தியதில்லை.

மூத்த மகன் அரச நிர்வாகத்தை ஏற்கத் தகுதி பெற்று விட்டான் எனக் கண்டவுடன் அவனிடம் அரசாங்கத்தையும் திரண்ட செல்வங்கள் அனைத்தையும் ஒப்படைத்து விட்டு உண்மை தேடி கானகம் சென்றான் அரசன். தன்னை இறைவனிடம் ஒப்படைத்துக் கொண்டான். அந்த வினாடியிலிருந்து இல்லறத்தார் வைத்திருக்கும் எந்த உடைமைகளையும் அவன் வைத்துக் கொண்டதில்லை. பேரரசன் பிச்சைப் பாத்திரமொன்றை எடுத்துக்கொண்டான்; எல்லாவற்றையும் விட்டு விடுதலை ஆனான். எந்தவொரு எளியானைப் போன்று அலைந்தான். செல்வம் ஒருவித மேலோட்டமானது என்பது அவனுக்குத் தெரிந்திருந்தது; ஒருவனுடைய வளர்ச்சிக்கு அதுவே எல்லாம் என அவன் நினைக்கவில்லை. கருதத்தக்கது, அவரவர் உள்ளத்துணர்வு. அரசினை நிர்வகிப்பது அரசனின் கடமை. அப்பணியில் அவன் உயிரிழக்கவும் கூடும். அப்போது கூட இளவரசன் ஆட்சிப் பொறுப்பை ஏற்கத்தக்க நிலை பெற்று விட்டால் ஆட்சியில் தொடர்ந்து ஒட்டிக் கொண்டிருப்பது அவன் கடமை சார்ந்ததல்ல.

குடும்ப வாழ்க்கையில் ஈடுபட்டுள்ளோரும் இதே கோட்பாட்டைப் பின்பற்றினர். மூத்த மகன் தக்க வயது அடைந்து விட்டான் எனில் உடைமைகள், வர்த்தகம் என அனைத்தையும் அவனிடம் தந்து விட்டுக் கானகத்தில் தியானத்துக்குச் சென்றனர். உயிருள்ளவரைக்கும் தம்மைச் சுற்றியுள்ள உலகத்தாருக்குப் பணி செய்தனர். வர்த்தகர்களும் அவ்வாறே நடந்து கொண்டனர். தம்மிடமிருந்து விலை கொடுத்துப் பொருள் வாங்குவோரை ஏமாற்றுதல் 'பாவம்' எனக் கருதப்பட்டது. தம்மிடமுள்ள செல்வத்தை இல்லாதவருக்கு, வேண்டுவோருக்கு, தேவைப்படுவோருக்குப் பயன்படுத்த வேண்டும் என எதிர்பார்க்கப்பட்டது.

மனிதகுலமனைத்தையும் அறவோர் பேணிக் காத்தனர். அவர்களுடைய ஒரே குறிக்கோள், சமுதாயத்தில் அறம் செழித்தோங்க வேண்டும், அதற்குத் துணை நிற்க வேண்டும் என்பதே. ஒழுக்கமும் கட்டுப்பாடும் நிறுவப்பட்டன. அனைத்தும் நன்மையை நோக்கி நகர்ந்தன. பயனாக சமுதாய வாழ்க்கை நிறைவானதாக இருந்தது; அழகானதாக இருந்தது.

இங்கு வாருங்கள், தனித்து நிற்கும் இந்த ஆசிரமத்துக்கு வாருங்கள். கல்விக் கோட்பாடுகளைப் பின்பற்றிச் சிறக்க வாருங்கள். நமது பண்டையப் பேரறிஞர்கள் அருளிச் சென்ற நோன்புறுதிகளைப் பின்பற்ற வாருங்கள். சிறந்த, தூய்மையான வாழ்க்கையை உருவாக்கி உயர்வடைய வாருங்கள் என உங்களனைவரையும் அறைகூவி அழைக்கிறேன். நீங்கள் என்னிடம் வந்து விட்டீர்கள். நமது ஆன்றோர் வாழ்க்கையையும் அவர்கள் கருத்துகளையும் என் மனதில் இருத்தி அவர்களுடைய நெறியை நீங்கள் பின்பற்றி ஒழுக உங்களுக்குத் துணை நிற்பேன். இந்த நோக்கத்தை நிறைவேற்றுவதற்கான ஆற்றலையும் திறமையையும் இறைவன் எனக்கு அருள்வானாக.

நமது முயற்சி வெற்றி பெறுமானால் நீங்கள் துணிவு பெறுவீர்கள்; எதற்கும் அஞ்சா உறுதி பெறுவீர்கள். வேதனையால் மன அமைதி இழக்க மாட்டீர்கள். செல்வத்துக்குப் பேராசைப்பட மாட்டீர்கள். சாவினை வெறுக்க மாட்டீர்கள். எப்போதும் உண்மையைத் தேடும் முயற்சியில் இருப்பீர்கள். உங்கள் மனம், பேச்சு, செயல் ஆகியவற்றிலிருந்து உண்மையல்லாதனவற்றை விலக்கி விடுவீர்கள். உலகின் எந்தப் பகுதியில் நீங்கள் இருந்தாலும், ஒரே கடவுள் இருக்கிறார் என்ற என்று எப்போதும் நம்பி, உங்கள் நடத்தையில் அதை வெளிப்படுத்துவீர்கள், அதன்மூலம் தவறிழைப்பதினின்று விலகி இருப்பீர்கள். கடமைகள் அனைத்தையும் உளப்பூர்வமாக நிறைவேற்றுவீர்கள். உலகனைத்துக்கும் நல்லன செய்வீர்கள், அறவழி நடப்பீர்கள். கடமையைக் கைவிட நேரும் போதோ உடைமைகளை விட்டு விட நேரும்போதோ நீங்கள் வருந்த மாட்டீர்கள், மனஅமைதியை இழக்க மாட்டீர்கள். உங்கள் முயற்சிகள் மூலம் நம் நாடு உன்னத நிலை பெறும். நீங்கள் எங்கிருந்தாலும் மகிழ்ச்சியுடன் இருப்பீர்கள்.

நமது முன்னோர் பின்பற்றிய கல்வி எத்தகையது? இள வயதிலேயே அவர்கள் தம் இல்லத்திலிருந்து வெளியேறினர்; ஆசிரியர் (குரு) இருந்த இடத்துக்குச் சென்றனர். அங்கு அவர்கள் வாழ்க்கை கடுமையான கட்டுத் திட்டங்களுக்கு உட்படுத்தப்பட்டது. அவர்கள் தம்முடைய ஆசிரியரை மிக உயர்நிலையில் வைத்துப் போற்றினர்; ஆசிரியர்க்காக விறகு சேகரித்தல், பசுக்களைக் கவனித்தல், நீர்நிலைகளிலிருந்து நீர் கொண்டு வருதல், அண்டையிலுள்ள கிராமத்துக்குச் சென்று அனைவருக்குமான உணவு பெற்று வருதல் என அனைத்துப் பணிகளையும் செய்தனர். இந்தக் குழந்தைகள் செல்வர் - ஏழை என எல்லாத் தரப்பினரையும் சேர்ந்தவர்கள். அவர்கள் உடலும் உள்ளமும் தூயதாக இருக்க வேண்டும்.

வெளியிலிருந்து எந்த விதமாகவும் பொருட்களோ அல்லது கருத்துகளோ அவர்கள் மீது தாக்கம் ஏற்படுத்தி விடக் கூடாது. அவர்கள் காவி வண்ண ஆடைகள் அணிந்தனர். கடினமான அடிப்பரப்புள்ள படுக்கைகளின் மீது உறங்கினர். காலணிகளோ குடைகளோ அவர்களுக்கு இல்லை. முழுமையான கவனமும் கல்வி மீது மட்டுமே, உண்மையை அறிதலில் மட்டுமே, தன்னைத் தூய்மைப்படுத்துவதில் மட்டுமே இருந்தது. சிறந்த மனிதப் பண்புகளைத் தமது மாணவர்களிடம் வளர்ப்பதே ஆசிரியரின் தலையாய நோக்கம்.

நீங்கள் ஆசிரியரின் இல்லத்தில் இருங்கள். அத்தனைக் கடுமையான வாழ்நிலைகளையும் ஏற்றுக்கொள்ளுங்கள். கடுந்துணிவுள்ள கோட்பாடுகளையும் பின்பற்றுங்கள். உயர் வர்க்கக் குடும்பங்களைச் சேர்ந்தவர்கள் என்பதை மறந்து விடுங்கள். ஒவ்வொரு வழியிலும் ஆசிரியரை மதிக்க வேண்டும். சொல்லில், செயலில், எண்ணத்தில் கீழ்ப்படியா நிலை இருக்கக் கூடாது. தூய்மையற்றன உங்களை அணுக விடாது உடலைத் தூய்மையாக வைத்திருங்கள்.

இன்றிலிருந்து உண்மைக்கான சூளுறுதி எடுத்திருக்கிறீர்கள். மனம், உடல், சொல் ஆகியவற்றிலிருந்து உண்மையல்லாதனவற்றை அகற்றுங்கள். உளப்பூர்வமாக, செயல்கள் மூலம், அடக்கவுணர்வுடன் உண்மையைக் கண்டறிய முயற்சி செய்யுங்கள். பிறகு நீங்கள் உண்மை எனக் கண்டவற்றைப் பின்பற்றி ஒழுகி வெளியுலகுக்கு அறிவியுங்கள்.

இன்றிலிருந்து அச்சமின்மைக்கான சூளுறுதி எடுத்திருக்கிறீர்கள். அறத்துக்கன்றி வேறெதற்கும் நீங்கள் அஞ்ச வேண்டியதில்லை. இடரோ சாவோ கடினமான நிலைகளோ உங்களை அச்சவுணர்வு கொள்ளச் செய்ய முடியாது. பகலிலும் இரவிலும் மலர்ந்த முகத்துடன் மகிழ்ச்சி பொங்க உண்மையைக் கண்டறியும் முயற்சியில் விழிப்புணர்வுடன் இருங்கள்.

இன்றிலிருந்து நற்பணிகளைச் செய்வதென சூளுறுதி எடுத்திருக்கிறீர்கள். குற்றவுணர்விலிருந்து விடுபடுங்கள். நற்பணியைத் தொடருங்கள். காலைப் பனியில் காணும் மலரைப் போன்று உங்கள் முகம் மலர்ந்திருக்கட்டும்.

இன்றிலிருந்து மகிழ்ச்சியுடன் வாழ்வதெனும் சூளுறுதி எடுத்திருக்கிறீர்கள். நீங்கள் எதைச் செய்தாலும் அது அனைவருக்கும் நன்மை தருவதாக இருக்க வேண்டும், அதற்கான பொறுப்பு உங்களுடையது. உங்களுக்குத் தனிப்பட்ட திருப்தி தருவன, சுயநலப்போக்கு ஆகியவற்றைக் கைவிடுங்கள், பிறர்க்காக.

சுருங்கக் கூறின் 'பிரம்மவிரதம்' (சூளுறுதி) மேற்கொள்ளுங்கள். உங்களுடன் உங்களுக்கு அப்பால், எங்கும் ஒரே 'பிரம்மா' இருக்கிறார். உங்கள் உள்ளத்தின் தூய்மையை அவர் கவனித்துக் கொண்டிருக்கிறார். இங்கும், அங்கும், எல்லா இடத்தும், உங்கள் வாழ்வின் ஒவ்வொரு கூறிலும் அவர் இருக்கிறார். அச்சமும் அவரே, அச்சமின்மையும் அவரே, அவர் மட்டுமே.

ஒவ்வொரு வினாடியும் அவரை நினையுங்கள், அவர் மீது தியானியுங்கள்.

பல்கலைக்கழகத்தின் மெய்யுருவம்

'விஸ்வபாரதி' எனும் தலைப்பில் 1919-இல் வெளியான கட்டுரை; ஒரு பல்கலைக்கழகம் எத்தகைய தோற்றமளிக்க வேண்டும் எனச் சுருக்கமாக விளக்குகிறது.

மானுட அறிவுலகத்தில் விழாப் பெருக்காக எங்கும் ஒளியைக் காண்கிறோம். ஒவ்வொரு நாடும் அதன் விளக்குக்கு ஒளியூட்டும் போது அந்த விழா முழுமை அழகு பெறும்; அதற்கு அனைத்து நாடுகளும் இணைந்து கைகோர்த்துச் செயல்பட வேண்டும். ஒரு நாட்டின் ஒப்பற்ற விளக்கு சிதறி விடுமானால் அல்லது அதன் வாழ்தல் மறக்கப்படுமானால் அந்த நாட்டுக்கு மட்டுமின்றி உலகனைத்துக்கும் தீங்கு ஏற்படும்.

இந்தியாவுக்கென அறிவுச் செல்வம் உண்டு. அதன் துணை கொண்டு உலகின் சிக்கல்கள் பற்றி இந்தியா சிந்தித்தது; அவற்றுக்கான தீர்வுகளையும் கண்டறிந்தது. இந்த உண்மை நன்கு நிறுவப்பட்ட ஒன்று. நம்மைப் பொறுத்தவரை கல்வி, உண்மையான கல்வியாகச் சிறக்க வேண்டும்; அறிவினைத் தேடிப் பெறும் ஆற்றலை வழங்கினால்தான் அது உண்மையான கல்வி ஆகும். உண்மையைத் தேடிப் பெறும் ஆற்றல், நம்முடைய முயற்சிகள் மூலமே வெளிச்சத்துக்குக் கொண்டு வரும் ஆற்றல். சொன்னதையே திருப்பிச் சொல்லும் திறமையைக் கற்பிப்பது மனவளர்ச்சிக்குத் துணை செய்யும் கல்வி ஆகாது. திரும்பச் செய்தல், இயந்திரங்களால் ஆகிவிடும்!

தன்னுடைய பலம் கொண்டு இந்தியா சிந்தித்தபோது அதற்கு மனஒருமை இருந்தது. இன்று சிதறுண்டு கிடக்கிறது. இன்று அந்த மரத்தின் கிளைகள் அனைத்தும் அவை அதன் 'உள்ளே' இருந்ததை மறந்து விட்டன; அந்தத் தலையாய நடுத்தண்டில் இணைந்திருந்ததை மறந்துவிட்டன. அதன் பல்வேறு பாகங்களுக்கிடையே இரந்த ஒற்றுமை குறித்த உணர்வு குறைவுபட்டபோது அது அதன் சாவுக்கு ஒப்பாகும். இந்துக்கள் என்றும் பௌத்தர்கள் என்றும் சீக்கியர்கள் என்றும் முஸ்லிம்கள் என்றும் கிறித்துவர் என்றும் இன்று பிளவுண்டு,

சோர்ந்து, துண்டுகளாகச் சிதறிக் கிடப்பதைப் போன்றது அது. இதனால் வெளியிலிருந்து பெறுதலும் நம்முடையதென்று பிறர்க்கு வழங்குதலும் இயலவில்லை. கொடுப்பதற்கு அல்லது கைநிறைய அள்ளுவதற்குப் பத்து விரல்களும் இணைந்து செயல்பட வேண்டும். எனவே இந்தியாவில் கல்விக்கான திட்டம், அதனுள்ளே உறைந்து கிடக்கும் அனைத்து மூலக் கூறுகளையும் ஒருங்கிணைத்ததாக இருக்க வேண்டும். அதன் பொதுவான மனவெளியில் உள்ள செல்வங்கள் அனைத்தையும் திரட்டிக் கொண்டு வருவதற்கு இந்தக் கூறுகள் - பௌத்த, ஜைன, முஸ்லிம் கருத்தோட்டங்கள் - எவ்வாறு இந்தியச் சிந்தனையில் தாக்கத்தை ஏற்படுத்தின என்பதை விளக்குதல் இன்றியமையாதது. இந்த முறையின் மூலம் தான் எவ்வாறு இந்தத் தாக்கங்கள் இந்தியச் சிந்தனையின் முழுமையை உருவாக்கின என்பதை இந்தியா உணர இயலும். அத்தகைய ஆய்வு வழிச் செயல் திட்டத்தின் மூலம் தன்னை அறியாது போகுமானால் கிடைக்கப் பெறும் கல்வியை ஏற்க வேண்டியதுதான். அது சிக்ஷா (கல்வி)ஆக இராது; நலங்கெட்ட நிலையில் பிக்ஷா (இடருதவி)ஆகவே இருக்கும். இத்தகைய வாழ்க்கை பிச்சை எடுத்துண்ணும் வாழ்க்கை. இதனால் எந்த நாடும் வளம் பெற முடியாது.

இரண்டாவது குறிப்பு, உண்மையான கல்வித் துறை அல்லது கல்வி மண்டலம் அல்லது கல்விப் பரவல், கல்விக்கான நல்ல, பரந்த மனப்பாங்கு இருந்தால்தான் உருவாக முடியும். பல்கலைக்கழகத்தின் தலையாய பணி, கல்விக்கான சூழலை உருவாக்குவது. கல்வி தருவது அல்லது கற்பிப்பது அந்தப் பணியின் சிறுபகுதிதான்.

தம்முடைய ஆற்றல் அனைத்தையும் பயன்படுத்தி, முழுமனதுடன், ஆய்வு முயற்சிகள், கண்டுபிடிப்புகள், - படைப்பு முயற்சிகளில் ஈடுபட்டிருக்கும் சிந்தனையாளர்களுக்கு அழைப்பு விடுக்க வேண்டியுள்ளது. அவர்கள் எங்கு ஒன்று கூடினாலும், அறிவின் ஊற்றுக்கண் திறக்கும் வாய்ப்புகள் உண்டு. அத்தகைய ஆற்றங்கரையில் மட்டுமே உண்மையான பல்கலைக்கழகம் நிறுவப்படும். **மேற்கு நாடுகளின் பல்கலைக்கழகங்களைப் போன்று இந்தப் பல்கலைக்கழகத்தை உருவாக்கக் கூடாது.**

மூன்றாவதாகக் குறிப்பிட விரும்புவது, எல்லா நாடுகளிலும் கல்விக்கும் வாழ்க்கையின் வேறுபட்ட கூறுகளுடன் உள்ள ஒற்றுமை; அவை அங்கெல்லாம் இணைக்கப்பட்டுள்ளன. நமது நாட்டில் நவீன கல்வி அமைப்பு, 'சொகுசான'தாக வரம்பிடப்பட்டுள்ளது: அலுவலக எழுத்தர்கள், வழக்கறிஞர்கள், மருத்துவர்கள், மாவட்ட ஆட்சியாளர்கள், காவல்துறை அதிகாரிகள் ஆகியோரைப் பயிற்றுவிப்பது. இந்தக் கல்வி, மக்களின் அன்றாட வாழ்க்கையுடன் எந்தவிதத் தொடர்பும்

இல்லாதது. வேளாண் குடியினர் எங்கு பாடு படுகின்றனரோ, எண்ணெய் எடுப்போர் எங்கு உழைக்கின்றனரோ, மட்பாண்டம் செய்வோர் எங்கு சக்கரங்களைச் சுழற்றுகின்றனரோ, அவர்களை இக்கல்வி எட்டுவதில்லை. கல்வி உலகத்துடன் அவர்களுக்கு எவ்விதத் தொடர்பும் இல்லை. இது சமூகரீதியான எதிர்மறை ஏற்பாடு. இத்தகைய நிலை உலகின் வேறெந்த நாட்டிலும் இருப்பதாகத் தெரியவில்லை.

இவை எல்லாவற்றுக்கும் பின்னணியிலுள்ள காரணம், புதிய பல்கலைக்கழகங்கள் நமது நாட்டின் மண்ணின் மேல் உருவாக்கப்படவில்லை என்பதுதான். அன்னிய மரங்களின் கிளைகளில் அவை தொத்திக் கொண்டு நிற்கின்றன. அவை புல்லுருவிக் கொடிகள். அவற்றுக்கு வேர் இருக்காது. அவை படர்ந்து மரங்களின் இலைகளிலிருந்து தமது உணவை உறிஞ்சிக் கொழிக்கும் ஒட்டுயிர்கள். தக்கதொரு 'பல்கலைக்கழக'த்தை இந்தியா உருவாக்கிக் கொள்ளுமானால் அது நாட்டின் பொருளாதாரம், வேளாண்மை சார்ந்த கொள்கைகள், நலவாழ்வு, மருத்துவம் ஆகியவற்றுடன் இணைந்து செயலாற்ற வேண்டும்; தமது ஆய்வுப் பணிகளை அருகிலுள்ள சிற்றூர்களைச் சார்ந்து வடிவமைக்க வேண்டும். அப்போது அந்தப் பல்கலைக்கழகம், நாட்டின் உயிர்ப் பயணத்தில், அதன் மையமாகத் திகழும். அந்தக் கல்வி நிலையம், உயர்தரமான வேளாண்மை, பண்ணைத் தொழில், ஆடை உற்பத்தி போன்றவற்றில் கவனம் செலுத்தும்; ஒருங்கிணைந்த கல்வி அமைப்பில் தன்னிறைவு பெற்றுச் சிறக்கும். அங்குள்ள ஆசிரியர்களும் மாணவர்களும் அருகிலுள்ள ஊர் மக்களுடன் நெருக்கமான உறவுகளைக் கட்டுவர்.

இத்தகைய கல்வியையே விரும்புகிறேன்

'ஆஸ்ரமேர் ரூப் ஒ விகாஸ்' (ஆசிரமமும் அதன் வளர்ச்சியும்) எனும் நூலில் காணும் முதல் கட்டுரையின் சில பகுதிகள். "இத்தகைய கல்வியையே விரும்புகிறேன்" என்பது இக்கட்டுரையின் தலைப்பு. விஸ்வபாரதி வெளியீடு. 1901-இல் சாந்தி நிகேதனம் நிறுவப்பட்டது; தொடங்கிய முதல் பத்தாண்டுகளில் அல்லது அடுத்த ஓரிரண்டு ஆண்டுகளில் இக்கட்டுரை எழுதப்பட்டிருக்கலாம்.

இன்று உலகு புகழ் பல்கலைக்கழகமாகத் திகழும் விசுவபாரதி அன்று 'ஆசிரமம்' அல்லது 'ஆசிரமப் பள்ளி' என்றே வழங்கப்பட்டது.

தொன்மைப் பழங்கால இந்தியாவில் நிலவிய 'தபோவன'த்தின் உண்மை வடிவத்தை அகக்காட்சியாகக் காண்பது இன்று பெரும்பாலும் இயலாது. அந்த நாள் ஞானிகளும் முனிவர்களும் முதுமலைக் காடுகளின் இயற்கைச் சூழலில் ஆழ்ந்தாராய்ந்து வாழ்ந்தனர் எனக் கருதுகிறேன். அவர்கள் ஆங்கே தம்முடைய குடும்பத்தினருடன்

வாழ்ந்தனர். ஆசிரம வாழ்க்கை பற்றிப் புராணங்களின் விளக்கவுரைகள் மற்றும் குறிப்புகள் அவர்களுடைய வாழ்க்கை முறை பற்றிப் பேசுகின்றன; உலகியல் சார்ந்த பண்பாட்டுக் கூறுகள் அந்த வாழ்க்கையில் நிறைந்திருந்தன என்பதை அக்குறிப்புகள் தெளிவுபடுத்துகின்றன.

ஆயினும் 'தபோவனம்' பற்றிய கருத்துரு இந்திய மனவெளியில், இலக்கியங்களில் நிரந்தரமாகப் படிந்துள்ளது: ஓர் அழகிய, தூய, அன்பு தழுவிய, தெய்விகத் தன்மை நிறைந்த இடம். அங்கு மட்டற்ற நுகர்வு இருந்ததில்லை. பேராசை இருந்ததில்லை. உள்ளீடான வலிமை இருந்தது. மகிழ்ச்சி இருந்தது.

குழந்தைகள் வளர் நிலையில் குழந்தைப் பருவத்திலிருந்து குமரப் பருவத்தை எட்டுதற்குத் துணை செய்யும் ஒரு கருவி உருவாக்கப்பட்டிருக்கலாம் என உணர்ந்து வருந்தினேன். அதைப் 'பள்ளிக்கூடம்' என்கின்றனர். ஒரு மனிதக் குழந்தைக்கு உண்மையான கல்வியை வழங்கும் பணியை இப்பள்ளி நிறைவேற்ற இயலாது. உண்மையான கல்வியைத் தருவதற்கு 'ஆசிரமம்' தேவை. அங்குள்ள சூழலில் உயிர்த்தன்மை இருக்கும்; மேம்பட்ட உயர் முழுமை இருக்கும். அதற்கான பின்புலம் இருக்கும்.

'தபோவன், கானகப் பள்ளி. அங்கு ஆசிரியரை (குரு) மையமாகக் கொண்டுதான் அனைத்தும் நிகழும். அவர் எப்பொழுதும் துணை இருப்பார், அருகிருப்பார். அவர்விசைப்பொறி (இயந்திரம்) யாக இருக்க மாட்டார். அவர் மனிதர். மானுடத்தின் உயர் நெறிகள், பண்புகள் வழி வாழ்பவர். மானுடத்தின் முழுமையைக் கொணரும் முயற்சிகளில் ஈடுபட்டுழைப்பவர். அவருடைய மாணவர்களின் உள்ளங்களைத் தட்டியெழுப்புதல் அவருடைய கடமைகளில் இன்றியமையாப் பகுதி. ஆசிரியரின் ஆழ்ந்த, நெருக்கமான தோழமை மூலம் மாணவர்களுக்குக் கிடைப்பதுதான் அந்த உள்ளுயிர்ப்பின் அடிப்படையாக அமைகிறது.

எப்போதும் விழிப்புணர்வுடன், செயல் திறத்துடன் உள்ள ஒரு மனத்தின் தோழமை, ஆசிரமக் கல்வி அளிக்கும் பெருமதிப்புடைய கொடை ஆகும். இச்சாதனை மகத்தானது. இது 'கற்பித்தல்' பற்றியதன்று; ஆய்வு முறை பற்றியதன்று. கற்பித்தலுக்கான கருவிகள் பற்றியதன்று. ஆசிரியரின் உள்ளம் அவர் வாழ்வின் ஒவ்வொரு வினாடியிலும் 'பெற்று' மகிழ்கிறது. அதனால்தான் அவருடைய மாணவர்களுக்குத் தொடர்ந்து முழுமையாக தன்னையே 'அளித்து' விடுகிறார். அவருடைய உண்மைக்கு, நேர்மைத் திறத்துக்குச் சான்று, அவ்வாறு அவர் தன்னையே வழங்குவதில் தெரிகிறது. அதன்மூலம் அவர் மகிழ்ச்சி காண்கிறார், இன்பமடைகிறார்.

புதிய தொழில்நுட்பம் அறிமுகப்படுத்தப்படுகிறது. பண்டங்களைப் பெருமளவில், விரைவாக உற்பத்தி செய்யும் தேவையிலிருந்து இத்தொழில்நுட்பம் பிறக்கிறது. இவ்வாறு உற்பத்தி செய்யப்படுபவற்றில், உருவாக்கப்படும் பண்டங்களில் உயிர்த்தன்மை இல்லை. எனவேதான் நீராற்றலால் இயங்கும் ஒரு திரிகைக் கல்லின் அழுத்தம் அப்பண்டத்துக்கு வலியை ஏற்படுத்துவதில்லை. ஆனால் ஒரு வறட்டுத்தனமான, பொதுச் சுட்டான முறையின் மூலம் அளவுக்கதிகமான மாணவர்களுக்குக் கற்பிப்பது மனித மனதின் உயிர்த் திறத்தைப் பாதித்துவிடும். ஆசிரமக்கல்வி, அத்தகைய கல்வித் தொழிற்சாலையாக இருக்காது என்பதைப் புரிந்துகொள்ள வேண்டும். இங்கு ஆசிரியரின் உயிர்த் தன்மைமிக்க அன்பு உறவினை ஒவ்வொரு மாணவனின் உள்ளமும் உணரும். அது இருவருக்கும் இனிய அனுபவமாக இருக்கும்.

ஒருமுறை ஒரு ஜப்பானிய நண்பரின் இல்லத்தில் அவருடைய விருந்தினனாக இருந்தேன். அவருக்குத் தோட்டக் கலையில் ஈடுபாடு அதிகம். தாம் ஒரு பௌத்தர் என்றும் நட்பினைப் போற்றி வழிபடுபவர் என்றும் கூறினார். மரங்களும் பசுஞ் செடிகளும் அன்புணர்வினைத் தோற்றுவிக்கிறது, விளைவாக அன்பினை உணர்த்துகிறது. தோட்டக் கலையில் தேர்ந்த ஒருவரிடம் இயற்கை ஏற்படுத்தும் உணர்வு ஒப்பற்றது எனக் கூறுவதற்கில்லை. ஆனால் இயற்கைக்கும் மானுடத்தன்மை மிக்க தோட்டக் கலைஞருக்குமி டையே அத்தகையதோர் உறவு இருப்பதில் ஐயமில்லை. அந்த மகிழ்ச்சிதான் படைப்பாற்றல்; அதன் பயன், தாம் பெற்ற அறிவினை மாற்றி வழங்குதல் ஆகும். அத்தகைய மகிழ்ச்சியின் பரிசாக ஆசிரமக் கல்வி அமைகிறது. தமது கடமை பற்றி உணர்வுடையவர்கள், ஆனால் அந்த மகிழ்ச்சியை உணராதவர்கள், வேறு வழியில் செல்கின்றனர். ஆசிரியருக்கும் மாணவருக்கும் இடையே செழிக்கும் அந்த ‘ஒருவர்க்கொருவர்’ உறவு, தாம் பெற்ற அறிவினைப் பிறருக்கு வழங்குவதற்கான சிறந்த வழி ஆகும்.

இன்னொரு கருத்தும் எழுகிறது. குழந்தைகளுக்குப் பொறுப்பு ஆசிரியர். அப்பொறுப்பினை அவர் நிறைவேற்ற வேண்டும். ஆசிரியரின் உள்ளத்துள்ளே குழந்தைமை இருக்கிறது. அது பட்டுப்போன மரத்துண்டாகிப் போனால் அப்பொறுப்பினை நிறைவேற்றும் தகுதியை அவர் இழந்து விடுகிறார். நெருக்கம் மட்டுமின்றி ‘அதுவே ஆகும் தன்மை’ இருக்க வேண்டும்; உளரீதியாகப் ‘போன்றிருக்கும் தன்மை’ இருக்க வேண்டும். இவை இன்றேல் அந்த இருவர்க்கிடையே பரிமாற்றம் இருக்கவியலாது. ஆசிரியரைப் பெருக்கெடுத்து ஓடும் ஆறு ஒன்றுக்கு ஒப்பிட்டால் பல

சிற்றாறுகள் பல திக்குகளிலிருந்தும் ஓடிவந்து அதில் கலக்க வேண்டுமே. அருவியும் ஊற்றும் சிற்றாறும் ஆரவாரத்துடன் துள்ளிக் குதித்தோடி வந்து அந்தப் பேராற்றில் இணைய வேண்டும். பாறைகளில் சிக்கி அவை மறைந்து விடக் கூடாது. ஆசிரியப் பண்பினை இயல்பாகப் பெற்றுள்ள அவருள்ளே நிலைபெற்ற குழந்தை வாழ்கிறது; குழந்தைகளின் அழைப்பை ஏற்று அந்தக் குழந்தை வெளியுலகுக்கு வருகிறது. அவருடைய கரகரத்த குரலிலிருந்து அருமையான புன்முறுவல் வெளிப்படுகிறது. தம்முள் ஒருவராக அவரை அக்குழந்தை ஏற்காவிடில், அவரை ஒரு தொல் பழங்காலப் பெருவிலங்காக அக்குழந்தை கருதினால், அச்சமின்றித் தன் பிஞ்சுக் கரத்தை அவர் பால் நீட்ட முடியாது. நம்முடைய ஆசிரியர்கள் பொதுவாக, தாம் மேம்பட்டவர் என நிரூபிக்கத் துடிக்கின்றனர்; தற்பெருமையைக் காத்துக் கொள்வதற்காகக் குழந்தைகளை அமைதி காத்து அடங்கி ஒடுங்கி இருக்கச் செய்கின்றனர். அதற்காக நெகிழ்வற்ற, மேற்போக்கான வழிகளைப் பின்பற்றுகின்றனர்.

வேறொரு ஆழமான எண்ணமும் எழுகிறது. குழந்தைகள் இயற்கைக்கு நெருக்கமானவர்களாக இருக்கின்றனர். அவர்கள் ஓய்வு தேடுவதில்லை. அங்குமிங்கும் சுற்றிச் சுழன்று ஓடியாடிக் களிக்கின்றனர். மரங்களில் தாவி ஏறுகின்றனர். முடிவற்ற இவ்வுலகில், உள்ளுறை மனிதன் சுறுசுறுப்புடன் இயங்குகிறான். அது வரலாற்றுக்காலத்துக்கு முற்பட்ட செயற்பாடு. அவ்வாறே அந்தச் செயற்பாடு குழந்தையின் ஆளுமையை ஆட்டுவிக்கிறது; சக்தி பிறக்கச் செய்கிறது. இந்த உள்ளார்ந்த உந்துணர்வுகள் குழந்தையினுள்ளே உயிராற்றலை பீறிட்டெழச் செய்கின்றன. எனவே நீண்ட நெடுங்காலமாகப் பின்பற்றப்பட்டு வரும் கருத்துகளால் மிரட்டப்படுவதற்கு முன்பு, செயற்கைத் தளைகளிலிருந்து விடுபடக் குழந்தைகள் முயற்சி செய்கின்றனர். இந்த உணர்வு, குழந்தையைக் கிளர்ந்தெழச் செய்கிறது, ஊக்குவிக்கிறது. பெரியவர்களின் கண்காணிப்புக்கு அப்பால் வெளிப்படும் கிளர்ச்சி இது; தடையற்ற உயிராற்றலை நோக்கிப் பீறிடும் கிளர்ச்சி இது. தம்முள்ளே நிலைத்து நிற்கும் குழந்தையை மனதில் கொண்டே "உயிரிலிருந்து பிறக்கும் எதுவும் உயிருள் சென்று சேரும்" என்று முனிவர்கள் கூறினர். **பெர்க்ஸன்** எனும் அறிஞரின் கூற்றா இது! அறிவியல் சான்றுகளுக்காக அவர்கள் காத்திருக்கவில்லை! அது நிலை பேறுடைய குழந்தையின் குரல். உலகார்ந்த வாழ்வின் துடிப்பதிர்வுகளைக் குழந்தை உணரட்டும். நகரத்துப் பள்ளியின் மரத்துப் போன சுவர்களுக்கு அப்பால்... நமது ஆசிரமத்தின் குழந்தைகள் இயற்கையின்

மூலக்கூறுகளை உணர்ந்து இன்புறுகின்றனர்; மட்டுமின்றி இசை வழி மூலமாக அவர்கள் மனதையும் மெல்லுணர்வுகளையும் இயற்கையின் வண்ணமயமான அரண்மனைக்கு இட்டுச் செல்கிறேன்.

ஆசிரமக் கல்வி அதன் உண்மைப் பொருளில் வெற்றி பெற வேண்டுமெனில் வாழ்க்கை முறை முடிந்த அளவு கருவிகளைச் சார்ந்திருக்கக் கூடாது. மனித இயல்பு கட்டிறுக்கம் பெறும்போது இயல்பான வாழ்க்கை அழகற்றதாக, சீர் இல்லாததாக, துடிப்பற்றதாக மாறி விடுகிறது. அதன் பண்படாத்தன்மை தெற்றென வெளிப்பட்டு நிற்கிறது. சமுதாயத்தின் வளமிக்க பகுதியில் திருநிலைப்பலம் இல்லாதது குறை. அந்தப் பலவீனத்தை மறைக்க அது உடைமைகளைப் பெருக்குவதும் பொருள்களை ஏராளமாகச் சேர்த்துக் கொண்டே போவதும் நிகழ்கிறது. இப்போக்கு செயற்கையானது. இத்தூண்டல் விரும்பத்தக்கதன்று. செல்வர்கள் இல்லங்களில் உள்ளீடான முரண்கள் இருப்பதை யாரும் உணர முடியும்.

வாழ்க்கைச் சூழல் அழகு மிக்கதாக, நலமிக்கதாக உருப்பெற வேண்டுமானால் கட்டுப்பாடான, இணக்கமான சமூகக் கூட்டு வாழ்க்கை இயல்பான வாழ்க்கை நெறியாக அமைதல் வேண்டும். ஒருவருடைய பட்டுப் படாநிலை மற்றொருவரின் நலத்தைப் பாதித்து விடும், தீது விளைத்து விடும். இந்த உண்மையை உணர்வதுதான் நாகரிக வாழ்க்கையின் அடிப்படை. பொதுவாகச் சொல்வதானால், இந்த உணர்வின்மை நம்நாட்டில் வெகுவாகக் காணப்படுகிறது.

ஆசிரமக் கல்வி, இணைந்து வாழும் வேட்கையை உருவாக்க முயற்சிக்கிறது. இதன் சிறப்பு குழந்தைகளுக்கு அவர்களுடைய இளம் பருவத்திலிருந்தே உணர்த்தப்பட வேண்டும். பொருள்களின் தேவையைச் சார்ந்திருப்பது மனப்போக்கின் குறைகளை உணர்த்துகிறது. அழகும் ஒழுக்கமும் ஒருவருடைய மனதில் உறைவனவாகும். உடைமைகளுக்கான பேராசை, சோம்பல், செயலூக்கமின்மை போன்றவை தளைகள். இவற்றிலிருந்து விடுபடக் கடுமையான முயற்சி தேவை. இந்த உடைமை உலகத்திலிருந்து எவ்வளவுக்கெவ்வளவு வெளிவருகிறோமோ அவ்வளவுக்கவ்வளவு நமது ஆக்கத்திறன் வளரும், பெருகும். உடைமைகளின் வகைகளை நாம் அறிவோம்; அறிவின் கூறுகளை நாம் அறிவோம். முதிர்ந்த நிலையில் இவற்றைப் பயன்படுத்தும் வாய்ப்பு கிடைக்கும். ஆனால், பயனுள்ள பொருள்களைத் தக்கவாறு பயன்படுத்துவதற்கான கல்வி, உள்ளீடான சக்தியைப் பெறுதற்கான கல்வி, குழந்தைப் பருவத்திலிருந்தே ஊட்டப்பட வேண்டும். இந்த உண்மை நம்நாட்டில் உணரப்படவில்லை; இந்த உண்மையை நாம் புறக்கணித்தே வந்திருக்கிறோம். வாழ்க்கையை அழகானதாக, இனிமை பயப்பதாக,

மனநிறைவு தருவதாக அமைத்துக் கொள்ள எளிய முறைகளை, எளிய பொருள்களை நமது மாணவர்கள் உருவாக்க வேண்டும் என்பதே என் வேண்டுகோள். இதன்மூலம் அவர்கள் சமுதாயத்தின் அன்றாடத் தேவைகளை நிறைவு செய்ய முடியும்; நம் மக்களுக்குப் பணிபுரிய முடியும்.

இளைஞரிடையே தன்னம்பிக்கை செழித்து வளர வேண்டும். தன்னம்பிக்கையை அகந்தை, இறுமாப்பு எனக் கருதுகிறோம். எனவே அதனை வலியுறுத்துவதில்லை, ஊக்குவிப்பதில்லை. விளைவாக, மானமிழந்து, கீழ்ப்பட்டு வாழ நேர்கிறது. பிறர் ஆதரவை நம்பி வாழ நம் இளைஞர்களைப் பயிற்றுகிறோம். அத்தகைய வாழ்க்கை இயல்பானது என நம்ப வைக்கிறோம். நம்மையறியாது நாம் செய்து வரும் தவறு இது. கீழ்ப்பட்டு வாழ்வதில் பெருமைப்பட்டுக் கொள்ள என்ன இருக்கிறது? தன்னம்பிக்கை இன்றி வாழப் பழகுவது இறுதியிலும் துன்பம் தரும். நாடெங்கும் இந்த நிலையே காணப்படுகிறது. மாணவர்கள் அவ்வப்போது குறைபட்டுக் கொள்கின்றனர். இந்த மனக்குறை அவர்களே உருவாக்கியது. மானவுணர்வு, பெருமித உணர்வு இன்மையே இந்த இழிவுக்குக் காரணம் என்பதை அவர்கள் உணர வேண்டும். தவறுகளைத் திருத்தி அவற்றைக் களையும் பொறுப்புணர்வு வேண்டும்; எப்போதும் முணுமுணுத்துக் கொண்டிருப்பது வெட்கக் கேடு.

ஆசிரமத்தின் அன்றாடப் பணிகளில் ஈடுபட்டிருந்ததை நினைவு கூர்கிறேன். மூத்த மாணவர்கள் குழுவொன்று என்னை அணுகியது. உணவு நிறைந்த பெரிய உலோகப் பானைகளைக் கையாள்வது சிரமமாக இருக்கிறது என்று அவர்கள் குறைப்பட்டனர்; பானைகளின் அடிப்பாகம் சேதமுறுவதோடு தரையும் அழுக்கடைகிறது என்பது அவர்கள் கூற்று. இதற்கான தீர்வைக் காண்பதற்குப் பதிலாக என்னிடம் வந்து முறையிடுவதை அவர்களுக்குச் சுட்டிக்காட்டினேன். குறைப்பட்டுக் கொள்ளுதல் சரியா? குறைகளைக் களைய நான் வரவேண்டும் எனக் காத்திருப்பது சரியா? அவர்களாகவே ஒரு தீர்வினைக் காணலாமே! பானைகளின் அடிப்பாகத்தில் சிறிய துணிப் பொதியை வைத்து இழுத்து வந்தால் பானைக்கும் சேதம் வராது. தரையும் பாழாகாது. இது எளியதொரு தீர்வு. இது ஏன் அவர்களுக்குத் தோன்றவில்லை? இந்த நிகழ்வு உணர்த்துவது என்ன? நம் பொறுப்பினை ஏற்றுக்கொள்ள நாம் பயிலுவது இல்லை; ‘சும்மா’ அமர்ந்திருக்கிறோம். பொறுப்புகளை ஏற்க முறையான பயிற்சி பெறாது வளரும் மாணவர்கள் மற்றவரிடம் குறை காண்கின்றனர்; தம்முடைய இயலாமையை வெட்கமின்றி மறைக்கின்றனர்; வீணாகப் பேசித் திரிகின்றனர்.

இந்தப் பள்ளியில் தொடக்கத்திலிருந்தே இதுகுறித்துச் சிந்தித்தேன். நமது மாணவர்களுக்கு முடிந்த அளவு பொறுப்பு வழங்குவதன் மூலம் அவர்களுடைய பண்பு நலன்களை வளர்க்க வேண்டும், அதன்மூலம் குறைப்படுதல் எனும் வெறுக்கத்தக்க பழக்கத்திலிருந்து அவர்களைப் பாதுகாக்க வேண்டும் எனக் கருதினேன்.

ஏராளமான வசதிகள் இல்லை என்பது குறித்து மனக்குறை மற்றும் சோர்வடைதல் பண்புக் கூறுகளின் பலவீனம் ஆகும். சில வசதிகள் இல்லாதிருப்பது நல்லது. கொஞ்சமாக உள்ள வசதிகளுக்குப் பழக்கப்பட வேண்டும். குழந்தைகள் மீதுள்ள அன்பினைப் பறைசாற்ற அவர்கள் கேட்பதையெல்லாம் நிறைவு செய்தல் தீது பயக்கும். அவர்கள் (குழந்தைகள்) அத்தனையையும் வேண்டுகிறார்கள் என்பதல்ல. அவர்கள் மகிழ்ச்சியுற வேண்டும். அவ்வளவே. நாம்தான் அதிகமானவற்றை விரும்புகிறோம்; அவற்றை அவர்களுக்கு அளிக்கிறோம். மேலும் மேலும் வேண்டிப்பெறுதல் எனும் போதைக்கு அவர்களைத் தள்ளுகிறோம். தொடக்கத்திலிருந்தே கல்வியின் நோக்கம், குறைவான வசதிகளைக் கொண்டு நமது வாழ்க்கையை எவ்வாறு பாங்குற நடத்த முடியும் எனச் சிந்திப்பதே, சிந்திக்கச் செய்வதே. உடலும் உள்ளமும் சீராக வளர வேண்டும். வெளிப்புறத் தாக்கம் குறைவாக இருந்தால்தான் இது இயலும். அத்தகைய நிலை மனிதனின் படைப்பாற்றலுக்குத் தூண்டு விசையாகும். உண்மையான மன்னன் என்பவன் தன்னுடைய அரசைத் தானே உருவாக்குபவன். நம் நாட்டில் நமது பையன்களுக்கு வீட்டிலுள்ள மகளிர் அதிக அளவில் சலுகை காட்டுகின்றனர். தாயன்பு ஒருபுறம். இவ்வாறாகச் செல்லம் கொடுப்பதால் நிலவரங்கள் பற்றி விவாதிக்கப் பையன்கள் தயாராவதில்லை; பட்டறியும் வாய்ப்புப் பெறுவதில்லை. எனவே அடுத்தவர் ஆணைகளுக்கு அடிபணியும் நிலையில் வளர்கிறோம்; பிறரைப் பார்த்து அவர்களைப் போன்றே வளர்கிறோம். விளைவாக, அடித்தட்டு அலுவலர்களாக மாறி விடுகிறோம்.

இது தொடர்பாக இன்னொன்று சொல்ல வேண்டும். தட்பவெப்ப நிலை காரணமாக நம் உடல் சோர்வுறுகிறது. சுறுசுறுப்பு குறைகிறது; அல்லது வேறெந்தக் காரணத்தாலோ நமது மனநிலையில் பொதுவாக தேடலில், அறிதலில் உற்றுநோக்குதலில் ஆர்வக் குறை காணப்படுகிறது. ஒருமுறை அமெரிக்காவிலிருந்து காற்றாலை ஒன்றைக் கொண்டு வந்தேன். நீர் இறைக்க இது பயன்படும். மாணவர்களில் வெகுசிலரே இதைக் கவனத்துடன் உற்றுநோக்கினர் என்பதைக் கண்டேன். ஏதோ ஒரு கருவி என்பதாக ஒருவித அலட்சியத்துடன் பார்த்தனர். ஒரு நேபாளிப் பையன் மட்டும்

ஆர்வத்துடன் கூர்ந்து கவனித்தான். தகரப் பெட்டி ஒன்றை உடைத்துத் துண்டுகளைவெட்டியும் ஒட்டியும் 'மாதிரி' ஒன்றையும் உருவாக்கினான்! மனிதர்கள், விலங்குகள், பறவைகள், பயிர் வகைகள் பற்றி அறிவதில் நமது பையன்கள் ஆர்வக் குறைவினையே வெளிப்படுத்துகின்றனர். ஆறு, ஓடைகளில் பாசித்திரள் மேலும் கீழும் சலசலத்து அலைவதைப் போன்று அவர்களுடைய மனங்கள் உள்ளன. சுற்றியிருக்கும் உலகில் காணப்படும் எதுவும் அவர்கள் மனதைத் தொடுவதில்லை.

அறிதலில் ஆர்வக்குறைவு, உயிரற்ற நிலையின் வெளிப்பாடு. அறிவுலகத்தில் பெரும் தாக்கங்களை உருவாக்கியவர்கள், பெரும் மாற்றங்களைத் தோற்றுவித்தவர்கள் அறிவார்வமிக்கவர்களாகவே இருந்தனர். அவர்களுடைய ஆர்வவுணர்வுக்கு அளவே இல்லை. தம் முடைய நாட்டவர், தம்முடைய நாடு பற்றி மட்டுமின்றி உலகின் எல்லா நாட்டவர் பற்றியும் வரலாற்றின் எல்லாக் காலங்கள் பற்றியும் எல்லா விவாதப்பொருள் பற்றியும் அறிவதில் அவர்கள் ஆர்வம் காட்டினர். அனைத்தும் அவர்தம் மனங்களை ஆட்கொண்டன. ஒவ்வொன்றைப் பற்றியும் விழிப்புணர்வுடன் ஆய்ந்தனர். எனவே உலகெங்கும் அவர்களுடைய உள்ளொளி பரவி வெற்றிகளைக் குவித்தது.

ஆசிரமக் கல்வி ஒருவரை முழுமையான உயிரோட்டத்தில் திளைக்கச் செய்யும் கல்வி என ஏற்கனவே குறிப்பிட்டுள்ளேன். பாடப் புத்தகங்களை உருப்போடுவதன் மூலம் செத்துப்போன ஆன்மா கூடத் தேர்வுகளில் முதல் வகுப்பில் இடம் பெறுதல் முடியும், தேர்ந்தெடுத்த துறையில் உயர்ந்த நிலையை எட்ட முடியும். எல்லாக் காலத்திலும் நம் நாட்டில் இது நிகழ்வதைக் கண்டு வந்துள்ளோம். புத்தகங்களைக் கட்டி அழுவோர் 'நல்மாணாக்கர்' எனப்படுகின்றனர். அச்சில் வந்தவற்றுக்குத் தம்மை முற்றாக அர்ப்பணித்துக் கொண்டவர்கள் அவர்கள். வெளியுலகத்துடன், நடைமுறையிலுள்ள உலகத்துடன் அவர்களுக்கு எந்தவித உறவும் கிடையாது. அவர்கள் பட்டங்களைப் பெறலாம். ஆனால் உலகத்தை, இயலுலகத்தைச் சொந்தப்படுத்திக் கொள்ள முடியாது.

தொடக்கத்திலிருந்தே ஓர் உறுதி எடுத்து வந்துள்ளோம். நமது ஆசிரமத்துக் குழந்தைகள் தம்மைச் சுற்றியுள்ள உலகத்துடன் இடையறாத் தொடர்பில் மிகுந்த அக்கறையும் ஆர்வமும் கொண்டிருப்பர். அவர்கள் ஆய்வுகளில் ஈடுபடுவர், பொருள்களை நுட்பமாக ஆராய்வர்; கருத்தைக் கவரும் பொருள்களைத் திரட்டுவர். வேறு சொற்களில் குறிப்பிடுவதானால் புத்தக உலகத்துக்கு அப்பால் செல்லும் பார்வை படைத்த ஆசிரியர் குழு இருக்கும், அந்த

ஆசிரியர்கள் திண்ணமுறப் பார்ப்பர், ஆய்வுகள் மேற்கொள்வர், இயலுலகத்தைப் பற்றிய அறிதலில் பேரார்வம் உடையோராய் இருப்பர், அறிவின் வீச்சு - விரிவில் மகிழ்வர்; பிறருக்கு அகத் தூண்டல் அளிப்போராய், ஒரு கூட்டுறவு சமுதாயத்தைக் கட்டமைக்கும் ஆற்றல் பெற்றோராய் இருப்பர்.

இறுதியில் முக்கியமான ஒன்றைக் குறிப்பிட விரும்புகிறேன். இது அரிதாகக் காணப்படுவது: பொறுமை மிக்கோராய், குழந்தைகள் பால் இயல்பாகவே பேரன்பு கொண்டோராய் இருப்போரே ஆசிரியராகும் தகுதி பெறுவர். ஆசிரியரின் சிறப்பியல்பு, அவர் தம்மினும் இளையோருடன் வயது, திறமை ஆகியவற்றில் - கலந்து பழகுகிறார் என்பதே. சிறு காரணங்களுக்காக குழந்தைகளிடம் பொறுமை இழப்பது இயலும், அவர்களை எள்ளி நகையாடுதல் இயலும், அவர்களை மனங்குன்ற வைக்க இயலும், அவர்களைத் தண்டிப்பதும் இயலும். ஆனால் நன்கு சிந்திக்கும் ஆற்றல் பெறாத ஆசிரியர், தம்முடைய நோக்கில் பிறர் உணர்வு பற்றிக் கவலையற்ற போக்கில் செல்வார். தம்மிடம் உள்ள ஆற்றலைச் சரியான வழியில் பயன்படுத்தும் திறன் இயல்பாக வாய்க்கப் பெறாதவர்கள் எளியாரை, மெலிந்தோரைக் கையாள்வதில் பொருத்தக் கேடான, தருக்க முரணான வழிகளை மேற்கொள்வர்; மெலிந்தாரை நோகச் செய்வதில் இன்பம் காண்பவராக இருப்பர்.

மாசறு நிலையில், ஏலா நிலையில் குழந்தைகள் தாயின் மடி நோக்கிச் செல்லும். அவ்வாறு ஓடி அமர்கையில், தாம் பாதுகாப்பான இடம் தேடிச் சேர்ந்து விட்டதை அக்குழந்தைகள் உணரும். அவர்கள் ஆசிரியரிடம் வருவதில்லை. ஆசிரியர் நுண்ணுணர்வுத் திறனற்று இருப்பாராயின், அந்த வினாடியில் அவர்களுக்குத் தேவைப்படும் பாதுகாப்பு அவரிடம் கிடைப்பதில்லை. பொறுமை இன்மை, தன்னிடம் அதிகாரம் இருக்கிறது எனும் செருக்கு, அந்த ஆசிரியரிடம் இருக்க வேண்டிய அன்பினை விழுங்கிவிடும். விளைவாக குழந்தைகள் பால் அநீதிக்கு அவர் தூண்டப்படுகிறார். இந்த நிலை பல இல்லங்களிலும் இருக்கக் காண்கிறோம். குழந்தை சீராக வளர்ந்து குமரப் பருவம் எய்தத் தடையாக உள்ளவற்றில் இந்த நிலை ஒன்று. குழந்தைகளுக்குக் கடுந்தண்டனை வழங்கப்படுவதைக் கண்டால் நான் ஆசிரியர்களையே கண்டிப்பேன். ஏனெனில் சொல்லப்படும் காரணங்களில் பெரும்பகுதி ஆசிரியர்களின் போதாமைத்தனத்தையே சுட்டும். பள்ளியில் காணப்படும் குறைபாடு காரணமாகவே மாணவர்கள் தண்டனைக்குள்ளாகின்றனர் என்பதும் உண்மை. இத்தண்டனையின் பெரும்பங்கு ஆசிரியரால்தான் அமைகிறது. பள்ளிப் பணியை நான் நேரடியாகக் கவனித்தபோது ஆசிரியர்களின்

இரக்கமற்ற மனப்பான்மை - பழக்க நடக்கையிலிருந்து மாணவர்களைக் காக்கும் கடினமான வேலையைச் செய்ய வேண்டியிருந்தது. அது மகிழ்ச்சி தரும் நிலை அன்று. வன்முறையைப் பயன்படுத்திக் கற்பிக்கும் பணியை எளிதாக்குவதற்காக ஆசிரியப் பொறுப்பு அளிக்கப்படவில்லை என விளக்க வேண்டியிருந்தது. சில ஆசிரியர்களிடமிருந்து எத்தனை மாணவர்களைக் காப்பாற்றியிருக் கிறேன் என்பது இன்று கூட நினைவில் இருக்கிறது. அதனால் அவர்களுடைய கோபத்துக்கும் வருத்தத்துக்கும் ஆளாக நேர்ந்தது. ஆனால் அதுபற்றி நான் கவலைப்பட்டதில்லை.

கல்விப் பணியிலாகட்டும், அரசாங்கத்திலாகாட்டும், கடுமையைப் பயன்படுத்துதல் நிர்வாகத்தின் திறமையின்மையை நிரூபிக்கும் ஒன்றாகும்.

கிளிக்குப் பயிற்சி

குருதேவரின் 'லிபிகா' எனும் நூலில் தொட்டா காஹினி (கிளிக்குப் பயிற்சி) எனும் இப்படைப்பு இடம் பெற்றுள்ளது. 'வசன கவிதை' வகையில் அவருடைய முதல் முயற்சி இந்த நூல்; 1919இல் வெளியாயிற்று.

மானுட உறவுகளில் காணும் சமூக மரபுகள், நடைமுறைகள் பற்றி அவருடைய மிகக் கூர்மையான கருத்துகள் இந்த நூல் முழுவதிலும் இடம் பெற்றுள்ளன. இன்றைய கல்வி முறைகள் மீது அவருக்கிருந்த வேதனையும் சினமும் இப்புனைகதையில் வெளிப்படுகின்றன. உண்மைகள் சில வேளைகளில் நகையுணர்வையும் தூண்டக்கூடும்!

ஒரு காலத்தில் ஒரு பறவை இருந்தது. அதற்கு அறிவு இல்லை. அது பாடும். அவ்வளவே. ஆனால் பழைய அறிவு நூல்களிலிருந்து ஒப்பிக்கும் ஆற்றல் இல்லை. அது அழகாக அங்குமிங்கும் பறக்கும், குதித்தோடும். ஆனால் வணக்க இணக்கம் போதாது.

அரசர் இதைக் கவனித்தார்; தனக்குத்தானே பேசிக் கொண்டார்: "அறியாமை நாளடைவில் கேடு தரும். கற்றவரைப் போன்றே மூடர்களும் உண்கின்றனர். ஆனால் ஈடாக எதுவும் தருவதில்லை."

தம்முடைய மைத்துனர்களை அழைத்தார். இந்தப் பறவைக்கு நல்ல கல்வி தர வேண்டும் என்று ஆணையிட்டார்.

உடனே பண்டிதர்கள் அழைக்கப்பட்டனர். நிலைமை நன்கு ஆராயப்பட்டது. பறவைகளின் அறியாமைக்குக் காரணம், அவை அவற்றின் இயல்பான கூடுகளில் வாழ்வதுதான் என்ற முடிவுக்கு வந்தனர். வெறும் குச்சிகளும் உலர்ந்த கூளங்களும்... இந்தக் கூடுகளில் வாழ்ந்து பழகி விட்டன... சே... முதலில் அவற்றின் இருப்பிடம் மாற்றப்பட வேண்டும். தக்கதொரு கூண்டு அமைக்கப்பட

வேண்டும். பண்டிதர்கள் முடிவு செய்து விட்டனர்.

அறிவுரை வழங்கப்பட்டுவிட்டது. அவர்களுக்குப் பரிசுகள் வழங்கப்பட்டன. மகிழ்ச்சியுடன் பண்டிதர்கள் வீடு திரும்பினர்.

கூண்டு. பொன்னால் ஆன கூண்டு உருவாக்கப்பட்டது. கண்ணைப் பறிக்கும் அலங்காரங்கள். உலகெங்குமிருந்து இந்தக் கூண்டைப் பார்க்க மக்கள் திரண்டு வந்தனர்.

“பண்பாடு, பிடிபட்டு விட்டது, அடைக்கப்பட்டு விட்டது” - இப்படிச் சிலர் வியந்தனர். அவர்களிடம் ஒரு பரவசம். மகிழ்ச்சிப் பெருக்கு. கண்களில் நீர் துளிர்த்தது.

“இனிப்பண்பாட்டைக் காண முடியாது. ஆயினும் கூண்டு இறுதிவரை இருக்கும். இது திடமான உண்மை. இந்தப் பறவை கொடுத்து வைத்தது; பேறு பெற்றது” என்று பலர் பேசிக் கொண்டனர்.

பொற்கொல்லர் பை நிறையப் பணம் பெற்றுக் கொண்டார். விரைந்து வீடு திரும்பினார்.

பண்டிதர் அமர்ந்தார். பறவைக்குப் பாடஞ் சொல்லும் பணி தொடங்கியது. முறையான யோசனைகளுக்குப் பிறகு கொஞ்சம் பொடியை எடுத்தார். உறிஞ்சினார். “பாடப் புத்தகங்கள் வேண்டும். எத்தனை கிடைத்தாலும் போதாது. நோக்கம் பெரிதாயிற்றே.”

மைத்துனர்கள் எங்கும் பறந்தோடினர். படியெடுப்பவர்கள் பெருமளவில் திரட்டப்பட்டனர். நூல்களிலிருந்து படிகள் எடுத்தனர். படிகளிலிருந்து படிகள் எடுத்தனர். கைப்பிரதிகள் மலை எனக் குவிந்தன.

மக்கள் மலைத்தனர். என்னே அறிவு, என்னே பண்பாடு, இவ்வளவு உயரமா! இது எங்கு முடியும்? மேக மண்டலத்தை எட்டிவிடும் போலிருக்கிறதே!

படி எடுத்தவர்களின் பைகள் நிரம்பின, கனத்தன. நெஞ்சம் மகிழ்ந்தனர். விரைந்து வீடு திரும்பினர்.

கூண்டு முறையாகப் பராமரிக்கப்பட்டது. காலந்தவறாது... துல்லியமாக... மைத்துனர்களுக்கு இதுவே பெருங்கடமை ஆயிற்று.

கூண்டைத் துலக்குவதும் மெருகூட்டுவதும் துடைப்பதும்... மக்கள் வியந்தனர். “உண்மையில் இது முன்னேற்றம் தான்” என மனநிறைவுடன் கூறினர்.

ஏராளமானோர் பணியமர்த்தப்பட்டனர். அவர்கள் எண்ணிக்கையை விட அவர்களைக் கண்காணிக்க அமர்த்தப்பட்ட மேலாளர் எண்ணிக்கை கூடுதலாக இருந்தது. இத்துடன் அவர்களுடைய

உறவினர்கள் - பல தூர, தொலைதூரங்களிலிருந்து வந்தவர்கள் - அவர்கள் தனியாக ஓர் அரண்மனையைக் கட்டிக் கொண்டனர். அதன்பின் அவர்கள் இன்புற்று வாழ்ந்தனர்.

பிற குறைகள் எவ்வளவோ இருக்கலாம். எப்படியோ இருக்கலாம். ஆனால் குறை சொல்வோருக்குப் பஞ்சமிருப்பதில்லை. கூண்டுடன் தொடர்புடையோர் - ஏதோ ஒருவிதத்தில் - செழித்துக் கொழித்தனர் என்றும் அந்தப் பறவைதான் பாவப்பட்டது என்றும் அவர்கள் குறை கூறித் திரிந்தனர்.

இந்தப் பேச்சு அரசரின் காதுகளுக்கு எட்டியது. மைத்துனர்களைத் தன் முன் வருமாறு அழைத்தார். "என் அருமை மைத்துனர்களே, என் காதில் விழுந்த ஊர்ப்பேச்சுக்கு என்ன பதில்?" என்று கேட்டார்.

"அரசே, பொற்கொல்லர்கள், பண்டிதர்கள், படியெடுத்தவர்கள், கண்காணித்த அதிகாரிகள் ஆகிய அனைவரின் சான்றுரைகளைக் கேட்போம். அப்போதுதான் உண்மை தெரியும். குறை கூறுவோருக்கு உணவுப் பற்றாக்குறை. அதனால்தான் அவர்கள் நாக்கு இத்தகைய கூர்மை பெற்றிருக்கிறது" என்று மைத்துனர்கள் பதிலுரைத்தனர்.

இந்த விளக்கம் மன்னருக்குப் பெருமகிழ்ச்சி தந்தது. மனநிறைவு கொண்டார். மைத்துனர் ஒவ்வொருவருக்கும் தம்முடைய அரிய நகை அணிகளைப் பரிசாகத் தந்து அழகு பார்த்தார்.

ஒருவாறாக அவருள் ஒரு வேட்கை எழுந்தது. தம்முடைய கல்வித் துறை இந்தச் சிறு பறவையைப் பொறுத்தவரை எவ்வாறு தன் கடமையை நிறைவேற்றியுள்ளது என்பதைத் தம் கண்களால் காண முடிவு செய்தார். அந்த மாபெரும் கல்விக் கூடத்தக்கு வருகை தந்தார்.

வாயிலிலேயே பறைமுழக்கங்கள், வாழ்த்தொலிகள், இசை முழக்கங்கள், ஊதுகொம்புகள், பேரிகைகள், சங்குகள் - எக்காளங்கள். 'டாம்-டாம்க'ள், - மத்தளங்கள், - தாளங்கள், - கஞ்சிராக்கள் - புல்லாங்குழல்கள், - சிறு குழல்கள், - பைக்குழல்கள், - குடமுழவுகள், இன்ன பிற எல்லாம் ஒலித்தன. பண்டிதர்கள் தம் உரத்த குரலில் மந்திரங்களை ஓதத் தொடங்கினர். பொற்கொல்லர்கள், படி எடுப்போர், கண்காணிப்பாளர் மற்றும் அவர்களுடைய எண்ணற்ற அத்தைகளின் மக்கள், மாமன்களின் மக்கள், சிற்றப்பன்களின் மக்கள், சிற்றன்னை - பெரியன்னைமார்களின் மக்கள் மற்றும் உடன் தோழமைக் கூட்டத்தார், அவர்கள் உடன் பிறந்தாரின் பிள்ளைகள், அந்த உடன்பிறப்புகளின் பிள்ளைகளின் பிள்ளைகள் எனத் திரண்டிருந்த அனைவரும் பெருங் குரலெடுத்து வாழ்த்தினர். வாழ்த்தொலி முழக்கமாகப் பெருகி ஓய வெகுநேரம் பிடித்தது.

மைத்துனர்களுக்குப் பெருமகிழ்ச்சி. அரசர் தன் யானையின் மீது ஏறி அமர ஆயத்தமானார். அப்போது புதர் மறைவில் இருந்து ஒரு குரல் கேட்டது. அந்தக் குறை சொல்லித் திரிந்தோரில் ஒருவருடைய குரல் அது. "அரசே, பறவையைப் பார்த்து விட்டீர்களா?"

"ஐயோ, பார்க்கவில்லையே! அந்தப் பறவையைப் பற்றி முற்றிலும் மறந்து விட்டேனே!" என்றார் அரசர்.

திரும்பிப் பார்த்தார். பண்டிதர்களை விசாரித்தார். பறவைக்குக் கற்பிக்க அவர்கள் மேற்கொண்ட முறை பற்றி வினவினார்.

முறை அவருக்கு விளக்கப்பட்டது. மன்னருக்குப் பரம திருப்தி; அவர் மனதில் அந்த முறை நன்கு பதிந்தது, மகிழ்ச்சி தந்தது. கற்பித்த முறை மிகப் பெரியது. அதை நோக்கப் பறவை, கேவலம், ஒரு பொருட்டாகவே தோன்றவில்லை. ஏற்பாடுகளில் எந்தக் குறையும் இல்லை என அரசர் மனநிறைவு கண்டார். பறவையே ஏதேனும் புகார் கூறக் கூடுமோ? அத்தகைய நிலைமையை எதிர்பார்க்க இயலாது. புத்தகங்களின் இதழ்களால் பறவையின் தொண்டை முற்றிலுமாக அடைத்துக் கொண்டது; அதனால் சீழ்க்கை ஒலி எழுப்பவோ ஏன் குசுகுசுக்கக் கூட முடியவில்லை. இத்தனையையும் கண்டு உடலெங்கும் ஒரு சிலிர்ப்பு...

மறுபடியும் யானையின் மீதேறி அமருந்தறுவாயில் அரசர் ஆணை ஒன்றைப் பிறப்பித்தார். குறை கண்டவரின் இரு காதுகளையும் பிடித்து நன்கு திருகி விடுமாறு அதற்கென உள்ள அரசு அதிகாரிக்கு உத்தரவிடப்பட்டது.

பறவை அசையவும் இயலாத நிலைநோக்கி மெதுவாக, சரியாக ஊர்ந்தது. உண்மையில் அதன் பிழைபடாத, நேரிய, தனக்கே உரிய வேளைமுறை, நாட்கட்டளை அதிநிறைவு தருவதாக இருந்தது. எப்படியிருப்பினும், பயிற்சியை மீறி இயற்கை எப்போதோ ஒருமுறை வெற்றி பெற்று விடுகிறது. காலைப் பொழுதின் ஒளி கூண்டினுள் எட்டிப் பார்க்கையில் அதன் இறகுகள் சில வேளைகளில் அடித்துக் கொள்ளும்; அது திட்டுவது போலத் தோன்றும். நம்ப இயலாதிருக் கலாம்; தளர்ந்த தன் அலகுகளால் கூண்டின் கம்பிகளைப் பரிதாபமாக நெருக்கும்.

கொத்தவாலுக்குப் பொறுக்கவில்லை "என்ன திமிர் உனக்கு?" என அவர் உறுமினார்.

அரசரின் கல்வித் துறையில் கொல்லனுக்கும் பதவி உண்டு. தன் உலை, சுத்தியுடன் தயாராக இருந்தார். என்ன அடி! அந்த அடிகள் எங்கும் எதிரொலித்தன. இரும்புச் சங்கிலி தயாராயிற்று. பறவையின் இறக்கைகள் துண்டிக்கப்பட்டன.

அரசரின் மைத்துனர்கள் திரும்பிப் பார்த்தனர். அவர்களுடைய தலைகள் அசைந்தன. "இந்தப் பறவைகளுக்கு நல்லறிவு இல்லை. அது மட்டுமல்ல. நன்றியுணர்வுமில்லை" என அவர்கள் கூறினர்.

ஒரு கையில் பாடப் புத்தகமும் மற்றொரு கையில் குறுந்தடியுமாகப் பண்டிதர்கள், பாடங்கள் எனத் தாம் கருதியவற்றை அந்தப் பறவைக்கு வழங்கினர்.

விழிப்புணர்வுடன் செய்யப்பட்ட கொத்தவாலுக்கு ஒரு பட்டம் மற்றும் கௌரவம் அளிக்கப்பட்டது. சங்கிலிகளை உருவாக்கிய கொல்லருக்கும் மரியாதை செய்யப்பட்டது.

பறவை இறந்து போயிற்று.

கல்விப் பயிற்சியில் முரண்பாடு

"தாய்மொழி வழியாகக் கல்வி பெறுவதன் சிறப்பைக் குருதேவர் தம் இளமைக்காலம் தொட்டேவலியுறுத்தி வந்தார். தாய்மொழிமீது பெருமிதம் கொள்ள வேண்டும். அதை வெறும் மொழிப்பற்று எனக் கொள்ளல் தவறு. குழந்தை தாய்ப்பால் பருகி வளர்தல் வேண்டும் என்பது அறிவியல் சார்ந்த உண்மை. அவ்வாறே தாய்மொழி வழிக் கல்வி குழந்தையின் அறிவார்ந்த வளர்ச்சிக்கு இன்றியமையாதது" என அவர் கருதினார். இவ்வுரை *1884* அல்லது *1885* டிசம்பரில் எழுதப்பட்டிருக்கலாம். அப்போது ரவீந்திரருக்கு *24* வயது!

"நமக்கு மிக மிகத் தேவையான அளவுக்கு ஏதேனும் கிட்டினாலே போதும். அதற்கு மேல் வீண் பாடு ஏன்?" என்று கட்டுண்டு கிடப்பது உலக இயல்பன்று. ஓரளவுக்குத் தேவையான பொருள் கிட்டியதும் நம் விருப்பப்படி சில வசதிகளை அமைத்துக் கொள்ளும் ஆற்றல் நமக்கு உண்டு. நம் உடல் மூன்றரை முழத்துக்குள் எண் சாணுக்குள் அடங்கும் என்பதனால் அதே அளவுக்கா வீடு கட்டிக் கொள்கிறோம்? இல்லையே! நாம் நிம்மதியாக உலாவவும் அமர்ந்திருக்கவும் தனித்தனி அறைகளை அமைத்துக்கொள்கிறோம். இல்லாவிட்டால் நம் உடல் நலம் கெடுகிறது; மனத்துக்கு நிம்மதியும் ஏற்படுவதில்லை. கல்விப் பயிற்சியிலும் இது போல் ஓரளவுக்குத் தேவையை நிறைவு செய்து கொள்வதோடு சுதந்திரமான போக்குக்கும் இடம் அளிப்பது இன்றியமையாதது. "இதுதான் மிகவும் தேவை" என்று சொல்லிக் குழந்தைகளைக் கட்டிப் போட்டது போல் ஒரே இடத்தில் மடக்கி வைத்துக் கல்விப் பயிற்சி அளித்து வந்தால் அவர்களின் மன வளர்ச்சி குன்றித்தான் போகும். மிக மிகத் தேவையான பாடங்களோடு அவரவர் விருப்பப்படி சில பாடங்களையும் சேர்த்துக் கற்பிப்பதுதான் நல்லது; இல்லாவிட்டால் அவர்கள் பெரிய வயதில் முன்னுக்கு வருவது எளிதன்று; இப்படிச்

சில விஷயங்களில் அனுபவம் இராமற் போய்விடுவதால் அப்போதும் சிறுபிள்ளைகளைப் போலவே இருந்து வருகிறார்கள்.

ஆனால், துரதிருஷ்டவசமாக நம்மில் பலருக்கு இப்படிப் பல துறைகளிலும் கல்விப் பயிற்சி பெற நேரம் இருப்பதில்லை. நம்மால் முடிந்தமட்டும் அந்நிய மொழியைக் கற்று, தேர்வில் தேறி, ஏதாவது வேலையில் அமர்ந்து விட வேண்டியிருக்கிறது. குழந்தைப் பருவமுதல் இவ்விதம் மேல் மூச்சு வாங்க, அக்கம் பக்கம் சிறிதும் திரும்பாமல் பாடத்தை நெட்டுருப் போடுவதைத் தவிர வேறு எது செய்வதற்கும் நேரம் இருப்பதில்லை. பொழுதுபோக்குவதற்காக ஏதாவது புத்தகத்தைச் சிறுவர்கள் படித்துக் கொண்டிருந்தால், உடனே அதை வெடுக்கென்று பிடுங்கி எறிகிறோம்!

முதலுக்கே மோசம் என்பது போல் பொழுது போக்கத்தான் நல்ல புத்தகம் ஏது? ஓர் இராமாயணமும் மகாபாரதமும் இருப்பதாகவே வைத்துக் கொள்வோம். ஆனால் பிள்ளைகளுக்குத் தாய் மொழியைக் கற்றுக் கொடுக்கும் முறையைக் கவனித்தால், அவர்கள் தாங்களாகவே தாய்மொழியிலுள்ள ஒரு காவியத்தின் சுவையை அறிந்து ரசிக்க முடியும் என்று தோன்றவில்லை. ஆங்கிலத்திலாவது சிறுவர்களுக்குரிய நூல்களையெல்லாம் படித்தறிந்து விட முடிகிறதா? அதுவும் இல்லை. குழந்தைகளுக்காக ஆங்கிலத்தில் வெளியாகும் நூல்கள் சரியான முறையில் அந்த மொழியைக் கற்றுப் பயிற்சி பெறுவதற்குப் பயன்படுபவை. அவற்றில் ஆங்கிலேயர்களுடைய குடும்ப வாழ்க்கை, பழக்க வழக்கங்களைப் பற்றி அசல் ஆங்கிலத்தில் பல விவரங்கள் வெளிவருகின்றன; நம் நாட்டில் பி.ஏ., எம்.ஏ., தேறிய பெரிய பெரிய அறிவாளிகள்கூட ஓரளவுக்குத்தான் அவற்றைப் புரிந்துகொள்ள முடிகிறது என்றால், நம் சிறுவர்களைப் பற்றிக் கேட்பானேன்!

நம் சிறுவரின் தலைவிதி, இலக்கணமும் பூகோள பாடமும் தவிர வேறு உருப்படியான பயிற்சி எதுவும் அவர்களுக்குக் கிட்டுவதில்லை; இப்படியும் துரதிருட்டம் பிடித்த பிள்ளைகளை நான் பார்த்ததில்லை! பிற நாட்டுச் சிறுவர்கள் புதிதாக அரும்பிய பற்களால் கரும்பைக் கடித்துச் சுவைக்கும் அதே வேளை நம் சிறுவர்கள் பள்ளிக்கூடத்துப் பெஞ்சியில் அமர்ந்து, குட்டையான தம் சூம்பிய கால்களை ஆட்டிக் கொண்டு பிரம்படி பட வேண்டியிருக்கிறது; ஆசிரியரிடம் திட்டுக் கேட்டுக் கொள்வதைத் தவிர வேறு ஒரு பயனும் காண முடிவதில்லை.

இதனால் ஒரு பொருளை உள்வாங்கும் ஆற்றல் குன்றிவிடுகிறது. உடல் நலத்துடன் இருப்பதற்குத் தேவையான விளையாட்டு, நல்ல உணவு இவை இராததால் நம் சிறுவர்களின் உடல் இளைத்து மன வளர்ச்சியும் குன்றி விடுகிறது. நாம் எவ்வளவுதான் பி.ஏயும் எம்.ஏயும் தேறி என்ன பலன்? அதற்கேற்றபடி உடல் வலிமையும்

மனப்பக்குவமும் நமக்கு ஏற்படவில்லையே! இத்தனைக்கும் நாம் கரைத்துக் குடிக்கிற புத்தகங்களுக்குக் கணக்கு வழக்கில்லை. அப்படியிருந்தும் ஒரு புதிய முயற்சியில் ஈடுபட்டு எதையேனும் நிறைவேற்றத்தான் நம்மால் முடிகிறதா. ஒன்றும் செய்யத் தகுதியற்று இருக்கிறோமே. நம்முடைய பேச்சு, கருத்துகள், பழக்க வழக்கம் இவற்றிலும் வயதானவர்களுக்கேற்ற பக்குவம் இருப்பதில்லை. இதனால் வீண் ஆடம்பரப் பேச்சு, வறட்டு, வேதாந்தம் எல்லாம் பேசி நம்முடைய அறியாமையை மூடி மறைக்கப் பார்க்கிறோம்.

இதற்கு முக்கியமான காரணம், இளவயதிலிருந்து நம் கல்வி முறையில் மகிழ்ச்சிக்கு இடம் இராதிருப்பதே. மிகவும் அவசியம் என்று தோன்றுவதை மட்டும் நெட்டுருப் போட்டு வைக்கிறோம். இதனால் அனுபவ அறிவு குன்றி விடுகிறது. வெறும் காற்றை மட்டும் உட்கொண்டு வந்தால் வயிறு நிறைந்து விடாது; உணவு இருந்தால்தான் அது நிறையும். ஆனாலும் உணவு நன்றாகச் செரிக்கக் காற்றாட உலாவுவது அவசியந்தானே? அது போலவே பாடப் புத்தகத்தைப் படித்து நன்றாகப் புரிந்து கொள்வதற்குப் பொது அறிவூட்டும் சில புத்தகங்களும் தேவை. மகிழ்ச்சி நிரம்பிய உள்ளத்தோடு படித்தோமானால் நம்மையும் அறியாமல் நமக்கு அறிவு வளர்ச்சி ஏற்படுகிறது. ஒரு பொருளை உள்வாங்கும் ஆற்றலும், அதைப் பற்றி எண்ணி ஆராயும் சக்தியும் அப்போது வெகு எளிதாகவும் இயல்பாகவும் பெருகுகின்றன.

இப்போது வழங்கும் சுவையற்ற - மனவளர்ச்சியைப் பாதிக்கும் - கல்வி முறையின் பிடியிலிருந்து எப்படித்தான் நம்மவர் மீளப் போகிறார்களோ! எவ்வளவு யோசித்துப் பார்த்தும் எனக்குப் புரியவில்லை!

ஆங்கிலமோ நமக்கு முற்றும் பழக்கமிராத மொழி. எழுத்தை உச்சரிக்கும் முறையும் அதையடுத்து எழுத்துக் கூட்டிச் சொல்லைக் கூறும் முறையும் நமக்கு முற்றும் மாறானவை. அதற்கும் அடுத்தபடியாக, ஆங்கிலேயர் என்ன கருத்தில் ஒருசொல்லைப் பயன்படுத்துகிறார்கள் என்பதையும், அவர்கள் தங்களுக்கேற்ற சூழ்நிலையில் எடுத்துச் சொல்லும் பொருள் இன்னது என்பதையும் கூர்ந்து கவனித்தாலொழிய ஏதும் விளங்காது. நேரே ஆங்கிலேயர்களோடு பழக வாய்ப்பு இருந்திருந்தால் இந்தச் சங்கடம் நேராது; அதுதான் இல்லையே! வேறு வழி இன்றி, அப்படியே நெட்டுருப் போடுகிறோம். உணவை மென்று விழுங்கினால் அது செரிக்கும்; ஆனால், அதை அப்படியே கரைத்துக் குடித்தாலோ வயிற்றுக் கோளாறுதானே நேரும்? ஆங்கில அறிவைப் பொறுத்தவரையில் இந்த நிலையிலேதான் நாம் இருக்கிறோம்.

ஆங்கிலப் பாடப் புத்தகத்தில் "*hay-making*" பற்றி ஒரு பாடத்தை எடுத்துக் கொள்ளலாம். ஆங்கிலச் சிறுவர் சிறுமியருக்கு அது மிகவும் பழக்கமான சங்கதி; அதனால் அவர்களுக்குப் பிடித்தும் இருக்கும்; "*Snowball*" அல்லது 'பனிப்பந்து' விளையாட்டுப் பற்றிச் சார்லி (*Charlie*) என்ற சிறுவனும் கேட்டி (*Katie*) என்ற சிறுமியும் பேசிக் கொள்ளுகிறார்கள் ஒரு பாடத்தில். ஆங்கிலக் குழந்தைகளுக்கு அது வேடிக்கையாகவும் பிடித்தும் இருக்கும். ஆனால் நம் சிறுவர்கள் ஆங்கிலத்தில் அதைப் படிக்கும்போது முன் எப்போதும் பார்த்திராத ஒன்றாகையால் தெளிவாக விளங்குவதில்லை. ஏதோ குருட்டுப் பாடமாக அதை அப்படியே நெட்டுருப் போடுவதைத் தவிர வேறு வழியில்லை அவர்களுக்கு.

அதோடு இன்னும் ஒரு சங்கடம்; கீழ் வகுப்புக்களில் கற்பிக்கும் ஆசிரியர்களிலே சிலர் முதல் நிலைத் தேர்வில் தேறியும் இருக்கலாம், தேறாமலும் இருக்கலாம். ஆங்கில மொழி, அதிலுள்ள கருத்து நயம், ஆங்கிலேயரின் பழக்க வழக்கங்கள், ஆங்கில இலக்கியம் - இவற்றில் இந்த ஆசிரியர்களுக்குப் போதுமான பயிற்சி இராது. இத்தகையவர்களே முதல்முதல் நம் சிறுவர்களுக்கு ஆங்கிலம் கற்றுக் கொடுக்கிறார்கள். இந்த ஆசிரியர்களுக்குத் தாய்மொழியிலும் அரைகுறைப் பயிற்சிதான் உண்டு. இப்படி இரண்டுங்கெட்டான் ஆசாமிகளால் என்ன நேர்கிறது தெரியுமா? சிறுவர்களுக்குப் புதிய கிரகிக்கும் ஆற்றல் குன்றி, ஏற்கனவே தெரிந்து கொண்டதையும் அவர்கள் மறந்து விடுகிறார்கள்.

பாவம், இந்த ஆசிரியர்களைக் குறை கூறி என்ன பயன்? "*Horse is a noble animal*" என்பதைத் தாய்மொழியில் எடுத்துச் சொல்வதற்கேற்ற பயிற்சியும் இவர்களுக்கு இல்லை; ஆங்கிலப் பயிற்சியோ அதையும்விட மோசம். பின் எப்படி இதை விளக்குவது? 'குதிரை நல்ல விலங்கு,' 'குதிரை மிகவும் உயர்ந்த பண்புடைய விலங்கு' என்றெல்லாம் சொல்லிப் பார்த்தாலும் மனத்துக்குத் திருப்தி ஏற்படுவதில்லை. வாய்க்கு வந்ததைச் சொல்லிச் சமாளிப்பதைத் தவிர வேறு வழியில்லை. ஆரம்பப் பள்ளிகளில் இத்தகைய ஆங்கிலப் பயிற்சிதான் நடக்கிறது. இதனால் சிறுவயதில் நாம் கற்கும் ஆங்கிலத்தில் பல பிழைகளுக்கு இடம் ஏற்படுகிறது. புரியாத ஒன்றைப் படித்தால் சிறுவர்களுக்கு எப்படிப் பிடிக்கும், சொல்லுங்கள்! ஆனால் அவர்களுக்குப் பிடித்தது இது, பிடிக்காதது இது என்றா நாம் பார்க்கிறோம்? ஆசிரியரும் சரி, பிள்ளைகளும் சரி, திரும்பத் திரும்ப, "அது பிடிக்கிறதோ இல்லையோ, எப்படியாவது ஒருவிதமாக வலிந்து பொருள் கொண்டு இந்தத் தடவை தேறினால் போதும்; அப்போதுதானே எங்கேயாவது ஒரு வேலையில் அமர்ந்து வயிற்றுப்பிழைப்பைக் கவனிக்க முடியும்!" என்று சொல்லி

வருவதையே பார்க்கிறோம். மொத்தத்தில் அவர்கள் புரிந்துகொள்வது என்ன தெரியுமா? சங்கராசாரியருடைய வாக்கில்,

"அர்த்தத்தை அனர்த்தமாக்குவதும், அதனால் இன்பமோ உண்மையோ காண முடியாமல் திண்டாடுவதுந்தான்!"

இந்த நிலையில் நம் சிறுவர்கள் கற்றதுதான் என்ன? தாய்மொழி மட்டுமே படித்திருந்தால் இராமாயணத்தையோ மகாபாரதத்தையோ புரட்டிப் பார்க்க முடிகிறது. அப்படி ஒன்றுமே படிக்காவிட்டால் விளையாடிப் பொழுதுபோக்குகிறார்கள். மரத்தின்மேல் ஏறியும், நீரில் குதித்தும், பூவைப் பறித்து எறிந்தும் இயற்கையன்னையை எப்படியெல்லாம் ஆட்டி வைக்கிறார்கள்! இதனாலாவது உடலுக்கு வலிவும், உள்ளத்துக்கு மகிழ்ச்சியும் ஏற்படுகின்றன; இளவயதுக்கு இயல்பான உற்சாகமும் இதனால் பெருகி, மனநிறைவு உண்டாகும். இதற்கு மாறாக, ஆங்கிலம் கற்கப் போய் என்ன நேர்கிறது தெரியுமா? சரியான கல்வியும் வந்தபாடில்லை; விளையாட்டுக்கும் நேரம் இருப்பதில்லை; இயற்கையன்னையின் இராச்சியத்தில் நம் விருப்பம் போல் சுற்றவும், உள்ளூற அவளுடைய படைப்பின் பெருமையை அறியவும் வாய்ப்புக் கிட்டுவதில்லை; இலக்கியக் கற்பனைகளைக் கண்டு மகிழும் ஆற்றலும் இராமற் போய்விடுகிறது. உள்ளும் புறமும் பரந்து விரிந்து கிடக்கும் இரண்டு விளையாட்டு மைதானங்கள் நமக்குப் புலனாகின்றன. ஒன்று இனிய கற்பனைகள் நிறைந்தது; மற்றொன்று இயற்கையின் வெளித் தோற்றமாக விளங்கும் இந்த உலகம். ஒன்று நம் மனவளர்ச்சிக்கு உறுதுணையாக இருப்பது; மற்றொன்று பல வகை வண்ணம், உருவம், மணம் இவற்றால் நம்மை மகிழ்விக்கிறது. இசையும், கற்பனையின் விசித்திரப் போக்கும், அன்பும் உவகையும் நம் உள்ளத்தை கொள்ளை கொள்கின்றன. இயற்கையனுபவத்தினால் மனம் பயன்படுவதோடு உடலுறுதியும் ஆரோக்கியமும் ஏற்படுகின்றன. இத்தகைய மன வளர்ச்சிக்குரிய கற்பனையையும், உடல் வளர்ச்சிக்குரிய நிலைக்களனாக விளங்கும் இந்த உலகையும் குழந்தைகளுக்குக் காட்டி மகிழ்விப்பதை விட்டு, பாவம், அவர்களை வெளிநாட்டுக் கல்வி முறை என்ற சிறையில் அடைத்துச் சங்கிலிகளினால் பிணைத்து வைப்பது போல் ஒரே இடத்தில் கட்டிப் போட்டு விடுகிறோம். தாய் தந்தையரின் உள்ளத்தில் அன்பு ஊறுவதற்கு மக்கள் தாமே காரணம். பின் அன்னையின் மடி யாருக்காக அமைந்தது, சொல்லுங்கள்! உருவில் சிறியவர்களாக இருந்தாலும் வீடு கலகலவென்று விளங்கும்படி செய்பவர்கள் யார்? இளமையின் மகிழ்ச்சி பொங்க விளையாடி எவர்க்கும் இனிமையை ஊட்டும் அந்தக் கள்ளங்கபடற்ற குழந்தைகளைத்தான் இப்படிப் பள்ளிக்கூடச் சிறையில் தள்ளி

வாட்டுகிறோம். அந்நிய மொழி இலக்கணத்தையும் சொல்லடுக்குகளையும் கட்டிக் கொண்டு அவர்கள் அழ வேண்டியிருக்கிறது. இப்படிச் சுவையற்ற வாழ்வு வாழ்கிறார்கள் நம் சிறுவர்கள். அதில் மகிழ்ச்சிக்கோ, ஓய்வுக்கோ, புதுமைக்கோ இடம் ஏது? இந்த நிலையில் எப்படி மனவளர்ச்சியோ, பரந்த அறிவோ, உயர்ந்த பண்போ அவர்களுக்கு ஏற்படும்? இரத்தம் சுண்டி வெளுத்துக் கிடக்கும் சோனிகளைப் போல் ஆகிவிடுகிறார்கள் அவர்கள். இப்படிப்பட்டவர்கள் வயதுக் காலத்தில் தாமாக யோசித்து ஏதாவது செய்ய முடியுமோ? தம்முடைய சொந்த வலிமை என்ற ஒன்று இருந்தாலன்றோ அவர்கள் தலைநிமிர்ந்து வாழ்க்கையில் வரும் இடையூறுகளைச் சமாளிக்க முடியும்? கடைசியில் நெட்டுருப் போட்டு, நோட்டுப் புத்தகத்தை அப்படியே கரைத்துக் குடித்துப் தேர்வில் எழுதினதெல்லாம் எதற்குப் பயன்படுகின்றன? அடிமைபோல் பல்லை இளித்துச் சலாம் போடும் எழுத்தர் வேலைக்குத்தான்!

ஒரு பருவத்துக்கும் மற்றொரு பருவத்துக்கும் தொடர்பு உண்டு. இளமை எத்தகையது? குழந்தைப் பருவம், சிறு பிள்ளைப் பருவம். இப்படிப் படிப்படியாகத்தான் அது உருவாகிறது; இது அனுபவத்தில் தெரிந்தது. இதைப் புதிதாக விளக்க வேண்டிய தேவையில்லை. தொழிலில் இறங்கினதுமே எல்லா அனுபவமும் ஏற்பட்டு விடுகிறதா? நாம் எண்ணிய எல்லாம் கிட்டி விடுகிறதா? போகப் போகத்தானே வசதிகள் பெருகி நிறைவு காண முடிகிறது?

சிந்திக்கும் ஆற்றலும் கற்பனா சக்தியும் மனித வாழ்வுக்கு இன்றியமையாதவை; இதில் சந்தேகத்துக்கே இடமில்லை. உண்மையாகவே மனிதப் பண்பு வளர வேண்டுமானால் இந்த இரண்டு வகை ஆற்றல்களுக்கும் இடம் அளிக்க வேண்டும். ஆகவே, சிறுவயதிலிருந்தே ஆராயவும், கற்பனையில் ஈடுபடவும் தயங்கக் கூடாது. வயது வந்த பிறகு திடீரென்று தேடினால் இந்த ஆற்றல்கள் கிட்டிவிட மாட்டா.

ஆனால், நம்முடைய தற்காலக் கல்விப் பயிற்சி முறையோ இந்த இரண்டு வகை ஆற்றல்களுக்கும் இடமளிக்கவேயில்லை. மொழியைக் கற்பதிலேயே காலத்தைப் போக்கி விடுகிறோம். முன்பேதான் சொன்னேனே! ஆங்கிலம் நமக்கு முற்றும் அந்நிய மொழி; அதைக் கற்றுக் கொடுப்பவர்களோ சொற்பமாகப் பயிற்சி பெற்றவர்கள். மொழியைக் கற்கும்போது சில கருத்துகள் நமக்குப் புதிதாக இருப்பதால் எளிதில் அவை புரிவதில்லை. வெகு காலம் அப்படியே கழிந்து விடுகிறது. கடைசியில் ஓரளவு புரிகிறது என்றே வைத்துக் கொள்ளலாம். அதுவரை வீணாகக் கிடந்த சிந்தனா சக்தி தனக்குரிய வாய்ப்புக் கிட்டாமல் மங்கி விடுகிறது. ‘எண்ட்ரன்ஸ்’ ஏன்

எஃப். ஏ., வரைக்குங்கூட ஏதோ ஒப்புக்கு ஆங்கிலம் படிக்கிறோமே யொழிய அதில் ஆழ்ந்த அறிவு ஏற்படுவதில்லை. அப்புறம் திடீரென்று பி.ஏ., வகுப்பில் பெரிய பெரிய புத்தகங்களை வைத்துக் கொண்டு பிரமாதமானவற்றையெல்லாம் அலசி ஆராய வேண்டியிருக்கிறது. அவற்றைத் தெளிவாகப் புரிந்து கொள்ள நமக்குச் சக்தியும் இருப்பதில்லை; நேரமும் போதாது. எல்லாவற்றையும் குழப்பிக் கதம்பமாக்கி வைத்த 'நோட்ஸ்' அல்லது குறிப்புத் தாளை ஒரேயடியாகக் கரைத்துக் குடித்தாக வேண்டியிருக்கிறது.

படித்துக் கொண்டு போகிறோமே தவிரக் கூடவே அதைப் பற்றிச் சிந்தித்து ஆராய முற்படுவதில்லை; அப்படியென்றால் என்ன பொருள்? 'வெறும் மணலையும், சுண்ணாம்பையும் செங்கல்லையும் குவித்துக் கொண்டே போகிறோம்; அவற்றை வைத்துக்கொண்டு கட்டிடம் கட்டத் தெரியவில்லை நமக்கு; புதிதாக ஒன்றை ஆக்கத் தகுதியற்று இருக்கிறோம்' என்றுதானே சொல்ல வேண்டும்? இந்தச் சமயம் பார்த்து பல்கலைக்கழகத்திலிருந்து - கல்லூரி வகுப்புகள் தொடங்குவது முதல் - சீராக எல்லாவற்றிலும் தேர்ந்தாக வேண்டும் என்ற உத்தரவு பிறக்கிறது; திடீரென்று மேஸ்திரி வந்து சிற்றாட்களைப் பார்த்து, "மூன்றடுக்கு மாடி வீட்டைக் கட்டுங்கள்" என்று கட்டளையிடுகிற மாதிரிதான் இருக்கிறது இதுவும். உடனே நாமும் ஏதோ கையில் கிடைத்ததைக் கொண்டு இரண்டு ஆண்டில் எதெதையோ நெட்டுருப் போட்டு, பி.ஏ., எம்.ஏ., பட்டம் பெற்று விடுகிறோம். கொத்தர்கள் இல்லாமல் சிற்றாட்களை வைத்துக் கொண்டு காரையையும் கல்லையும் மணலையும் குவித்து மொத்தையாக ஒன்றை எழுப்பி விட்டால் அது கட்டிடம் ஆகிவிடுமோ? அதில் தங்குவதுதான் சாத்தியமா? அதில் காற்றும் வெளிச்சமும் எப்படிப் புகும்? ஜன்னலோ, வாயிலோ அதில் ஏது? இத்தகைய கல்வியா வாழ்க்கையில் நமக்கு உதவப் போகிறது? சுவையோ அழகோ இதில் இருந்தால்தானே! ஆனாலும் என்ன செய்வது? இதை வைத்துக் கொண்டே எப்படியோ காலந் தள்ளி வர வேண்டியிருக்கிறது!

கையில் இருக்கும் சரக்குகளுக்குக் குறைவில்லை. மன வளர்ச்சிக்கு இத்தனை சரக்கு நம்மிடம் முன்னே இருந்ததில்லை என்பதும் உண்மையே. ஆனால் இவற்றைக் குவித்து வைக்கத் தெரிந்ததே தவிர இவற்றைக் கொண்டு புதிதாக ஏதும் உருவாக்க முடியவில்லையே! சரக்கு இருந்தாலும் அதைப் பயன்படுத்தத் தெரிய வேண்டும். நாமோ அதுதெரியாமல் சரக்கு இருக்கிறதே என்ற எண்ணத்தில் சும்மா இருந்து விட்டோம். ஒரே சமயத்தில் சரக்கைக் குவித்துக் கொண்டும் இருக்க வேண்டும்; கட்டிடமும் கட்டிக் கொண்டிருக்க வேண்டும்; அப்போதுதான் நம் எண்ணம் ஈடேறும்.

நல்ல சரக்கு நம் கையில் கிடைத்ததும் உடனே அதை எப்படிப் பயன்படுத்துவது, அதன் இயல்பு என்ன, வாழ்க்கைக்கு அது எந்த விதத்தில் பொருந்தும் - இப்படி ஆராய்ந்து ஒரு முயற்சியில் இறங்குவதுதான் உண்மையான பயிற்சி. கல்விக்கும் இது பொருந்தும். மனிதனுடைய வளர்ச்சி ஒரு திசையில் செல்ல, அவனுடைய கல்வியறிவு அதற்கு மாறான திசையில் குவிகிறது. இந்த அறிவுப் பெருக்கம் வாழ்க்கைக்குப் பயன்படாத முறையில் அமைகிறது. சமையல் அறையில் தின்பண்டங்களைக் குவித்து வைத்துக்கொண்டு, அதே சமயம் அவற்றை உண்ணாமல் கிடந்தால் என்ன ஆகும்? நம் ஜீரணப் பையிலிருந்து சுரக்கும் நீரே திரும்பத் திரும்ப வயிற்றில் கொட்டிக் கடைசியில் வயிற்றைப் பசி பிடுங்கித் தின்னும். நம் நாட்டில் இத்தகைய விபரீதத்தைத் தான் பார்க்கிறோம். இதுபோலவே பயன்படாத கல்வியறிவு சிறுவர்களின் மனவளர்ச்சியை நிச்சயமாகப் பாதிக்கும்.

ஆகவே, சிறுவர்கள் பிற்காலத்தில் முன்னுக்கு வர வேண்டுமானால் - மனிதர்கள் என்ற பெயருக்குத் தகுதி உடையவர்களாக வேண்டுமானால் - இளமையிலிருந்தே அதற்கேற்ற பயிற்சியை நாம் அளித்து வர வேண்டும். இல்லாவிட்டால் வயது வந்தபோதும் சிறுபிள்ளையின் புத்திதான் அவர்களுக்கு இருக்கும். குழந்தைப் பருவத்திலிருந்து நெட்டுருப் போடுவதொன்றே முக்கியம் என்று கொள்ளாமல், கூடவே சிந்தனை செய்யும் ஆற்றலையும் கற்பனாசக்தியையும் அவர்கள் வளர்த்துக்கொள்ள நாம் வாய்ப்பு அளிக்க வேண்டும். காலையிலிருந்து மாலைவரை ஓயாமல் உழுவதுபோல், விடாமல் பேனாவை ஓட்டிக் கொண்டிருப்பதும், பிரம்படிக்குப் பயந்து நெட்டுருப் போட்டுத் தேர்வில் எழுதுவதுமே 'மனிதப் பிறவியினால் கண்ட பலன்' என்று கருதுவது தவறு. சாரமற்ற கல்விப் பயிற்சி என்னும் நிலத்தில் இப்படி அளவுக்கு மிஞ்சிய விதைகளை விதைப்பதால் பொன்னிறக் கதிர் விளைந்து விடாது; விதைகள் வீணாவதுதான் நாம் காணும் பலன்! வறண்டு களராகக் கிடக்கும் அதன் மண்ணை எத்தனை தடவை உழுதாலும் என்ன பலன் கிட்டும்? ஆகவே, வாழ்க்கைக்குப் பயன்படுவதாய்ச் சுவையோடு கூடிய கல்விப் பயிற்சிதான் இன்று தேவை. சாரமுள்ள நிலத்திலும் இளம் பயிர் தலை தூக்கும் சமயம் பார்த்து மழை பெய்யாவிட்டால், அது சாவியாகப் போய் விடுகிறது; அப்புறம் ஏராளமான மழை பெய்தும் பயன் இல்லை. அதுபோலவே பயன் தரும் கல்விப் பயிற்சியாக இருந்தாலும் அதையும் தக்க சந்தர்ப்பத்திலேதான் அளிக்க வேண்டும். சிறுவர்களுக்கு அதை ஏற்கும் பக்குவம் வரும்போது அளிக்காமல், அப்புறம் எவ்வளவுதான்

அவர்கள் மூளையில் ஏற்றப் பார்த்தாலும் அது ஏறாது. கற்பனா சக்தியையும் சிந்திக்கும் ஆற்றலையும் தரக்கூடிய இலக்கியங்களைச் சின்னஞ் சிறுவயதில் போதிக்காமல் பின்னால் அவர்கள் பெரியவர்களாகும்போது புகுத்தப் பார்ப்பது விழலுக்குப் பெய்த மழை என்றுதான் சொல்ல வேண்டும். புதிதாகத் தளிர்க்கும் இளம் பயிர் போன்றவர்கள் சிறுவர்கள். ஒன்றும் அறியாத நிலையிலிருந்த வெளியுலகைக் காண முற்படும்போது அவர்களுக்கு எதுவும் புதுமையாகக் காட்சியளிக்கிறது. அந்தச் சமயம் பார்த்து, நல்ல கருத்துகளும் மகிழ்வூட்டும் செய்திகளும் அவர்கள் இளம் உள்ளத்தைக் கவருகின்றன. இளம் பயிர் தலைதூக்க ஓரளவு மழை தேவையாக இருப்பது போலவே சிறுவருக்கு இந்தக் கருத்துகளும் இனிய செய்திகளும் மிக மிகத் தேவை. அப்போது வெகு விரைவாக அவர்கள் இவற்றை ஏற்றுக் கொள்கிறார்கள். இதனால் உரிய காலத்தில் கதிர் முற்றி அறுவடைக்குத் தயாராக இருப்பது போல் அவர்கள் பெரியவர்களாகும்போது அறிவும் பக்குவமாகிறது. இப்படி இல்லாமல் வளரும் பருவத்தில் அவர்களுக்குச் சுவையற்ற இலக்கண அறிவைப் புகுத்தி, சொல்லடுக்கை நெட்டுருப் போடும் பழக்கத்தையும் கற்றுக் கொடுப்பது எப்படி இருக்கிறது தெரியுமா? மழை இல்லாமல் வாடும் இளம் பயிரில் நீரும் பாய்ச்சாமல் எருவுக்குப் பதில் கொதிக்கும் மணலும், கரிச் சாம்பலும் கொட்டுவது போலத்தான் இருக்கிறது! அப்படித் தப்பித் தவறிக் கற்பனா சக்தியும் சிந்தனை செய்யும் ஆற்றலும் இராமல் இந்த இளம் பிள்ளைகள் வளர்ந்து பெரியவர்களாகிறார்கள் என்றே வைத்துக் கொள்வோம். அப்போது ஐரோப்பிய இலக்கியத்திலிருந்து என்னதான் புதிய புதிய உண்மைகளையும், விசித்திரக் கற்பனைகளையும், உயர்ந்த கருத்துகளையும் இவர்கள் மீது கன மழை போலப் பொழிந்தாலும் அதனால் ஒருபயனும் விளையாது. சின்னஞ் சிறுவயதிலிருந்த ஆர்வம் அப்போது மங்கிவிடுவதுதான் காரணம்.

சுவையற்ற நம் கல்வித் திட்டத்தில் இப்படிப் பொருத்தமில்லாத சமயத்தில் கற்பனையைத் தூண்டவும், சிந்தனைச் சக்தியை வளர்க்கவும் வீண் முயற்சி எடுத்துக் கொள்கிறோம். இந்த நிலையில் குழந்தைப் பருவத்திலிருந்து சிறுவர்களாகிப் பிறகு குமரப் பருவம் வரும்போது கருத்துகளை விட வெறும் சொற்களே நம் மனத்தில் தங்கியிருக்கின்றன. கலைமகளிடம் அன்பு கொண்டு ஈடுபடுவதை விட்டுக் கூலிக்கு வேலை செய்து மடிகிறோம். முதுகுத் தண்டு வளைந்து போய் நம் இளைஞர்கள் வீறு குன்றிக் கிடப்பதையே எங்கும் காண்கிறோம். அவர்களுடைய உடலில் இளமையின் பொலிவு இருப்பதில்லை. ஆங்கில இலக்கியத்தில் செறிந்துள்ள

அருமையான கருத்துகளை ஆழ்ந்து உணர வேண்டிய சமயத்தில் உள்ளூற அவற்றில் ஈடுபாடு ஏற்படுவதில்லை; ஓரளவுக்கு அந்தக் கருத்துகள் புரிந்தாலும் மனத்தில் அவை நன்றாகப் பதிவதில்லை. இளமையிலிருந்து கற்பனா சக்தியையும் சிந்தனை செய்யும் ஆற்றலையும் வளர்க்காததுதான் இதற்குக் காரணம். சொற்பொழிவு நிகழ்த்திக் கட்டுரைகளும் எழுதி விடுகிறோம்; ஆனால், அன்றாட வாழ்க்கைக்கு அந்த ஆங்கில அறிவு பயன்படுவதில்லை.

இப்படி இருபது அல்லது இருபத்திரண்டு ஆண்டுகள் பயின்றும் நம் வாழ்க்கையோடு பொருந்தாத இந்தக் கல்விப் பயிற்சி முறையால் விளையும் பயன் என்ன தெரியுமா? சில கருத்துகள் மட்டும் மனத்தில் ஊன்ற, சில கருத்துகள் நாளடைவில் உதிர் சருகு போல் மனத்தைவிட்டு அகன்று விடுகின்றன. உடம்பெல்லாம் பச்சை குத்திக் கொண்டு அதை ஒரு பெருமையாக எண்ணி மகிழும் காட்டுமக்களைப் போல் இந்த ஆங்கிலக் கல்வி பயின்று, பட்டத்தையும் பெற்றதால் நாம் மற்றவர்களை விட மேதாவிகள் என்பது போல் செருக்குடன் நடந்து திரிகிறோம். நம்முடைய அன்றாட வாழ்க்கைக்கும் இந்தப் படிப்புக்கும் உள்ள தொடர்பு குறைவே. இந்தப் படிப்பு இல்லாமலே கூட வாழ்க்கையிலே பலர் முன்னுக்கு வந்திருப்பதைப் பார்க்கலாம். காட்டுமிராண்டித் தலைவர்கள் சிலர் மலிவான சீமைப் படிகம், மணி இவற்றை வாங்கி உடம்பெல்லாம் தொங்கவிட்டுக் கொள்வது போல் பொருத்தமில்லாத இடங்களிலெல்லாம் நாம் ஹாட்டும் சூட்டும் பூட்டும் போட்டுக் கொண்டு சந்தர்ப்பம் பாராமல் ஆடம்பரமான சில ஆங்கிலச் சொற்களைப் பேசித் திரிகிறோம். இது வெறுங்கேலிக்கூத்தாக இருக்கிறதே தவிர, நம் நாகரிகத்துக்கும் இதற்கும் என்ன தொடர்பு இருக்கிறது? நமக்கே, ‘நாம் கோமாளித்தனமாக நடந்து கொள்கிறோமே’ என்பது புரிவதில்லை; இதைப் பார்த்துச் சிரிப்பவர்களிடம் மேலும் மேலும் ஆங்கிலத்தில் பேசி ஐரோப்பிய வரலாற்றிலிருந்து பெரிய பெரிய சான்றுகளை எடுத்துக் காட்டி ஏதோ பெரிய காரியத்தைச் சாதித்துவிட்டது போல் எண்ணிப் பெருமை அடைகிறோம்.

சிறுவயதிலிருந்தே மொழிப் பயிற்சியோடு கருத்துகளையும் கற்பனைகளையும் வளர்த்து வந்திருந்தால் நம் வாழ்க்கைக்கு அவை பயன்பட்டிருக்கும். அப்போது நாம் ஏதோ தனிப்பட்டவர்கள், மற்றவர்கள் சாமானியமானவர்கள் என்ற எண்ணத்துக்கே இடம் இராது; எல்லோரோடும் இயல்பாகப் பழகி நம் அனுபவத்தை அவர்களுக்குச் சொல்வதில் உள்ளூற மகிழ்ச்சியும் ஏற்படும்.

நன்றாக யோசித்துப் பார்த்தால் நம் வாழ்க்கை முறைக்கும் இப்போதைய கல்வி முறைக்கும் எந்த விதத்திலும் பொருத்தமில்லை என்பது புரியும். நம் குடும்பங்களைப் பற்றியோ நம்மைச் சுற்றியுள்ள இயற்கைக் காட்சிகளைப் பற்றியோ எண்ணி மகிழும் அளவுக்கு நம் பாடப் புத்தகங்களில் என்ன இருக்கிறது? நம் சமூகத்திற்கு ஏற்ற உயர்ந்த பண்புகளை வளர்க்கக்கூடிய இலக்கியங்களில் நாம் பயிற்சி பெறுவதில்லை. நம் தாய் - தந்தையர், சகோதர - சகோதரிகள், உற்றார்-உறவினர் - நண்பர்கள் இவர்களைப் பற்றிய அன்றாட வாழ்க்கை வருணனைகளை இந்தப் பாடப் புத்தகங்களில் பார்க்க முடிகிறதா? நம் வானம், வைகறை, நம் வயல்களில் விளையும் தானியக் கதிர்களின் அழகிய காட்சிகளைப் பற்றித்தான் இவற்றில் விவரித்திருக்கிறதா? நம் நாட்டின் வளத்தைப் பெருக்கி, இன்னிசை பாடிச் செல்லும் ஆறுகளைப் பற்றிய சுவையான வரலாறுகளைத்தான் இவற்றில் காண முடிகிறதா? ஏதும் இல்லை! இதிலிருந்தே நம்முடைய வாழ்க்கைக்கும் இவற்றில் காணும் விஷயங்களுக்கும் எந்த விதமான தொடர்புமில்லை என்பது விளங்கும். அது மட்டுமா? இரண்டுக்கும் உள்ள வேற்றுமைகளே அதிகமாகத் தெரியும். பயிர் நிலத்தில் மழை பொழியாமல் எங்கோ கரம்பிலும் காடு மேடுகளிலும் பொழிவது போலத்தான் இருக்கிறது இது. இந்த வேற்றுமைகளை ஓரளவுக்குப் புரிந்து கொண்டு, ஐரோப்பியருடைய வாழ்க்கை முறையிலும் இலக்கியத்திலும் ஓரளவு சுவை கண்டாலும் அதனால் நமக்குப் பெருநன்மை விளைந்து விடுவதில்லை. எழுத்தர் அல்லது வேறு எதாவது வேலைக்கோதான் போகப் போகிறோம். தலைப்பாகையும் மேலங்கியும் அலுவல் நேரந் தவிர மற்றச் சமயங்களில் பயன்படாதது போல் இந்தக் கல்வியும் அன்றாட வாழ்க்கையில் வேறு எதற்கும் பயன்படாமற் போய் விடுகிறது. இதற்காக மாணவர்களைக் குறை கூறுவது நியாயமில்லை. அவர்களுடைய படிப்புலகம் வேறாகவும், தொழிலுலகம் வேறாகவும் இருக்கின்றன. நாம் சிறு வயதில் கற்ற ஆங்கில இலக்கணத்தையும் சொல்லகராதி அறிவையும் கொண்டு ஓரளவு சமாளிக்கிறோம் என்றாலும், மொத்தத்தில் அவற்றால் நமக்கு என்ன பலன், சொல்லுங்கள்! ஐரோப்பியத் தத்துவமும் விஞ்ஞானமும், தர்க்கநூலும் படித்து முதல் வகுப்பில் தேறியவர்களாக இருந்தும் நம்மவர்களில் பலர் பழைய குருட்டுப் பழக்க வழக்கங்களையே இன்னும் உடும்புப் பிடியாகப் பிடித்துக் கொண்டிருக்கிறார்கள். ஒருபுறம் சுதந்தர சனநாயக இலட்சியங்களைக் குறித்துப் பிரமாதமாகப் பேசுகிறார்கள். மறுபுறம் அர்த்தமற்ற பழக்க வழக்கங்களுக்கு அடிமைகளாகிக் கிடக்கிறார்கள். தங்களையும் மற்றவர்களையும் இப்படி ஒவ்வொரு கணமும் இந்தப்

பழமை என்னும் வலையில் சிக்க வைத்துக்கொண்டு தாமும் வலுவிழந்து பிறரையும் வலுவிழக்கும்படி செய்கிறார்கள். ஐரோப்பிய இலக்கியத்தின் தனிப் பண்பை ரசித்துக் கொண்டே, அதே சமயம் அந்தப் பண்பைத் தம் வாழ்க்கையில் பயன்படுத்தாமல், பணம் திரட்டுவது ஒன்றே நோக்கமாகத் திரிகிறார்கள். இதற்குக் காரணம் என்ன? அவர்கள் பயின்ற கல்விக்கும் நடத்தைக்கும் தொடர்பே இராததுதான். இந்த நிலையில் இரண்டும் எப்படி ஒன்றோடொன்று இணையும்?

இப்படியே வாழ்நாள் முழுவதும் நாம் கற்ற கல்விக்கும் நம் நடத்தைக்கும் முரண்பாடு நீடித்துக் கடைசியில் இந்தப் படிப்பின் மேலேயே அவநம்பிக்கையும் அசிரத்தையும் மூண்டு விடுகின்றன. 'ஐரோப்பியக் கல்வியறிவே வெறும் சூனியம். மேல் நாட்டாருடைய நாகரிகம் அந்தச் சூனியத்தை அடிப்படையாகக் கொண்ட மட்டமான நாகரிகம்; நம்முடைய பழமையான சம்பிரதாயங்களே உண்மை; மேல் நாட்டுப் படிப்பும் நாகரிகமும் மாயமோகினி போல் நம்மை மயக்கிப் படுபாதாளத்தில் தள்ளுகின்றன' என்ற ஒரு தவறான கருத்து ஏற்பட்டு விடுகிறது நம்மவர்க்கு. 'நம்முடைய துரதிருட்டத்தினால் ஏற்பட்ட சூழ்நிலை காரணமாக நாம் முன்னுக்கு வர முடியவில்லை' என்பதை உணராமல் இந்த மேல்நாட்டுக் கல்வியே பயனற்றது என்று முடிவு கட்டி விடுகிறோம். இப்படி நாம் படித்த படிப்புக்கு நாமே மதிப்புத் தராமல் இருந்து வந்தால் - ஆழ்ந்து மேல்நாட்டுப் பண்பையும் இலட்சியத்தையும் ஆராயாமல் மேல்வாரியாக அவற்றைப் பார்த்துவிட்டுத் தவறான முடிவு கட்டி விட்டால் - நமக்கு அந்தப் படிப்பினால் என்ன பயன் ஏற்படும். நம் நடத்தைக்கும் அந்தப் பண்புகளுக்கும் யாதொரு தொடர்பும் இராமற் போய்விடும்; இப்படி அரைகுறைக் கல்விப் பயிற்சியும், மனநிறைவு இல்லாத வாழ்க்கையும் ஒன்றோடு ஒன்று சேரப் பார்த்தால், இரண்டு கோமாளிகள் சேர்ந்து நடத்தும் கேலிக் கூத்தாகத்தான் ஆகிவிடும்.

இந்த விதமாக நம் வாழ்விலே மூன்றில் ஒரு பகுதியை ஆங்கிலக் கல்விப் பயிற்சியில் கழிக்கிறோம். பின்பு அதற்கும் நமக்கும் எந்தவிதமான பொருத்தமும் இராது போய்விடுகிறது; வேறு வகைக் கல்விப் பயிற்சிக்கும் வாய்ப்பில்லாமற் போகிறது. இந்த நிலையில் எப்படி நாம் வாழ்விலே முன்னேற முடியும்?

வாழ்க்கையோடு பொருந்தும் கல்வி முறைதான் இன்று மிக மிக அவசியம். இது எப்படிச் சாத்தியம் என்று கேட்கலாம். தாய்மொழிப் பயிற்சியினாலேயே - நம்நாட்டு இலக்கியத்தைப் படித்து ரசிப்பதனாலேயே - இது முடியும். முதல் முதல் **பங்கிம் சந்திர சட்டோபாத்தியாயர்** '**வங்க தர்சனம்**' என்ற பத்திரிகையின் மூலம்

வங்க இலக்கியத்திலே ஒரு மறுமலர்ச்சியைக் கொண்டு வந்தார். நெடுநாள் மூட்டத்துக்குப் பின் புதிதாகச் சூரியோதயம் ஆகும்போது பறவை, விலங்கு, மக்களினம் இப்படி எல்லா உயிர்களுக்கும் உற்சாகம் ஏற்படுவது போல் வங்காளத்திலே படித்த மக்களிடையே முன் காணாத குதூகலமும் ஆர்வமும் மூண்டன. ஐரோப்பியத் தத்துவம், விஞ்ஞானம், வரலாறு இவற்றில் காண முடியாத புதுமையைக் கண்டு விட்டதால் உண்டான மகிழ்ச்சியா அது? இல்லவே இல்லை. அதுவரை நம்மவரில் ஆங்கிலம் கற்றுத் தேர்ந்தவர்களுக்கும் தாய் மொழிக்கும் தொடர்பு இராதிருந்தது. 'வங்க தர்சனம்' தோன்றிய பிறகு அதன் வாயிலாகப் பங்கிம், வங்க மொழியில் பல புதிய கருத்துகளை விளக்க முடியும் என்பதைத் தெள்ளத் தெளிவாய்க் காட்டினார். வெகுநாள் கழித்து, உள்ளத்தோடு பொருந்தும் விதத்தில் மேல்நாட்டுக் கல்வியும் நம் பண்பும் இணைய முடியும் என்பதை அறிவாளிகள் உணர்ந்தார்கள். 'மேல்நாட்டுக் கருத்துகளை நாமும் ஏற்று நம் இலக்கியத்தை வளப்படுத்த முடியும்' என்பதைப் பங்கிம் நமக்குக் காட்டினார். மதுரா நகரில் கண்ணபிரான் ஆண்டு வந்தான்; கோபிமார்களால் அவனை எளிதில் பார்க்க முடியவில்லை. காவலாளிகளைக் கெஞ்சியும் வேண்டியும் தொலைவிலிருந்து அவனைத் தரிசிக்க வந்தார்கள் கோபிமார்கள். கடைசியில் அரண்மனைப் பணிப் பெண் ஒருத்தியின் நட்புக் கிடைத்தது அவர்களுக்கு. அவள் மூலம் தாம் இளவயதில் நேசித்த கண்ணனுக்குச் சேதி சொல்லியனுப்பினார்கள். அவனும் பழைய இன்ப நினைவுகளை எண்ணி, அகமகிழ்ந்து அவர்களை நாடி வந்தான். பிறகு அவனைப் பிருந்தாவனத்துக்கு அழைத்துச் சென்று இன்பமாகப் பொழுது போக்கினார்கள். இப்படித்தான் 'வங்க தர்சனம்' என்ற பத்திரிகையும் புதுமைக் கருத்தென்னும் கண்ணனிடம் தூது சென்ற பெண்ணைப் போல் இருந்து வங்க மக்களாகிய கோபியரின் விருப்பம் ஈடேறும்படி செய்தது. நம் வீட்டிலும், சமூகத்திலும், உள்ளத்திலும் புதிய ஒளி தோன்றியது. நாம் நம் வீட்டுப் பெண்களை பங்கிம் சந்திரருடைய கதைகளில் வரும் சூரியமுகி, கமலமணி போன்ற உன்னதமான பெண்மணிகளாகவே கருதலானோம். சந்திரசேகரன், பிரதாபன் போன்ற ஆண்களையும் மதிக்கத் தொடங்கினோம். இப்படி உயர்ந்த இலட்சியங்களை இந்தக் கதாபாத்திரங்கள் நம் உள்ளத்தில் பதியும்படி செய்ததனாலேதான் வங்க இலக்கியத்துக்கு ஒரு மதிப்பு ஏற்பட்டது.

இவ்விதம் பங்கிம் சந்திரர் ஒப்பற்ற முறையில் புதிதாக உற்சாகமும் மகிழ்ச்சியும் ஊட்டியதால் அறிவாளிகளிடையே வங்க மொழியில் புதுமைக் கருத்துகளை வெளியிட வேண்டும் என்ற ஆர்வம் எழுந்தது.

'ஆங்கிலம் நம் உத்தியோகத்துக்கு ஏற்ற மொழி; நம் கருத்துகளை அதில் விளக்குவதென்றால் அவ்வளவாகச் சாத்தியமில்லை' என்று மட்டும் நமக்குப் புரிந்திருந்தது. குழந்தைப் பருவத்திலிருந்து என்னதான் ஆங்கிலம் கற்றுத் தேர்ந்தாலும், நம் நாட்டிலே நிலையாக இடம் பெற்ற இலக்கியம் தாய் மொழியிலேதான் இருக்கிறது. இதற்கு முக்கியமான காரணம், நம்மவர் என்னதான் ஆங்கில மொழியில் விற்பன்னர்களானாலும் ஆங்கிலேயர்களைப் போல் அவ்வளவு பழக்கம் நம்மவர்க்கு அதில் இருப்பது சாத்தியமில்லை. ஆங்கிலேயர்களுக்கோ ஆங்கிலமே தாய்மொழி; எளிதில் தம் கருத்துகளை அவர்கள் வெளியிடலாம். நமக்கு வங்கம் தாய் மொழி; நம்முடைய மொழியில் உள்ள கருத்துகளை எளிதில் நாம் அவர்களது மொழியில் கொண்டு வர முடியாது. ஆனால் நம் மொழியில் நம் கருத்துகளை எளிதில் வெளியிட முடிகிறது. வழி வழியாக இப்படி அந்த அந்த மொழி பேசும் மக்களிடையே கருத்துக்கள் ஊறி, அவரவர் தாய் மொழியில் அவற்றை விளக்குவதுதான் இயல்பு; எளிதுங்கூட. அந்நிய மொழியில் அப்படித் தங்கு தடையில்லாமல் நம் கருத்துகளை விளக்குவது சாத்தியமில்லை.

இப்போது நம்மவரிடையே ஆங்கிலப் பயிற்சியில் தேர்ந்தவர்கள் என்று பெருமை பாராட்டிக் கொள்ளும் சிலர் தாங்கள் கிரகித்த புதுக் கருத்துகளை வங்க மொழியில் வெளியிடப் பார்க்கிறார்கள். ஆனால் வங்க மொழி என்னும் மடந்தைக்கு ரோஷம் மிகுந்து விடுகிறது. இத்தனை நாள் அவளைக் கவனிக்காமல் அசிரத்தையாக இருந்துவிட்டுத் திடீரென்று இன்று நினைத்த மாத்திரத்தில் அவள் தங்கள் முன் வந்து நிற்க வேண்டுமென்றால், அவள் தன் முழு எழிலுடன் இந்தக் கர்விகளின் எதிரே வந்து நின்று விடுவாளா என்ன? அவ்வளவு எளிதில் இவர்களுக்கு அவள் பணிந்துவிட மாட்டாள்... ஐயா மேதாவி! எங்கள் வங்க மடந்தை எத்தகைய மென்மை வாய்ந்தவள் தெரியுமா உமக்கு? இந்த அழகியை எப்படி மதித்துப் போற்ற வேண்டும் என்றாவது உமக்குத் தெரியுமா? இவளுடைய கண்ணோக்கிலே உள்ள ஒளி பொருந்திய புன்சிரிப்பும், இத்தனை காலம் இவள் சிந்திய கண்ணீரின் கறைபட்டு அதிலே தோன்றும் கருணையும், இவளுடைய திவ்விய மேனியும் அன்பின் களஞ்சியம்; பக்திக்கு இருப்பிடம்; இந்த ஆழ்ந்த உண்மை உனக்கு எப்படி விளங்கும்? மனப்பூர்வமாக இவளை ஏற்க விரும்புகிறாயா என்ன நீ! இல்லவேயில்லை. "நான் மில் (*Mill*), ஸ்பென்ஸர் (*Spencer*) எல்லாம் படிந்திருக்கிறேன். எத்தனையோ பெரிய பெரிய தேர்வுகளிலெல்லாம் வெற்றி பெற்று என்னைப் போன்ற மேதாவியான ஆணழகனைத் தேடி எத்தனை பேர் விழுந்தடித்துக் கொண்டு தங்கள் ஆஸ்தியோடு பெண்ணையும் கொடுக்கத் தயாராக இருக்கிறார்கள்!

அப்படி இருக்க, இங்கே எழுதப் படிக்கத் தெரியாத மக்கள் தங்கள் வீட்டிலே பேசும் இந்த மட்டமான மொழி நான் விரலை ஆட்டினதும் என் காலடியில் வந்து விழ வேண்டாமா? ஆங்கிலம் படித்தவன் வங்காளியில் எழுதுகிறேனே. இதைவிட வேறு என்ன வேண்டும்? ஆங்கிலத்தில் சிரமமில்லாமல் எழுதிப் பழகிப் பெயரும் புகழும் எடுப்பதைக் கூட விட்டு விட்டு இதோ பொன்னான அரிய கருத்துகளை நான் இந்தத் தரித்திரம் பிடித்த நாட்டில் வழங்கத் தயாராக இருக்கிறேன்... ஆங்கிலத்தோடு தொடர்பில்லாத நாட்டுப்புற மொழியே! மன்னாதி மன்னன் பவனி வரும்போது ஏழைகள் கூட்டத்தை விலக்கி வழி விடுவது போல் எனக்கு எதிரே தடையாக இருக்கும் மொழிச் சிக்கல்களையெல்லாம் அகற்று... பட்டிக்காட்டுக் கும்பலே! உங்களுக்கு நன்மை செய்ய வந்திருக்கிறேன் என்று தெரியவில்லையா? உங்களுக்கு அரசியல் பொருளாதாரம் பற்றி இரண்டொரு விசயம் சொல்லித் தருகிறேன்; கேளுங்கள். உயிரியலிலிருந்து தொடங்கிச் சமுதாய இயல், மனத்தத்துவம் இப்படி எல்லாவற்றையும் உங்களுக்குத் தெரிவிக்க வந்திருக்கிறேன். பரிணாம ரீதியில் உலகத்திலே என்ன என்ன நிகழ்கிறது என்பதைக் கற்றுத் தேர்ந்தவன் நான். அதை அப்படியே சிறிதும் ஒளிக்காமல் உங்களுக்குச் சொல்லிக் கொடுக்க வந்திருக்கிறேன். இதோ சரித்திரம், தத்துவம் பற்றி நான் எழுதும் கட்டுரை; பல மொழிகளில் வெளியாகியிருக்கும் அரிய நூல்களிலிருந்தெல்லாம் எடுத்துக்காட்டாகச் சிலவற்றை அதன் ஒவ்வொரு பக்கத்திலும் அடிக்குறிப்பாக எழுதி வைத்திருக்கிறேன், பாருங்கள். ஐரோப்பிய இலக்கியத்தைப் பற்றி ஒரு புத்தகம் வெளியாகியிருந்தது; அதை விமரிசனம் செய்த பிரமுகர் என்ன என்னவெல்லாம் சொல்லியிருக்கிறார் என்பதைக் கூட உங்களுக்கு வெளியிடத் தயார். ஆனால் ஓர் எச்சரிக்கை: உங்கள் மட்டமான மொழி நான் கட்டளையிட்ட மாத்திரத்தில் நான் எழுதுவதற்கு ஏற்றபடி எளிதில் வராவிட்டால் நான் அதில் எழுதப் போவதில்லை! இதோ சொல்லி விட்டேன்... வக்கீல் தொழில் அலுவல் செய்தோ, டெபுடி மாஜிஸ்திரேட்டாக அலுவல் பார்த்தோ நான் காலந் தள்ள முடியும்; பெயரும் எடுக்க முடியும். ஆங்கிலத் தினசரிகளில் தலையங்கம் எழுதிப் பல விஷயங்களை அலசி ஆராய்ந்தால் போகிறது; எனக்கென்ன குறைச்சல்! அதனால் உங்களுக்குத்தான் நஷ்டம் என்று தானே எண்ணுகிறீர்?"

உம்மைப் போன்ற நல்ல நல்ல பிள்ளைகளையெல்லாம் ஆதரிக்காமல் இருக்கிறாளே வங்கமடந்தை! 'நாணமும் பொலிவும் கொண்டு விளங்கும் பெண்ணே! இப்படி நீ இவர்களை ஆதரிக்க முன் வராமல் இருந்தால் இவர்கள் கோபித்துக் கொண்டு அப்புறம்

உன்னைச் சீந்தக்கூட மாட்டார்களே! இது கூட உனக்குத் தெரியவில்லையா?' என்றுதான் கேட்கிறேன். வங்க மொழியில் கடிதம் எழுத மாட்டீர்; நண்பர்களோடு பேசும்போது வங்க மொழியை எவ்வளவு விலக்க முடியுமோ அவ்வளவு தூரம் விலக்கி வைக்கப் பார்க்கிறீர். வங்காளிப் புத்தகம் ஏதாவது கிடைத்தால் அதைப் பின் கட்டில் வீசி எறிந்துவிட்டுப் போய்விடுகிறீரே, ஐயா! பாவம், வங்க மடந்தை செய்த குற்றந்தான் என்ன? சற்று ரோஷக்காரி; அவ்வளவுதானே? இதற்கா அவளுக்கு இவ்வளவு பெரிய தண்டனை விதிக்கிறீர்? மேதாவியே! உமக்கு ஒரு கும்பிடு போட்டுவிட்டு இதோ போய் விடுகிறேன்...

முன்பே, 'நாம் இளவயதில் கல்வி பயிலும் முறைக்கும் கற்பனா சக்திக்கும் தொடர்பில்லை' என்று சொன்னேன்; சற்று வயதாகிக் கல்லூரிக்கு வந்ததும் இதற்கு மாறான நிலை ஏற்படுகிறது. ஆங்கிலத்தின் புதிய கருத்துகள் மனத்தில் வந்து குவியும்போது சொந்த மொழியில் அவற்றை வெளியிடும் ஆற்றல் இருப்பதில்லை. மொழிப் பயிற்சியோடு கூடவே கருத்துகளைக் கற்றுணரும்படி செய்ய வேண்டும். இப்படி இரண்டும் இணையாததனாலேதான் ஐரோப்பிய மொழிக் கருத்துகளை உள்ளபடி நாம் உணர முடிவதில்லை. இதனால் நம்மவரில் ஆங்கிலம் படித்துப் பட்டம் பெற்ற பலர் ஐரோப்பியருடைய நல்ல பண்புகளையெல்லாங்கூட ஏற்காமல் ஒரே மொத்தமாக அவற்றை இகழத் தொடங்கியிருக்கிறார்கள். அதே சமயம் தாய்மொழியில் தக்க பயிற்சி இராததால் அவர்களுக்கும் அதற்கும் தொடர்பு இராமற் போய் விடுகிறது; ஆகவே, அதன்மேலும் வெறுப்பு மூண்டு அதை அவமதிக்கிறார்கள். தங்களுக்குத் தாய் மொழியில் பயிற்சி இல்லை என்பதை மட்டும் அவர்கள் ஒப்புக் கொள்ளவே மாட்டார்கள். "வங்காளியில் நம் மனத்திலே தோன்றும் கருத்துகளைச் சொல்ல முடியுமா என்ன? நம்மைப் போல் அறிவாளிகளுக்கு ஏற்ற மொழி இல்லை அது!" என்ற சொல்லிப் பெருமை கொள்கிறார்கள்! உண்மைதான்; கைக்கு எட்டாத திராட்சைப் பழத்தைப் பார்த்து, 'அந்தப் பழம் புளிக்கும்' என்று குள்ள நரி சொன்னமாதிரி நம்மை நாமே ஏமாற்றிக் கொள்கிறோம்.

எப்படிப் பார்த்தாலும், மொத்தத்தில் நம் உணர்ச்சிகள், கருத்துகள் இவற்றுக்கும் அன்றாட வாழ்க்கைக்கும் பொருத்தம் இல்லாமல் போய்விட்டது. மனிதப் பண்பு பல வகையில் சிதறிப் பயனற்றுப் போகிறது. நமக்குள் ஒற்றுமையுணர்வு ஏற்பட்டு உறுதியாக நிற்க முடியவில்லை. நமக்குத் தேவையான மொழியாற்றல் சமயத்தில் நம் கைக்குக் கிட்டுவதில்லை. ஒரு கதை உண்டு: ஏழை ஒருவன் குளிர்காலமெல்லாம் பிச்சையெடுத்துப் பொருள் சேர்த்துக் கம்பளி

வாங்கினானாம். ஆனால் அதை வாங்கும்போது கோடைக்காலம் வந்து விட்டதாம்; மறுபடியும் கோடை முழுவதும் சிரமப்பட்டு மெல்லிய ஆடை ஒன்றை வாங்கினானாம்; அப்போது வாடைக்காலம் வந்துவிட்டதாம். இதற்குள் வேறு வழியின்றி அவன் கட்டி வந்த கம்பளியும் கிழிந்து விட்டதாம். தேவதை ஒன்று இதைப் பார்த்து மனமிரங்கி, "உனக்கு என்ன வரம் வேண்டுமோ கேள்" என்றதாம். ஏழை "எனக்கு வேறொன்றும் வேண்டாம். பொருத்தம் இல்லாமல் இப்படிக் கோடையில் கம்பளியும், வாடையில் மெல்லிய ஆடையும் கிடைப்பதை மாற்றிக் காலத்துக்கு ஏற்ற ஆடை கிடைக்கும்படி செய்தால் போதும்" என்று வேண்டிக் கொண்டானாம்.

நாமும் அப்படியே வேண்டுவோம். கல்விப் பயிற்சியில் உள்ள இத்தகைய முரண்பாடு நீங்கினாலொழிய நம் வறுமை தீராது. ஆண்டவனிடம் நாம் வேண்டக்கூடிய வரம் இதுதான்: "பசிக்கு ஏற்ற உணவும், குளிருக்கு ஏற்ற ஆடையும் கருத்தை வெளியிடத்தக்க மொழியும், வாழ்வுக்குப் பொருத்தமான கல்விப் பயிற்சியும் எங்களுக்கு அமையும்படி அருள் புரிவாய்."

'நம் கையில் நீரும் தொண்டையில் தாகமும் இருந்தும் நாம் அந்த நீரைக் குடிக்காமல் சும்மா இருக்கிறோம். இதை அறிந்து உலகம் சிரிக்கிறது; நம் கண்ணிலோ நீர் பெருகுகிறது; கையிலுள்ள நீரைக் குடிக்க முடியாமல் ஏனோ நிற்கிறோம்!' என்ற கருத்துள்ள ஹிந்திப் பாட்டுத்தான் இப்போது எனக்கு நினைவு வருகிறது. நீரில் இருந்தும் மீன் தாகத்தோடு இருக்கிறது என்பதைக் கேட்கச் சிரிப்புத்தான் வருகிறது.

ஆம், இந்தியா உலகுக்கு அளிக்கும்

அறிவியலும் அறிவார்மமும் இணைந்ததொரு கல்விமுறை தேவை என்பதைக் குருதேவர் இக்கட்டுரையில் விளக்குகிறார். அவருடைய அரசியல் பார்வை, சமூக அக்கறை, தேசியம் பற்றிய அவருடைய ஆழ்ந்த கருத்து, புதுயுகம் பிறக்கிறது என்பதில் அவருக்கிருந்த மகிழ்ச்சி, நம்பிக்கை இதில் தெளிவாகத் தெரிகிறது. உலகின் மூலை முடுக்குகளிலிருந்தெல்லாம் அறிவுச் செல்வத்தைத் தேடிப் பெறத் துடிக்கும் இந்தியா, ஈடாக உலகுக்களிக்கத் தன்னகத்தே பெருஞ் செல்வத்தைக் கொண்டுள்ளது என்கிறார்.

இக்கட்டுரை 1922 ஆம் ஆண்டு செப்டம்பர் - அக்டோபரில் எழுதப்பட்டது.

இன்று உலகில் மேல்நாட்டார் வெற்றியாளராக விளங்குகிறார்கள் என்பதை நாம் ஏற்றுக்கொண்டுதான் ஆக வேண்டும். பூமியை அவர்கள் காமதேனுவாகக் கொண்டு வேண்டிய அளவுக்கு மேலும் பொங்கி வழியக் கறந்து பயன் காண்கிறார்கள். நாமோ இதைப்

பார்த்து 'ஆ' என்று வாயைத் திறந்து கொண்டிருக்கிறோம். முயற்சியின்மையால் நாளுக்கு நாள் நம் உணவுப் பொருள் வளங்குன்றி வருகிறது; இது ஒரு வகையில் நம் துரதிருஷ்டமுங்கூட. பசியின் கொடுமை. மிகுதியாக ஆக அவர்களைப் பார்த்து நமக்கு எரிச்சல் எரிச்சலாக வருகிறது. 'அவர்களுக்கு உண்ண நிறைய உணவு கிடைக்கிறதே' என்று எண்ணிக் குமுறும்போது, 'நமக்குச் சரியானபடி வாய்ப்புக் கிடைத்தால் அதைக் கவர்ந்து கொண்டுவிட முடியாதா!' என்றுதான் பார்க்கிறோம். ஆனால் அத்தகைய வாய்ப்பு நமக்குக் கிட்டுவது எப்படி என்றுதான் புரியாமல் திண்டாடுகிறோம். இன்றுவரை அவர்களுக்குத்தான் அந்த வாய்ப்பு இருந்து வருகிறது; இன்னும் அந்தப் பேறு நமக்குக் கிட்டவில்லை.

ஆனால் இந்த நிலைக்குக் காரணம் என்ன? உலகத்தை ஆண்டு அனுபவிக்கும் உரிமை அவர்களுக்கு எப்படி வந்தது? ஆகவே, அவர்களிடம் நிச்சயமாக ஏதோ ஓர் ஆற்றல் இருக்கிறதென்பதை நாம் ஒப்புக் கொள்ளத்தான் வேண்டும். நாம் எவ்விதமாவது ஒன்று சேர்ந்து, 'அவர்களுக்கு உணவு கிட்டாதபடி செய்து நமக்குள் பங்கிட்டுக் கொண்டு விடலாமே' என்றால், அது அவ்வளவு எளிதான காரியமில்லை. மோட்டார் ஓட்டுபவனின் மண்டையில் ஒரு போடு போட்டு அவனைக் கீழே தள்ளினதும் எஞ்சினை - இயந்திரத்தை - நம் விருப்பப்படியெல்லாம் கையாள முடியும் என்று எண்ணினால் அதை விட மடமை வேறில்லை. உண்மையில் மோட்டார் ஓட்டி என்ற வடிவில் அதை ஓட்டும் அனுபவ அறிவு ஒன்று அங்கே அமர்ந்திருக்கிறது. வெறும் கோபத் தீயால் 'எஞ்சின்' ஓடி விடாது; அதை ஓட்ட நமக்குத் தெரிந்திருக்க வேண்டும். கையில் வித்தை இருந்தால் தானாகவே எதுவும் நம் கைவசமாகும்.

ஒரு தந்தைக்கு இரண்டு புதல்வர்கள். தந்தை தாமே மோட்டாரை ஓட்டிச் செல்கிறார். அப்போது அவர் தம் மனத்துக்குள், "நம் புதல்வர்களில் மோட்டார் ஓட்டக் கற்றுக் கொள்பவனுக்கு இதைக் கொடுத்து விடலாம்" என்று எண்ணுகிறார். அவர்களில் ஒரு பையன் சூடிகை; அவனுக்கு மோட்டாரைப் பற்றித் தெரிந்துகொள்ள வேண்டுமென்று ஆவல். தந்தை அதை எப்படி ஓட்டுகிறார் என்று ஊன்றிக் கவனித்து வருகிறான். இன்னொரு பையன் மகாசாது. அவன் மிகவும் மரியாதையோடும் பக்தியோடும் தந்தையினுடைய திருவடிகளே கண்ணாக இருக்கிறான். அவருடைய கை எந்தப் பக்கமெல்லாம் திரும்புகிறது என்பதை அவன் கவனிப்பதில்லை. சூடிகையான பையனோ மோட்டாரின் நுட்பங்களையெல்லாம் நன்றாகக் கண்டு கொள்கிறான்; எப்படி ஓட்டுவது என்பதையும் கற்றுக் கொள்கிறான். ஒருநாள் மோட்டாரை ஓட்டிக் கொண்டு

'பாம் பாம்' என்று அதன் 'ஹார்னை' அழுத்தியபடி கிளம்பி விடுகிறான். மோட்டாரை ஓட்டும் உற்சாகத்தில், தந்தை வீட்டிலே இருக்கிறாரா இல்லையா என்பதுகூட அவன் கண்ணுக்குப் படுவதில்லை. இராப் பகலாய் அதுவே பொழுது போக்காகத் திரிகிறான். அதற்காக அவனுடைய தந்தை அவனைக் கண்டித்துக் கழுத்தில் குத்து விட்டு நெட்டிப் பிடித்துத் தள்ளி மோட்டாரை அவனிடமிருந்து பிடுங்கிக் கொண்டு விடவில்லை. தம்மைப் போலவே தம் மகனும் மோட்டார் ஓட்டத் தெரிந்து கொண்டிருப்பதைப் பார்த்து மகிழ்ச்சிதான் அவருக்கு ஏற்படுகிறது. மகாசாதுவான மற்ற மகனோ தன் சகோதரன் நாள்தோறும் தங்கள் நெல்வயலில் மோட்டாரை ஓட்டிக் கொண்டு போய்ப் பயிரையெல்லாம் பாழாக்குவதைப் பார்க்கிறான். "இவனைத் தடுக்க யாரால் முடியும்! எதிரே வந்து நின்றால் கூடத் தயங்காமல் நம் மேலே ஓட்டிக் கொண்டு போய் விடுவான் போல் இருக்கிறது; சாவு நிச்சயம்" என்று அஞ்சி ஒதுங்கி நிற்கிறான். தந்தையைப் பார்த்து, "எனக்கு ஒன்றுமே வேண்டாம்" என்று சொல்லி விடுகிறான்.

ஆனால், இப்படி அவசியமாக ஒன்று நமக்கு வேண்டியிருக்கும்போது அதை வேண்டாமென்று ஒதுக்கப் பார்த்தால் வீண் சிரமத்துக்கும் துயரத்துக்குந்தான் ஆளாவோம். 'ஒன்றை அவசியம் கற்றுத்தான் ஆக வேண்டும்; அதனால் நமக்குப் பயன் உண்டு' என்னும் பட்சத்தில் அதைக் கற்று அதில் தேறித்தான் தீர வேண்டும். அதைப்பற்றி அக்கறைப்படாமல் இருந்தால் வாழ்நாள் முழுவதும் பிறர் தயைக்குக் காத்திருக்க வேண்டியதுதான். ஓரளவு அனுபவமாவது இருந்தாலொழிய இத்தகைய விஷயங்களில் நாம் சுயேச்சையாக நடந்துகொள்ள முடியாது. தேர்வு அதிகாரிகளின் கையிலிருந்து தப்ப வேண்டுமானால் நேரான வழி அதில் தேறுவதுதான். அப்புறம் நிம்மதியாக மூச்சு விடலாமல்லவா?

உலகம் ஒரு வகையில் இயந்திரத்தைப் போல் இயங்குகிறது என்றுதான் சொல்ல வேண்டும். அதன் நியமத்தை விட்டு மயிரிழையும் பிசகாது; பிசக வழி இருந்தால்தானே? பல பொருள்களைக் கொண்ட இந்த உலகத்தில் நமக்குப் பலவிதத்தில் இடையூறுகள் நேருகின்றன. சோம்பல் அல்லது மடமை காரணமாக, 'நாம் அந்த இடையூறுகளை மீறிவிட முடியும்' என்று எண்ணினால் அது நடக்காது; நம்மை நாமே ஏமாற்றிக் கொண்டதாகவே முடியும். பொருள்களின் தன்மையை உணர்ந்தவன் மட்டும் அவற்றால் விளையும் தடங்கல்களை மீறிவிட முடிகிறதா என்றால் அவன் அந்தப் பொருள்களின் துணைக்கொண்டே சில நுட்பங்களை அறிந்து கொள்கிறான். அந்த அறிவு கைவரப் பெற்றதும் கடத்தற் கரியதென்று

சாமானிய மனிதன் எண்ணிய நெடுந்தொலைவையும் கடந்து விடுகிறான். எல்லாருக்கும் முன்னால் அவன் அங்கே போய்ச் சேர்வதால் அவனுக்குத்தான் அங்கு விளையும் பயனில் முதல் பங்கு கிட்டுகிறது. சிலர் வெறுங் காலால் நடந்து அத்தனை தூரம் எப்படியோ சென்று அடைந்தாலும் இது அருமையினும் அருமையே. அவர்களுக்குக் கிட்டுவது சொற்பந்தான்; சில சமயம் அதுகூடக் கிடைப்பதில்லை.

ஆகவே, மேல்நாட்டார் தாம் கற்ற கல்வியின் சிறப்பினாலேதான் உலகத்தை வென்றிருக்கிறார்கள் என்பது தெளிவாகிறது. இந்த நிலையில் அவர்கள் கற்றதை நாமும் கற்காமல், ‘இது எதற்கு? வேண்டாமே’ என்று ஒதுக்கித் தள்ளினால் நம் துன்பம் தீர்ந்துவிடுமா? ஒரு காலும் தீராது; பின்னும் சங்கடந்தான் அனுபவிக்க நேரும். கல்வி அல்லது வித்தை என்பது நிலையான சத்தியத்தைப் போன்றது. அதைக் கைவிடுவது மடமையேயாகும். சிலர், ‘அதிருக்கட்டும்; இந்த வகைக் கல்வியும் ஒரு கல்வியா? இதனால் தீமை விளைகிறதே’ என்று சொல்கிறார்கள். அப்படி அந்தக் கல்வியினால் சிலர் தீமையே விளைவித்தால் அவர்களுக்குத் தானே அழிவு ஏற்படும்? அதற்காக அந்தக் கல்வியைக் குறை கூறுவானேன்?

மனிதனைத் தவிர மற்ற உயிரினங்கள் உணவு கிடைத்தால் உயிர் வாழ்கின்றன. அடிபட்டாலோ தாக்குண்டாலோ சாகின்றன. கிடைப்பதைக் கொண்டு காலந் தள்ளுகின்றன.

‘அது ஏன்? இது ஏன்?’ என்று அவை கேட்காமல் சூழ்நிலைக்குக் கட்டுப்பட்டு நடக்கின்றன. ஆனால் மனிதனுடைய இயல்பு அத்தகையதன்று; அவன் எந்தத் தடங்கலையும் மீறி நடக்க முயலுகிறான்; மற்ற உயிரினங்களுக்குப் புரட்சி செய்யத் தெரியாது; மனிதன் - இயற்கையிலேயே ‘புரட்சிக்காரன்’. தன்னைச் சுற்றி நிகழும் நிகழ்ச்சிகளுக்கும் தனக்கும் யாதொரு தொடர்புமில்லை என்று சும்மா இருந்துவிட மாட்டான். இதனாலேதான் அவன் இன்று பிற உயிரினங்களிலெல்லாம் உயர்ந்தவனாக விளங்குகிறான்; தனி மதிப்புள்ளவனாகத் திகழ்கிறான். மனிதன் மொத்தத்தில் எதையும் பொறுத்துக்கொண்டு போகும் சாது இல்லை. ஆதிகாலத்திலிருந்தே அவன், ‘இந்த உலகத்தை ஆட்டி வைக்க என்னால் முடியும்’ என்று சொல்லி வந்திருக்கிறான். ‘அதெப்படி முடியும்?’ என்றால், ஒரு நிகழ்ச்சிக்குக் காரணம் எதுவோ அதை அறிந்து நடந்து கொண்டால் மனிதனே புதிய புதிய நிகழ்ச்சிகளுக்கு மூல புருஷனாக இருக்க முடியும். ‘இதில் எப்படிப் பயிற்சி பெறுவது?’ என்று ஆராய்ந்தான் மனிதன். மந்திர தந்திரங்களின் மூலம் தன் ஆற்றலை வெளிப்படுத்த முயன்றான். முதலில், இந்த உலகிலே நிகழும் நிகழ்ச்சிகளெல்லாம்

ஏதோ அற்புத மந்திர சக்தியாலேதான் நடைபெறுகின்றன என்று எண்ணினான்; இதனால் தானும் அத்தகைய சக்தியைப் பெற்றால் உலகத்தையே ஆட்டி வைக்கலாம் என்று முடிவு கட்டினான்.

இப்படி மந்திர தந்திரத்தால் அன்று மனிதன் செய்ய முயன்றதை இன்று விஞ்ஞானம் செய்து முடித்திருக்கிறது. இந்த முயற்சியின் மூல மந்திரம், 'நான் எந்த இடரையும் மதிக்க மாட்டேன்; எதுவும் என்னை மதித்து நடக்கும்படி செய்வேன்' என்பதுதான். ஆகவே, இந்த முயற்சி கை கூடியவர்கள் உலகை ஆட்டி வைப்பதில் அதிசயம் என்ன? அவர்கள் தாங்கள் யாருக்கும், எந்தவிதச் சக்திக்கும் அடிமைகள் அல்லர் என்பதைக் காட்டினார்கள். 'இந்தப் பிரபஞ்சத்தில் எல்லாம் ஒரு நியமப்படி நடக்கின்றன. அதில் துளியும் குறை நேர இடமில்லை' என்ற நம்பிக்கையினாலேதான் விஞ்ஞானிகள் முன்னேற முடிந்தது; அவர்களுக்கு வெற்றியும் கிட்டியது. மேல் நாட்டார் இதை மனப்பூர்வமாக ஏற்று நடப்பதாலேதான் இன்று அவர்களால் உலகத்தையே ஆட்டி வைக்க முடிகிறது. இப்படி உலக நிகழ்ச்சிகளெல்லாம் விஞ்ஞான உண்மை என்ற மாயா சக்தியால் நடைபெறுகின்றன என்பதை ஏற்கத் தயங்குபவர்கள் - மந்திர தந்திரங்களுக்கு எளிதில் வசமாகி விடுபவர்கள். இவர்கள்தாம் - வீண் அல்லல்களுக்கு ஆளாக வேண்டியிருக்கிறது. இவர்களால் எங்கிருந்து உலகத்தை ஆட்டி வைக்க முடியும்? சொல்லுங்கள், பார்க்கலாம்!

நம் நாட்டில் ஏதாவது நோய் நொடி வந்தால் போதும்; பூசாரியையோ மந்திரக்காரனையோ வரவழைத்துக் கழிப்புச் சுற்றிக் கொட்டுவோம். கிரக சாந்தி செய்ய ஜோசியனை வரவழைப்போம். அம்மை நோய் கண்டால் உடனே மாரியம்மனுக்கு வேண்டிக் கொண்டு அவள்மேல் பாரத்தைப் போட்டு விடுவோம். முன்பு பகைவர்களை அழிக்க மாரண - உச்சாடன மந்திரங்களைப் பயன்படுத்தி வந்தோம். ஏறக்குறைய அதே சமயத்தில் மேல்நாட்டில் வாழ்ந்த வால்டேர் என்ற அறிஞரை ஒரு பெண்மணி, "மந்திரத்தால் ஒருவனைக் கொல்ல முடியுமாமே; அது உண்மையாக இருக்குமா?" என்று கேட்டாளாம். அவர் அதற்கு, "ஏன் முடியாமல்? நிச்சயமாக முடியும்; ஆனால் கையோடு துளி உள்ளியமும் (arsenic) இருக்க வேண்டும்" என்று பதில் அளித்தாராம். ஐரோப்பாவிலுங்கூட இன்னும் சில மூலை முடுக்குகளில் மாயம், மந்திரம் இவற்றில் நம்பிக்கை உள்ளவர்கள் இருக்கிறார்கள்; இல்லை என்று சொல்வதற்கில்லை. ஆனாலும் அரிதார நஞ்சில் அவர்களுக்கு நிச்சயமாக நம்பிக்கை உண்டு. இதனால்தான் நினைத்த மாத்திரத்தில் அவர்கள் வேண்டாதவர்களை நஞ்சு வைத்துக் கொன்று விடுகிறார்கள்; நாமோ அப்படிச் செய்யாமலே - நஞ்சு ஏதும் உட்கொள்ளாமலே - பயந்து சாகிறோம்!

பிரபஞ்ச சக்தி என்பது என்ன? மயிரிழையும் பிசகாமல் செல்லும் உலகப் போக்குத்தான். இதை நியதி என்றும் சொல்கிறோம். நம்மிடம் ஒழுங்காகச் செயல்புரியும் அறிவாற்றல் இருந்தால் இந்த நியதி என்னும் பிரபஞ்ச சக்தி இன்னதென்பதை உணர்ந்து கொள்கிறோம். ஆகவே, அறிவாற்றலுக்கும் பிரபஞ்ச சக்திக்கும் நெருங்கிய தொடர்பு உண்டு. நம் அறிவினால் நாம் ஒவ்வொருவரும் அனுபவமூலம் இதை உணர முடியும். அப்போதுதான் ஆன்ம சக்தியையும் இன்னதென்று அறிந்துகொள்ள முடியும். உலக நிகழ்ச்சிகள் யாவும் தற்செயலாக நடக்கின்றன என்று எண்ணுபவன் தன்னிடத்திலேயே நம்பிக்கை இராதவன் என்றுதான் சொல்ல வேண்டும். இதனால் கண்டதையெல்லாம் நம்பி ஏமாறுகிறான். எப்போதும் பணிந்து விடத் தயாராகக் காத்திருக்கிறான் இத்தகையவன். தன் சொற்ப அறிவினால் இந்த உலக நியதியைப் பற்றி எதுவும் அறிந்துகொள்ள முடியாது என்று மனிதன் முடிவு கட்டி விட்டால் அதற்குமேல் அவன் ஆராய முற்படுவதில்லை; ஏன் இப்படி என்று கேள்வியும் கேட்க மாட்டான். கண்ணை மூடிக்கொண்டு யார் சொல்லும் உபதேசத்தையும் ஏற்கிறான். இதனால் தாணாக்காரன் முதல் யாரைக் கண்டாலும் அஞ்சுகிறான்; ஏன், மலேரியா என்னும் முறைக் காய்ச்சலுக்குக் காரணமான கொசுவைக் கண்டும் ஒடுங்குகிறான். மூளையில் திகில் கொண்டால் மனிதன் வலிவிழந்து விடுவதில் ஆச்சரியம் என்ன?

மேல்நாட்டில் அரசியல் சுதந்திரம் என்பது உண்மையிலே தோன்றியது எப்போது தெரியுமா? அதாவது, 'அரசியல் முறை என்பது தனி ஒருவனின் ஆதிக்கமோ, குறிப்பிட்ட ஒரு சாராரின் வெறியாட்டமோ அன்று; ஒரு நியமத்துக்குக் கட்டுப்பட்டு ஒவ்வொருவரும் அதன்படி உள்ளூற நடந்து கொள்வதுதான் அரசியல் சுதந்திரம்' என்ற அனுபவ அறிவு விஞ்ஞான ரீதியில் ஆராய்ச்சி செய்து ஒரு முடிவுக்கு வந்த பிறகு தான் ஏற்பட்டது. இத்தகைய ஆராய்ச்சியினால் உள்ளத்திலிருந்த திகில் நீங்கியது. தனி ஒருவனின் விருப்பப்படி மாற்றித் திரிக்க முடியாமல், எல்லோரும் கடைப்பிடித்தொழுகும் நியமத்தின்படி நடப்பதே அரசியல் சுதந்திரமாகும். அவ்வளவு பெரிய நாடான ருஷியா நீண்ட காலம் ஜார் மன்னனிடம் அடிமைப்பட்டுக் கிடந்தது; அப்போது ருஷிய மக்கள் பட்ட துன்பம் கொஞ்ச நஞ்சமன்று. அதற்கு முக்கியமான காரணம், அங்கே பெரும்பாலான மக்கள் எதற்கும் தெய்வத்தையே நம்பியிருந்ததுதான்; தங்கள் மூளைக்கு அவர்கள் மதிப்புக் கொடுக்கவில்லை; எதையும் ஆராயாமல் கண்மூடித்தனமாக ஏற்றுக் கொண்டு பணிந்து கிடந்தார்கள். பின்பு ஜார் போய்விட்டாலும், அவர்கள் வேறொரு வித இன்னலுக்காளாகி இரத்த வெள்ளத்தில்

நீந்திப் பஞ்சத்தில் அடிபட நேர்ந்தது. ஆகவே, சுயராஜ்யம் என்பது வெளி முயற்சியால் கிட்டுவதன்று; நம் சொந்த அறிவைப் பயன்படுத்தி உள்ளத்தில் உறுதியுடன் இருந்தாலொழிய அது கிட்டாது.

கிராமச் சீர்திருத்தத்தில் எனக்கு ஆர்வம் உண்டு. ஒரு சமயம் அண்டையிலுள்ள கிராமம் ஒன்றுக்குப் போயிருந்தேன்; அதற்கு முன்னால் அங்கே தீப் பிடித்துக் குடிசைகள் எல்லாம் பற்றி எரிந்து விட்டதாகக் கேள்வியுற்றேன். "ஒரு குடிசை கூடவா தப்பவில்லை?" என்று அவர்களைக் கேட்டேன். "என்ன செய்வது, ஐயா? எங்கள் தலைவிதி!" என்று அவர்கள் சொன்னார்கள். "தலைவிதியாவது! அருகிலே கிணறு ஏதாவது இருந்தால் இப்படி ஆகியிருக்குமா? ஏன் ஒன்று தோண்டக்கூடாது?" என்று கேட்டேன். "எசமான் தயவு இருந்தால் தோண்டி விடலாம்" என்றார்கள். சொந்த வீடு தீப்பற்றி எரியும்போது யாரோ வெளியிலிருந்து வந்தவன் அவர்களுக்கு உதவ வருவான் என்று எதிர்பார்க்கிறார்களே, இதை என்னவென்பது? 'எப்படியாவது நம்மை ஓர் எசமான் காப்பாற்றினால் போதும்' என்று அவன் மேல் பொறுப்பைப் போட்டுவிட்டுச் சும்மா இருந்து விடுகிறார்கள். தாங்களே கிணறு தோண்டிக்கொள்ளலாம் என்ற எண்ணம் அவர்களுக்குத் தோன்றுவதில்லை!

ஆண்டவன் இந்த உலகில் நமக்கு எவ்வளவோ சுதந்திரம் கொடுத்திருக்கிறான். அவனது படைப்பில் ஒரு நியமம் அல்லது ஒழுங்கு இருக்கத்தான் இருக்கிறது. அதையே நாமும் கடைப்பிடித்தால் நம்முடைய பொறுப்பு என்ன என்பதை நிச்சயமாக உணரலாம். இந்த நியமப்படி நடக்காததாலேதான் நாம் திண்டாடுகிறோம். இதைத்தான் உபநிடதத்தில் பின்வருமாறு கூறப்பட்டுள்ளது:

"இப்பொருள் இன்ன தன்மையது என்பதை ஆண்டவன் வகுத்திருக்கிறான். இந்த நியமமே நிலையான உண்மை." இதில் பித்தலாட்டத்துக்கே இடமில்லை. நித்திய நெடுங்காலமாக இருந்து வருவது இந்த நியமம்; இன்று ஒருவிதமாகவும் நாளை வேறொரு விதமாகவும் இது காலத்தக்கு ஏற்றபடி மாறுவதில்லை. இதை மனிதன் உணராவிட்டால் திண்டாட வேண்டியதுதான்; கண்டதற்கெல்லாம் அஞ்சி நடுங்கிக் கொண்டிருக்கவே நேரும். ஆனால் அத்தகைய அச்சம் வீணானது என்பதை அறிவுறுத்தவே நம் பெரியோர்கள் இந்த உபநிடத வாக்கை மொழிந்தார்கள். ஆண்டவன் என்றென்றும் வகுத்து வைத்த இயற்கை நியமம் அணுவளவும் மாறுவதில்லை; அப்படியேதான் இருக்கிறது. சூரியன், சந்திரன், நட்சத்திரம் இவற்றின் போக்கிலிருந்து நமக்கு அவன் உணர்த்துவதுதான் என்ன? "நான் மறைவில் இருந்தபடி பொருள்களின் தன்மை

இன்னதென்று அறியும் ஆற்றலை உங்களுக்கு அளித்திருக்கிறேன். உங்கள் அறிவும் நான் வகுத்த நியமமும் ஒத்துப் போனால் நீங்கள் பெருமையோடு விளங்கலாம். இந்தப் பொருள்கள் யாவும் உங்களுக்குத்தான். உங்களுக்கு வெற்றி நிச்சயம் கிட்டும்" என்று ஆண்டவன் ஆசி கூறினான். 'இந்த அனுபவ அறிவு கிட்டினால் எல்லாமே நமக்குக் கிட்டிவிடும்; இதில் சந்தேகமில்லை. ஆனால் இப்படிச் சொந்த அறிவைப் பயன்படுத்தாமல், எசமான் இருக்கிறார்; அவர் பார்த்துக் கொள்வார்' என்று இருந்தால் அரசியலிலும் இதே நிலைதான் நீடிக்கும்; சர்க்கார் - எஜமானை நம்பிக் கிடப்பதைத் தவிர வேறு வழியில்லாமல் போய்விடும். நம்மைப் படைத்த ஆண்டவனே தன்னை எஜமான் என்று சொல்லி உரிமை பாராட்டிக்கொள்ளாமல் இயற்கை நியமம் என்ற ஒழுங்கு முறையை வகுத்து மறைவில் இருக்கிறான்; நம் அறிவைக் கொண்டு தன்னை உணரும் வாய்ப்பை நமக்கு அளித்திருக்கிறான். இந்த நிலையிலும் நாம் ஓர் எஜமானனுடைய தயவுக்குக் காத்திருந்தால் - நம் அறிவுக்கே நாம் இழுக்குத் தேடிக் கொண்டால் - நமக்குச் சுயராஜ்யம் கிட்டவே கிட்டாது; வெவ்வேறு எஜமானர்கள் நம்மை ஆண்டு கொண்டே போவதுதான் நாம் காணப்போகும் பலன். 'நாம் உயிர் பிழைத்தால் போதும்' என்று மூலையில் ஒடுங்கிக் கிடக்க வேண்டியதுதான். நிமிர்ந்து நிற்பதற்கே வழி இராமல் போய்விடும்.

பேய் பிசாசுகளிடம் நம்பிக்கை, குருட்டுப் போக்கு இவற்றிலிருந்து மக்களை மீட்டவர்களை - அவர்கள் மேல்நாட்டினரா யிருந்தாலும் சரி, கீழ்நாட்டினரா யிருந்தாலும் சரி நாம் மகாபுருஷர்களாகவே கருத வேண்டும். தெய்வீகத் தன்மையை ஆன்ம வளர்ச்சியால் அடையலாம்; அது போலவே அசுரபலம் என்ற ஆற்றலை உலகத்திலுள்ள இயற்கைப் பொருள்களில் அமைந்த நியமத்திலே காணலாம். சூரியன், சந்திரன், நட்சத்திரம் இவற்றையெல்லாம் ஆட்டி வைக்கும் வலிமையைப் பின்னே என்ன என்பது? இதை எப்படி நாம் பயன்படுத்திக் கொள்வது? பொருள்களின் தன்மையை உணர்ந்தால் இது சாத்தியமே. அன்று அசுரகுரு சுக்கிராச்சாரியருக்குத் தெரிந்திருந்த சஞ்சீவனி வித்தையைத்தான் இன்று நம் விஞ்ஞானிகள் பயன்படுத்திக் கொள்கிறார்கள். அதனால் பல உயிர்களைக் காக்கவும், நாம் உயிர் வாழவும் வாய்ப்புக் கிடைத்திருக்கிறது. பல துன்பங்களும் தொல்லைகளும் நீங்குகின்றன. உணவு, உடை, ஆரோக்கியம் எல்லாம் குறைவின்றிக் கிடைக்க வழி பிறக்கிறது. இத்தகைய விஞ்ஞான அறிவுதான் இன்று நமக்குத் தேவை; இது ஜடப் பொருள்களினால் - விளையும் விபரீதங்களிலிருந்தும், இயற்கை விபத்துக்களிலிருந்தும், பல விலங்குகளினால் ஏற்படும்

ஆபத்துக்களிலிருந்தும் - ஏன் மனிதனே மனிதனுக்கு இழைக்கும் கொடுமைகளிலிருந்தும் - நம்மைக் காக்கிறது. இதுவே நியமம் அல்லது இயற்கை விதி நமக்குக் கற்பிக்கும் வித்தை. இதை உணர்ந்து இதற்கேற்றபடி நம் அறிவைப் பயன்படுத்தினாலொழிய உண்மைச் சுதந்திரம் கிட்டாது; நாம் மீள்வதற்கு இதைத் தவிர வேறு வழியில்லை.

இதை உணராததால் விளையும் விபரீதத்துக்கு ஓர் உதாரணம், 'ஹிந்துக்களின் கிணற்றிலிருந்து முஸல்மான் நீர் எடுத்தால் நீரின் தூய்மை, புனிதத் தன்மை கெட்டுவிடும்' என்ற மூடநம்பிக்கை. இக்கருத்து மிகவும் சங்கடமானதாக இல்லையா? தூய்மை அல்லது புனிதத்தன்மை என்பது ஆன்மாவைப் பொறுத்த பண்பு. நீர் என்பதோ கிணற்றில் இருக்கும் பொருள். முஸல்மான்களின் மேல் தங்களுக்குள்ள வெறுப்புக் காரணமாக மனத்தில் தூய்மை கெட்டு விடுகிறது. தங்கள் உள்ளம் மாசடைகிறது என்று ஹிந்துக்கள் சொன்னால் அதிலாவது பொருள் இருக்கிறது! அவரவர் மனநிலையைப் பொறுத்த விஷயம் அது. ஆனால் முஸல்மானுடைய குடம் தூய்மையற்றது - புனிதத்தன்மை இராதது - என்று எண்ணி அவன் தொட்ட நீரும் தூய்மையற்று விடுவதாகக் கூறுவது பொருத்தமாகப் படவில்லையே! நம் பகுத்தறிவுக்கே மதிப்புக் கொடுக்காமல் நம்மை நாமே ஏமாற்றிக் கொள்கிறோம்; அவ்வளவுதான்! மேல்நாட்டுக் கல்லூரியாசிரியரிடம் பயின்ற ஹிந்து மாணவன் இதற்குத் தரும் விளக்கத்தைப் பாருங்கள்: "நீர் அசுத்தமாகிவிடும்; அது ஆரோக்கியத்துக்குத் தீங்கு விளைவிக்கும் என்றுதான் இப்படி விதித்திருக்கிறார்கள்." இது வீண் மழுப்பல். புத்தம் புதிய குடத்துடன் சுத்தமாகக் குளித்துவிட்டு ஒரு முஸல்மான் ஹிந்துக்களின் கிணற்றிலிருந்து நீர் சேந்த வருகிறான் என்றால் மட்டும் நம்மவர்கள் சும்மா இருந்து விடுகிறார்களா? ஆகவே, ஆரோக்கியத்துக்கும் இதற்கும் தொடர்பே இல்லை என்று தெரிகிறது. 'புனிதத் தன்மை', 'தூய்மை' என்றெல்லாம் பேசி ஏதோ பெரிய உண்மையை நிலைநாட்டி விட்டது போல் எண்ணிக் கொள்வது மோசத்திலும் மோசம். சுத்தம் என்று எடுத்துக்கொண்டால் ஹிந்துக்களின் குடமும் அசுத்தமாயிருக்கலாம். ஹிந்துக்களின் பேட்டையும் அசுத்தமாக இருக்கலாம்; முஸல்மான்கள் வாழும் இடமும் அசுத்தமாக இருக்கலாம்; அதேமாதிரி இரு சாராரின் கிணற்று நீரும் அசுத்தமாக இருக்கலாம். ஆகவே, 'தூய்மை' 'புனிதத்தன்மை' என்று சொல்வதெல்லாம் மனநிலையைப் பொறுத்தது. ஆரோக்கியம் என்பது சுத்தத்தைப் பொறுத்தது என்பது தெளிவாகிறது. நம் பகுத்தறிவு ஒன்றைச் சுத்தம் என்று விஞ்ஞான ரீதியாக அலசித் தீர்மானித்த பிறகும் நம்மிடம் வெகு காலமாக ஊன்றிக் கிடக்கும் மடமைக்குப் பணிவதில் என்ன பெருமை

இருக்கிறதோ புரியவில்லை! ஒரு பக்கம் மடமை நம்மை ஆட்டி வைக்கிறது; இன்னொரு பக்கம் பிறரை ஏமாற்றிப் பொய்யை மெய்யாக்கப் பார்க்கிறோம். அது எப்படி நமக்கு நன்மை பயக்கும்? இத்தகைய பேடிமையினின்று மீள்வதற்கு ஒரே வழி நவீன கால சுக்கிராச்சாரியர்களான மேல்நாட்டு விஞ்ஞானிகளின் பகுத்தறிவை அடிப்படையாகக் கொண்டு விஷயங்களை ஆராய்ந்து முடிவு கட்டுவதுதான்; ‘மேல் நாட்டாரை அண்டிக் கேட்பதா! சேச்சே! தூய்மையில்லாத புனிதமற்ற அவர்களிடம் போய்க் கேட்பதா?’ என்று வீண்கதை பேசிக்கொண்டிருந்தால் இயற்கையின் நியமத்தை அறியவே முடியாது; அதோடு நம் ஆன்மத் தூய்மையை உணர்த்தும் தத்துவங்களையும் தாழ்வு படுத்தியதாக முடியும்.

இது தொடர்பாக ஒரு பெரிய விவாதம் மூண்டு விடுமே என்றுதான் அஞ்சுகிறேன். பலர், “மேல்நாட்டார் காட்டுமிராண்டிகளாகத் திரிந்து விலங்குகளின் தோலைப் போர்த்துக் கொண்டு வேட்டையாடிய காலத்தில், நம் நாட்டில் உண்ண உணவு கிடைக்காமலா போய்விட்டது? உடைக்குத்தான் பஞ்சமா? அந்த நாளில் ஐரோப்பியர் கூட்டங் கூட்டமாகக் கடலின் இக்கரையிலும் அக்கரையிலும் புகுந்து கொள்ளைத் தொழில் நடத்தும்போதே நாம் நம்மை ஆண்டு கொள்ள அரசியல் முறையை வகுத்து வைக்கவில்லையா?” என்று கேட்கலாம். ஆமாம்; வகுத்துக்கொண்டது உண்மைதான். ஆனால், அதற்குக் காரணமாக இருந்தது எது? பொருள்களின் தன்மையையும் இயற்கை நியம விதிகளையும் அனுபவ மூலம் நாம் அவர்களைவிட மிகுதியாகவே கற்றுத் தேர்ந்திருந்தோம். விலங்கின் தோலை உடுப்பதற்குத் தேவையான அனுபவத்தை விடத் தறியில் ஆடை நெய்வதற்குப் பின்னும் எவ்வளவோ மடங்கு அனுபவமும் அறிவும் தேவை. விலங்கைக் கொன்று தின்பதைவிட அதிகமான அறிவு உழுது பயிரிட்டுத் தானியம் விளைவித்து உண்பதற்குத் தேவையாகும். கொள்ளையடிப்பதிலுள்ள அனுபவத்தைக் காட்டிலும் அரசாட்சி நடத்தவும் மக்களைப் பாதுகாக்கவும் அதிக அனுபவம் தேவை. இன்று மேல்நாட்டாருடைய நிலையும் நம் நிலையும் முன் இருந்ததற்கு நேர்மாறாக இருக்கிறது என்றால், அதற்காகத் தெய்வத்தைக் குறை கூறிப் பயனில்லை. கலிங்க அரசனை நட்ட நடுவீதியில் திண்டாடவிட்டு வேடன் ஒருவனை அந்த நாட்டின் ஆட்சிப் பீடத்தில் அமர்த்துவது தெய்வச் செயல் அன்று; அரசியல் அறிவுதான். ஆகவே, வெறும் வாய் வீச்சாலும் வெளி ஆடம்பரத்தாலும் மேல்நாட்டாருடைய முன்னேற்றத்தை நாம் தடுத்துவிட முடியாது. அவர்களுடைய விஞ்ஞான அறிவையும் அனுபவத்தையும் நாமும் பயன்படுத்தினாலொழிய அவர்களுக்கு ஈடு கொடுக்க நம்மால் முடியாது. இன்று நாம் முக்கியமாகக் கவனிக்க வேண்டியது கல்விப்

பிரச்னைதான். ஆகவே, நவீன சுக்கிராச்சாரியரின் - மேல்நாட்டு விஞ்ஞான ஆசிரியரின் - ஆசிரமத்துக்குப் போய் அவரிடம் பாடங் கேட்க வேண்டியது மிகவும் அவசியம்.

இவ்வளவு தூரம் சொல்லுகிறேனே, ஒரு விஷயம் மட்டும் மனத்தைப் பாதிக்கிறது. அப்போது, 'எல்லாம் சரி; இருந்தாலும், மேல் நாட்டின் ஆற்றலை நேரில் பார்த்தும் நமக்கு ஏன் திருப்தி ஏற்படவில்லை?' என்றுதான் கேட்கத் தோன்றுகிறது. அங்கே போகத்தின் உருவத்தைத் தான் கண்டேனே தவிர, மகிழ்ச்சி அல்லது ஆனந்தத்தைக் காணவில்லை. தொடர்ந்து ஏழு மாத காலம் அமெரிக்காவிலே செல்வம் கொழிக்கும் நகரத்தில் தங்கியிருந்தேன். அதை அசுரபுரி அல்லது அளகாபுரி என்று நிச்சயமாகச் சொல்லலாம். இலங்கா நகரைப் பற்றிய வருணனையை நாம் படித்ததில்லையா? அதே மாதிரிதான் இருந்தது. ஆங்கிலத்தில் இந்தக் கருத்தை வெளியிடுவதாக இருந்தால், 'டைட்டானிக் வெல்த்' (*titanic wealth*) என்று சொல்லியிருப்பேன்; அவ்வளவு பிரமாதமான செல்வக் கொழிப்பு! ஹோட்டலின் ஜன்னல் எதிரே தினந்தோறும் முப்பது முப்பத்தைந்து மாடிகளுள்ள கட்டிடங்களைப் பார்த்துக் கொண்டிருப்பேன். 'திருமகளின் அருளால் வரும் செல்வப் பெருக்கு வேறு; குபேரனுடைய ஐசுவரியச் செருக்கு வேறு. திருமகள் நமக்கு உள்ளூற மங்கலம் பொங்க வேண்டுமென்று அருள் புரிகிறாள்; அந்த மங்கலத்தினால் செல்வம் கிட்டுகிறது. குபேரனுடைய கருத்து, பொருளைக் குவிப்பதுதான்; அதற்கு ஓர் எல்லை இல்லை.' *2x2=4, 2x2=8, 8x2=16* என்று பாங்கியில் ரொக்கம் ஏறிக்கொண்டே போகிறது. அது மேலும் மேலும் வானத்தை எட்டப் பார்க்கிற செல்வக்கொழிப்பு. இப்படிக் குவித்துக் கொண்டே போகிற மோகவெறி ஏற ஏற உற்சாகம் காரணமாக இரத்தத்தில் சூடு கண்டு, 'பார்த்தாயா என் பெருமையை!' என்ற பூரிப்பு ஏற்படுகிறது. இந்தச் செல்வக் கொழிப்புக்கு அப்பாலிருந்து பார்ப்பவர்களுக்கு இதனால் எவ்வளவு உபத்திரவம் நேருகிறது தெரியுமா? இதற்கு உதாரணமாக என் அனுபவம் ஒன்றைச் சொல்லுகிறேன்; அப்போது விஷயம் தெளிவாகப் புரியும்.

ஐப்பசி மாதம்; ஒருநாள் ஆற்றிலே தோணியில் அமர்ந்து அதன் குச்சுக்குள் இருந்த ஜன்னல் வழியாகப் பொழுது சாய்வதைக் கவனித்துக் கொண்டிருந்தேன்; அந்தி நேரம் ஆயிற்று. அதே சமயம் கிழக்கு வானத்தில் நிலா எழுந்தது. சற்றுத் தொலைவில் கரைப் பக்கம் ஒரு மேட்டருகில் ஏராளமான பேரைச் சுமந்துகொண்டு பெரிய படகு ஒன்று வந்து நின்றது. அதில் இருந்தவர்கள் போஜ்புரைச் சேர்ந்த படகோட்டிகள். அவர்கள் அங்கே தமாஷாகப் பொழுது

போக்கத்தான் வந்தார்கள். அவர்களுள் சிலர் கையில் மத்தளம், சிலர் கையில் ஜால்ரா - இப்படித் தாள வாத்தியங்கள் இருந்தன. குரல் எடுத்து யாரும் பாடவில்லை. ஆனால், ஒவ்வொருவரும் கட்டு மஸ்தாக உடல் உறுதியுடன் இருந்தார்கள். 'தப் தப்' என்று தாளத்தின் கதி ஏறிக்கொண்டே போயிற்று; இரவு மணி பதினொன்று ஆயிற்று; நடுநிசியும் ஆகிவிட்டது. அவர்களுக்கு அந்தத் தாளத்தை நிறுத்த மனம் வரவில்லை! பாட்டு என்று ஒன்று இருந்தாலன்றோ தாளமும் இருக்கும். ஆகவே, அவர்கள் ஏன் நிறுத்தப் போகிறார்கள்? தாள ஓசை ஓயவில்லை; அவர்கள் உற்சாகமும் அடங்கினபாடில்லை! இப்படித் தாள வெறி தலைக்கேற ஏற அவர்களுக்கு அது பெருந் தமாஷாக இருந்ததுதான் காரணம். இதை நான் தொலைவிலிருந்து கவனித்தேன்; பாட்டில்லாத இந்தத் தாளத்தைக் கேட்க எனக்குச் சகிக்கவில்லை.

இது போலவே அட்லாண்டிக் மகாசமுத்திரத்தின் அக்கரையில் செங்கல்காடு அல்லது டப்பாக்கள் போன்ற கட்டிடக் குவியலுக்கு நடுவே அமர்ந்திருந்தபோதும் நாள் தவறாமல் இப்படித் தலைவேதனை ஏதாவது ஏற்பட்டுவிடும். 'மேலும் தேவை' என்ற தாளத்துக்கு ஓய்வில்லை; ஆனால் இப்படிச் சங்கீதமில்லாத தாளம் ரசிக்குமா? இதுதான் எனக்குப் புரியவில்லை. 'இன்னும் வேண்டும், இன்னும் வேண்டும்' என்ற தாளத்தில் ஸ்வர இனிமை எங்கிருந்து தோன்றும்? புருவத்தைச் சிடுத்துப் பார்ப்பது போல் நின்று, வானையளாவும் அந்த ஐசுவரியக் கோட்டையின் எதிரே அமர்ந்திருக்கும்போது வெறுப்புத்தான் மூண்டது; 'தக: கிம்? இதற்கப்புறம் என்ன?' என்றுதான் என் வாய் முணுமுணுத்தது.

இதோ மறுபடியும் சொல்கிறேன்: ஏதோ வைராக்கியத்தினால் - எல்லாம் மாயை, வெறும் சூனியம் என்ற எண்ணத்தினால் - இந்த வெறுப்பு ஏற்பட்டு விடவில்லை. நம் உள்ளத்தில் இசை என்னும் உண்மை ஒலியை எழுப்பாத தாளம் எதற்குப் பயன்படும்? இசை என்று ஒன்று இருந்தாலொழிய ஸ்வர வரிசைக்கோ தாளக் கட்டுக்கோ இடம் ஏது? என்னுடைய இந்த விரக்தி உள்ளூற ஏற்பட்டது. அர்த்தமற்ற ஆரவார வெறியில் அடக்கத்தையும் பணிவையும் காண முடியுமா? உள்ளத்தில் அன்பு என்னும் உண்மைப் பொருள் இருந்தால் அதனால் போகத்தைக் கட்டுப்படுத்தி நல்ல வழிக்குப் பயன்படுத்த முடியும். இத்தகைய பயிற்சிதான் இன்று வேண்டும். இதுதான் உண்மையான வைராக்கியம். இது வறுமையினால் வந்த போலி வைராக்கியமாகாது. நிறைவினால் தேர்ந்து தெளிந்த தூய துறவறமாகும். அன்னபூரணிக்கும் வைராக்கியத்தின் வடிவான சிவபெருமானுக்கும் உள்ள மனவொற்றுமைதான் இன்று தேவை.

ஜப்பானுக்குப் போயிருந்தபோது பழைய ஜப்பானியப் பழக்க வழக்கங்களைக் கண்டு எனக்கு எவ்வளவு திருப்தி ஏற்பட்டது தெரியுமா? அர்த்தமற்ற ஆடம்பரத்தை அங்கிருந்த முதியோரிடை நான் காணவில்லை. முதுமைப் பிராயத்தில் இருக்கும் ஜப்பானிய மக்களின் உள்ளத்திலே, மலர்ந்து விளங்கும் தாமரையின் அழகு பொழிகிறது; அவர்களின் ஆடை ஆபரணம், தொழில் முயற்சி, பொழுதுபோக்கு, வீடு வாயில், சாமான், அவர்களுடைய ஒழுக்கம், கோட்பாடு எல்லாவற்றிலும் ஓர் உன்னத நோக்கம் பொருந்தியிருக்கிறது. அதனால் அங்கே எழில் கொஞ்சுகிறது. வறுமையே குடிகொண்டிருந்தாலும் வாழ்நாள் வீணாகத்தான் ஆகும்; அளவற்ற செல்வக் கொழிப்பினாலும் அதே கதிதான் நேரும். பழமையைப் போற்றி வந்த ஜப்பானியரின் வீடுகளில் நான் பார்த்த எந்தப் பொருளிலும் வறுமையின் அறிகுறியுமில்லை, மிதமிஞ்சிய செல்வக் கொழிப்பும் இல்லை; ஒரு நிறைவு இருந்தது. இத்தகைய நிறைவுதான் மனிதனைக் கவரும்; பிறரை விருந்தினராக ஏற்று உபசரிக்கும் பண்பை வளர்க்கும்; எல்லாரையும் இன்முகத்தடன் அழைக்கும் உயர் பண்பு இது; எவரையும் சிடுத்து விரட்டாத அருங்குணம் இது. நவநாகரிக ஜப்பானியரையும் பார்த்தேன். அவர்கள் நான் சற்று முன் சொன்ன போஜ்புர்ப் படகோட்டிகளைப் போலத்தான் இருந்தார்கள். அவர்கள் போடும் தாளத்தின் இரைச்சலுக்கு முன் இனிமையும் அழகும் காதைப் பொத்திக் கொண்டு ஓட வேண்டியதுதான். முழு நிலவின் எழிலைப் பார்த்துக் கேலி செய்வதுபோல் இருந்தது அந்த ஜப்பானிய இளைஞர்கள் செய்த ஆர்ப்பாட்டம்!

முன்னே நான் என்ன சொன்னேன்? 'விஞ்ஞான அறிவு நம் நாட்டில் வளர வேண்டும்' என்றுதான். இதிலிருந்து நான் ரெயில்வே, டெலிக்ராஃப் (தந்தி), ஆலைகள் முதலியவற்றை வீணானவை என்று பழிக்கவில்லை என்பதைத் தெரிந்து கொண்டிருக்கலாம்; அவற்றால் நிச்சயம் பயன் உண்டு என்பதை நான் ஒப்புக்கொள்கிறேன். ஆனாலும், அவற்றுக்கு உயிர் இல்லை. உள்ளத்தைத் தொடும் இசை அவற்றில் இல்லை; உலகிலே இயற்கையுடன் பொருந்தும் பண்பு அவற்றிடம் இல்லை. மனிதனுக்குத் தேவை என்ற வகையில் அவை ஓரளவுக்குப் பயன்படுகின்றன; ஆனால், இந்தத் தேவையைப் பெருக்கிக்கொண்டே போவதால் நமது உள்ளத்தில் நிறைவு ஏற்பட்டு விடாது. இன்னும் சொல்லப் போனால் இந்தத் தேவைகள் மிகுதியாவதைப் பார்த்து மக்கள் ஒருவர் மேல் ஒருவர் பொறாமை கொள்ளத்தான் நேரிடும். தேவைப் பொருள்களைப் பெற்றவர்கள் அறைகளில் அவற்றைப் பத்திரப்படுத்தி வைக்க வேண்டியிருக்கிறது. அப்புறம் அதற்குக் காவல். இதனால் 'தனக்குத்தான் அவற்றைப்

பயன்படுத்த உரிமை உண்டு; மற்றவர்கள் அருகில் நெருங்கக் கூடாது' என்ற மனப்பான்மை வளருகிறது. அது பிறகு சச்சரவில் கொண்டு விடுகிறது. பொருளுக்கு மதிப்புத் தராமல் மனிதனுக்கு மதிப்புத் தருவதே மனித தர்மம். அப்போதுதான் ஆன்மிகப் பண்பு வெளியாகும்; எல்லாரும் நம்மவரே என்ற பரந்த எண்ணம் ஏற்படும். பிறருடன் பொருளைப் பங்கிட்டுக் கொள்வதால் அது குறைந்துவிடுமே என்ற கவலையும் அத்தகையவருக்கு இராது. பூரணமான அமைதி அவர்களுக்குக் கிட்டுவது திண்ணம்.

ஐரோப்பியர் விஞ்ஞானம் என்னும் சாவியைக் கொண்டு பிரபஞ்ச ரகசியம் என்னும் மாளிகையின் வாயிற்கதவைத் திறந்தபோது இயற்கையில் நியமம் என்ற ஒரு கட்டுப்பாடும் ஒழுங்கும் இருப்பதைக் கண்டனர். இதைப் பார்த்தே பழகி விட்டதால், 'இந்த நியமத்துக்கும் பின்னால் நம் மனிதப் பண்போடு பொருந்தும் ஏதோ ஒன்று உண்டு' என்பதில் அவர்களுக்கு நம்பிக்கையற்றுப் போய்விட்டது. இந்த (இயற்கை) நியமத்தைக் கொண்டு நாம் பல காரியங்களை நிறைவேற்றிக் கொள்கிறோம். ஆனால், இவற்றையும் விடப் பெரிய இலாபம் ஒன்று உண்டு: அதுதான் மன நிறைவு. தேயிலைத் தோட்டத்து அதிகாரி தன்னிடம் வேலை பார்க்கும் சிப்பந்திகளைக் கட்டுப்பாடும் கண்டிப்புமாக இருந்து மேற்பார்வை பார்க்கிறான்; அதனால் தேயிலை வியாபாரம் பெருகி நல்ல வருவாய் கிட்டுகிறது. அப்போது ஒருநாள் அவனுடைய நண்பன் ஒருவன் அங்கே வருகிறான். நண்பனிடம் அவ்வளவு கண்டிப்பாக நடந்து கொள்ள முடியுமா? நண்பனோடு சற்று நேரம் பேசிப் பொழுது போக்க வேண்டியிருக்கிறது. இப்படி வீண் பொழுது போக்குவது தேயிலை வியாபாரத்துக்கு இழப்பு தானே என்று சிலர் கேட்கலாம். வேலையாட்களிடம் நடந்து கொள்ளும்விதம் வழக்கமாக இயற்கையில் காணும் நியமம் போன்றது; அது தேயிலைத் தோட்டத்திலும் செல்லும். நண்பனிடம் அந்த முறையில் நடந்து கொள்ள முடியுமா? அப்படிச் செய்தால் மனிதப் பண்பு என்ற ஊற்று வற்றிவிட்டது என்றுதான் பொருள். இயந்திரத்தோடு தாய், தந்தை, தமையன், தம்பி, தங்கை, தமக்கை என்றெல்லாம் உறவு கொண்டாட முடிகிறதா? இயந்திரமே முக்கியம் என்று கருதும்பட்சத்தில் நம்மவர், நம் நண்பர், நம் உறவினர் என்று உள்ளூறப் பாராட்டிக்கொள்ளும் பண்பு எக்கதியாவது? ஒரே மும்முரமாக விஞ்ஞான ஆராய்ச்சியில் ஈடுபட்டு ஈடுபட்டு மேல்நாட்டினர் ஆன்மா என்பதை அடியோடு ஒதுக்கி வைத்துவிட்டனர்; நாமோ ஆன்மிக ஆராய்ச்சியிலேயே முற்றும் ஈடுபட்டு வறுமையில் உழல்கிறோம். பொருள்களின் தன்மையை ஆராய்ந்து கண்ட அவர்களுக்கேனும் மனித இலட்சியம் சித்தியாகி விட்டதா? நிறைவுதான் கிட்டிவிட்டதா?

ஒருவன் உலகத்தையே தேயிலைத் தோட்டம் என்று எண்ணி, அதை மேற்பார்வை பார்க்கும் அதிகாரி கூலிகளிடம் நடந்து கொள்வது போல் கண்டிப்பாக நடந்துகொண்டால், அவனோடு பிறர் செயல்படுவது சிரமம். அவனிடம் திறமை இருக்கலாம்; கட்டுப்பாடும் இருக்கலாம். ஆனால் சாதுக்கள், தீயவர்கள், சாதாரண மக்கள் எல்லாரிடமும் அவன் ஒரே மாதிரியாகத்தான் கண்டிப்பாக நடந்து கொள்கிறான். சாதுக்களுக்கு அது தெரிகிறதா? யாரை நம்பக் கூடாதோ அவனை நம்புவார்கள். இராகு காலம், எமகண்டம், வாரசூலை, வக்கீல் குமாஸ்தா, தேயிலைத் தோட்ட அதிகாரி என்றெல்லாம் அவர்கள் பார்த்துக் கொண்டிருக்க மாட்டார்கள். ஆனால் அத்தகைய சாதுக்களுக்குக் கூடச் சில சமயம், "ஏழேழு பிறவிக்கும் இந்தத் தேயிலைத் தோட்ட அதிகாரி வேலை பார்க்கும்படியான துரதிருட்டம் நமக்கு நேர வேண்டாம்" என்றுதான் சொல்லத் தோன்றும். அவ்வளவு தொல்லை பிடித்த வேலை அது. இருந்தாலும், இப்படிக் கண்டிப்பாக நடந்துகொள்ளும் அதிகார வர்க்கத்தினருக்கு நல்லது செய்யவும் தெரியும். வேலையாட்களின் விடுதிகளை எல்லாம் ஒரே வரிசையாக நூல் பிடித்தது போல் ஒழுங்காக அமைக்கவும் அவர்களுக்குத் தெரியும். வாயில் புறம் எப்படி இருக்க வேண்டும், வைத்திய வசதி எந்த இடத்தில் இருக்க வேண்டும், கடை கண்ணி எங்கே அமைத்தால் ஒழுங்காக இருக்கும் என்றெல்லாங்கூடக் கவனித்துச் செய்ய அவர்களால் முடியும். இப்படிக் கச்சிதமாகச் செய்து முடிப்பதால் அவர்களுக்கு இலாபம் உண்டு; பிறருக்கும் அதனால் நன்மை ஏற்படலாம். ஆனால் அப்படியிருந்தும் உண்மையான மன அமைதி கிட்டி விடுகிறதா? நிம்மதிதான் ஏற்படுகிறதா? சிறிதும் இன்பம் காண முடிவதில்லை; இதுதான் உண்மையான பலன்.

நான் ஏதோ மேல்நாட்டுக்கும் கீழ்நாட்டுக்கும் உள்ள ஒற்றுமை வேற்றுமைகளைப் பற்றித்தான் பேசுகிறேனோ என்று எண்ண வேண்டாம். நான் சொல்ல வந்தது இதுதான்: இயந்திர நாகரிகம் மேல்நாட்டினரின் உள்ளும் புறமும் ஊறிப் போய் அவர்களது மனிதப் பண்பைப் பாழ்படுத்தி விட்டது! திருகு ஆணி போட்டுத் திருகி முடுக்கினால்தான் மரங்கள் ஒன்றோடொன்று இறுகப் பதியும்; பசை போட்டு ஒட்டினால்தான் காகித உறை இறுக ஒட்டிக்கொள்ளும் என்ற ரீதியில் வாழ்க்கையை நடத்துகிறார்கள். உள்ளூற மக்கள் ஒருவரோடு ஒருவர் இணைந்து வாழ்வது எப்படி என்பதை இயற்கையின் போக்கிலிருந்து அவர்கள் உணர்ந்து கொள்ளவில்லை. மனிதனைக் கட்டிப் போட்டு இயந்திரம்போல் வேலை வாங்குவதில் இலாபம் உண்டு; அதனால் ஏராளமாகப் பணம் குவிக்கலாம்; உலகம்

முழுவதும் வியாபாரத்தைப் பெருக்கி மேகத்தை முட்டும் மாளிகைகளைக் கட்டலாம்; சமூகத்தின் பல நல்ல காரியங்கள் - கல்வியபிவிருத்தி, ஆரோக்கிய விருத்தி, நல்ல உத்தியோக வசதி, இப்படி எல்லாம் - நிறைவேறுகின்றன. வாழ்க்கை வெற்றிப் பாதையிலேதான் செல்கிறது; வெளித்தோற்றத்தைப் பொறுத்தவரை இது உண்மையே. ஆனாலும் நான் முன் சொன்னது போல் எண்ணம் ஈடேற ஈடேற ஆசை அல்லது அவா அதிகரித்துக் கொண்டே போகிறது. இதனால் மனிதனுக்கும் மனிதனுக்கும் உள்ள நெருங்கிய உறவு குலைந்து சின்னத்தனமும், 'நான் உயர்வு; நீ தாழ்வு' என்ற செருக்குமே மிகுதியாகின்றன.

பேராசை என்றாவது தத்துவமாகுமா? மேலும் மேலும் பொருளைப் பெருக்கிப் பயன் காண வேண்டும் என்ற கருத்துக்கு முதலிடம் கொடுக்கும் நாகரிகம் மனிதப் பண்பை மறந்து விட்டது என்றுதான் சொல்ல வேண்டும். என்னதான் செல்வத்தைக் குவித்தாலும், வலிமை பெற்றாலும், சந்தர்ப்பத்தை எவ்வளவுதான் பயன்படுத்திக் கொண்டாலும் ஆன்ம வளர்ச்சிக்கு அங்கே வழியில்லை.

தனியே ஒரு மனிதன் மட்டும் வாழ்வதைப் போல அர்த்தமற்ற நிலை வேறில்லை. தனித்திருப்பதில் என்ன ஒற்றுமை வேண்டிக் கிடக்கிறது? பலர் ஒன்றுசேர்ந்து இருப்பதுதான் ஒற்றுமைக்கு அறிகுறி. பலரிடமிருந்து பிரிந்து வாழ்பவனை இந்த ஒற்றுமைக்கு ஊறு விளைவிப்பவன் என்றுதான் சொல்ல வேண்டும். ஒரே நேர்க்கோட்டினால் சித்திரம் தீட்டிவிட முடியுமா? பல கோடுகள் சேருவதால் சித்திரம் உருவாகிறது. ஆகவே, அதிலுள்ள ஒவ்வொரு கோடும் - அது சின்னதாக இருந்தாலும் சரி, பெரியதாக இருந்தாலும் சரி - ஒன்றோடு ஒன்று தொடர்புள்ளது; இந்த ஒற்றுமையினாலேதான் அந்தச் சித்திரம் உருவாயிற்று. எஞ்சினியர் துரை நீலநிறக் காகிதத்தில் கட்டடத்தின் வரை படத்தைப் போடுகிறார். அதைச் சித்திரம் என்றா சொல்கிறோம்? இல்லையே! காரணம் என்ன? அங்கே ஒரு கோட்டுக்கும் இன்னொரு கோட்டுக்கும் உள்ள உறவு சதுரமா, நீளச் சதுரமா, வட்டமா என்பதுதானே தவிரச் சித்திரத்துக்குள்ள கவர்ச்சி அதில் இராது. ஆகவே, சித்திரம் என்பது தான் சிருஷ்டி அல்லது படைப்பு; வரிப் படம் அந்தச் சித்திரத்தை உருவாக்கும் நிர்மாணத் திட்டம்.

மேலும் மேலும் பயன் காண வேண்டும் என்ற பேராசை காரணமாகத் தொழில் நடத்துவதே நோக்கமாக மனித சமூகம் அதில் முனைந்துவிட்டால், மக்களினமே வரிப்படமாக மாறிவிட வேண்டியதுதான்; அதில் படைப்பு என்ற சித்திரத்துக்குள்ள

கவர்ச்சியே இராது. மனிதனுக்கும் மனிதனுக்கும் உள்ள உறவும் இதனால் குன்றிவிடும். அப்போது செல்வந்தான் சமூகத்தை ஏற்றிச் செல்லும் தேராக இருக்கும்: பணக்காரனே அதை ஓட்டும் பாகனாக விளங்குவான். கட்டுத் திட்டத்துக்கு பழக்கப்பட்ட மனிதர்களே குதிரைகளைப் போலவும் மாடுகளைப் போலவும் இந்தத் தேரை இழுத்துக் கொண்டு போவார்கள். இப்படிக் கடகடவென்று முன்னேறுவதைத் தான் நம்மில் பலர் நாகரிக முன்னேற்றம் என்கிறோம். அது எப்படி வேண்டுமானாலும் இருக்கட்டும்; அந்தக் குபேர பவனியினால் மனிதனுக்கு ஆனந்தம் ஏற்பட்டு விடாது. ஏனென்றால், மனிதன் திருமகளை வழிபட்டுப் பழகியவன்; குபேரனிடம் அவனுக்கு உள்ளூறப் பக்தி ஏற்படாது. இதனால் மனிதன் நுகத்தடியில் பூட்டிய மாட்டின் நிலையில் இருக்கிறான் என்றுதானே சொல்ல வேண்டும்? ‘எப்போதடா இந்த நுகத்தடி கழுத்தை விட்டு நீங்கும்’ என்று மாடு பார்த்துக் கொண்டிருப்பது போல் மனிதன் எதிர்பார்த்திருக்கிறான். என்ன இருந்தாலும் மனிதன் மனிதன்தானே? மாட்டைப் போல அவனை நடத்தினாலும் அதிக நாள் இப்படித் தளையில் பூட்டி வைக்க முடியாது. இதைப் பொறுக்க முடியாமல் புரட்சி செய்கிறான். இன்று மேல்நாட்டில் வர்க்கப் போராட்டம் என்னும் கார்மேகம் திரண்டு வருவது தெளிவாகத் தெரிகிறது; அதோடு வரும் புரட்சிச் சூறாவளியினால் என்ன என்ன மாறுதல் விளையுமோ யார் கண்டார்கள்? பாரத நாட்டில் ஆசாரம் என்ற பெயரில் ஒற்றுமை உண்டு பண்ணப் பார்த்துச் சமூகமே உயிரற்ற சடலம் போல் ஆகிவிட்டது; ஐரோப்பாவிலோ தொழில் முயற்சி என்ற தளைக்குள் சிக்க வைத்து மனிதர்களுக்குள் ஒற்றுமை காண முனைந்து சமூகமே இரண்டு வர்க்கமாகப் பிரிந்து விட்டதுதான் கண்ட பலன். இதற்குக் காரணம் என்ன? ஆசாரமாக இருந்தாலும் சரி, தொழில் முயற்சியாக இருந்தாலும் சரி, இரண்டுமே தத்துவங்கள் ஆகமாட்டா. இதனாலேதான் மக்களின் உள்ளத்தை அவை கவரவில்லை; ஆசாரம், தொழில் முயற்சி இரண்டுமே மனிதப் பண்பை மறந்து விட்டன.

‘அப்படியானால் எதுதான், ஐயா, தத்துவம்?’ என்று கேட்கத் தோன்றுகிறதல்லவா? ஏசுநாதர், “நானும் என் பிதாவும் ஒன்றே” என்றார். இது தத்துவம். என் தந்தையோடு எனக்குள்ள உறவுதான் உண்மையான உறவு. மேலதிகாரியோடு கூலியாட்களுக்குள்ள உறவு உண்மை ஒற்றுமை ஆகாது; காரணம் என்ன தெரியுமா? இன்றைக்குக் கூலியாளை வேலையை விட்டு நீக்கினதும் மேலதிகாரிக்கும் ஆளுக்கும் உள்ள உறவு அற்று விடுவதுதான்.

உயர்ந்த தத்துவம் உபநிடதத்தில் இருக்கிறது:

“இந்த உலகில் உள்ள எல்லாம் ஈசனின் உறைவிடமாக இருக்கின்றன. அவனாகக் கொடுப்பதை அனுபவியுங்கள்; அதைக் கவர வேண்டும் என்று அவாக் கொள்ளாதீர்கள்.”

‘மேல்நாட்டு நாகரிகத்தில் பேராசை அல்லது அவா கொலுவீற்றிருக்கிறது என்று முன்பே அதைக் குறித்துக் கண்டித்திருக்கிறேன். சரி; இப்போது எதைக் கண்டிக்க வேண்டும்? முனிவர், பேராசை வேண்டாம்’ என்கிறார். ஏன் பேராசை கொள்ளக் கூடாது? பேராசையினால் சத்தியத்தைக் கண்டறிய முடியாது; ஆகவேதான். சத்தியத்தைக் கண்டறிய முடியாவிட்டால் என்ன முழுகிவிட்டது? ‘நான் போகபோக்கியங்களை அனுபவிக்க விரும்புகிறேன்’ என்று யாரேனும் கேட்டால் அதற்கும் பதில் கூறுகிறார் முனிவர். போகம் அனுபவிக்க வேண்டாம் என்று அவர் சொல்லவில்லை. ‘போகத்தை நுகர்ந்திடு’ என்றுதான் சொல்கிறார். ஆனாலும் சத்தியத்தைக் கைவிட்டு ஆனந்தம் எய்த முடியாதே என்கிறார். அப்படியானால் சத்தியம் என்பது என்ன? சத்தியம் இதுதான்: ‘இந்த உலகில் இயங்குவன எல்லாம் ஈசுவரன் செயலால் இயங்குகின்றன.’ ‘இப்படி இயங்குவனதாம் பரமசத்தியம்; அவற்றுக்குப் புறம்பே வேறு எதுவும் இல்லை’ என்னும் பட்சத்தில் இந்தப் பொருள்களைச் சேர்ப்பதையே மனிதன் தன் முயற்சிகளிலெல்லாம் தலையானது என்று கருதியிருப்பான்; பேராசையே பெருத்த இலட்சியமாக இருந்திருக்கும் மனிதனுக்கு. ஆனால் முனிவர், ‘ஈசுவரன் எல்லாவற்றிலும் நிறைந்திருக்கிறான்’ என்று முடிந்த முடிபாகக் கூறுகிறார். ஆகவே, ஆன்மாவின் மூலம் இந்தச் சத்தியத்தை உய்த்துணர்வதுதான் சிறந்த சாதனையாகும். ‘தியாகத்தினாலேயே இந்தப் போகத்தை நுகரலாம்; பேராசையினால் இதை நுகருவது சாத்தியமில்லை’... ஏழு மாத காலம், அமெரிக்காவிலே, வானை முட்டிப்பிளக்கும் மாளிகைகள் நிறைந்த அலகாபுரியிலே அமர்ந்து, போக சாதனையில் மேல்நாட்டார் விபரீதமான வழியைக் கடைப்பிடிப்பதை நேரில் கண்டேன். அங்கே முனிவர்கள் குறிப்பிட்ட இந்தச் ‘சிற்றுலகமே’ எல்லாவற்றையும் விடப் பெரிது என்று எண்ணும்படி காட்சியளித்தது. ‘ஈசுவரனாலேயே எல்லாம் இயங்குகின்றன’ என்பதற்குப் பதில் அங்கே ‘டாலரினால் ஆட்கொள்ளப்பட்டு எல்லாம் இயங்கின’ என்றுதான் சொல்ல வேண்டும்! அங்கே போகம் அனுபவிப்பது, சத்தியத்தைக் காணுவதற்கன்று; செல்வத்தை நுகர்வதற்குத்தான். தியாகத்தின் மூலம் அந்தச் செல்வத்தை நுகராமல், பேராசையை வளர்ப்பதன் மூலம் நுகர்கிறார்கள்!

சத்தியம் ஒற்றுமைக்கு வழிகோலுகிறது. வேற்றுமையை வளர்க்கிறது செல்வம். அதுமட்டுமா? உள்ளத்தை அன்புக் களஞ்சியமாக ஆக்குவதற்கு மாறாக வெற்றிடமாக்கி விடுகிறது. இதனால் பொருள்களின் எண்ணிக்கையை எப்படிப் பெருக்குவது என்று இரவு பகல் ஓயாமல் முயற்சியில் ஈடுபடுகிறார்கள். மேல்மூச்சு வாங்க, போட்டி மேல் போட்டியாக 'மேலும் பெருக்க வேண்டும்' என்ற ஒன்றையே நோக்கமாகக் கொண்டு பேராசை என்னும் சுழலில் சிக்கி விடுகிறார்கள்; அதிலிருந்து மீண்டு வருவதில்லை. எதுதான் கிட்டி என்ன? இதனால் ஆனந்தம் மட்டும் கிட்டுவதில்லை.

அப்படியானால் நாம் மனிதப் பண்புடன் முன்னேற வழி என்ன? பாரத நாட்டு முனிவர்கள் இந்த வழியை என்றோ நமக்குக் காட்டி விட்டார்கள்: 'மனிதப் பண்பு என்பது பரம்பொருளிடம் ஈடுபாடு கொள்வதால் வளருவது' என்றார்கள். மரத்திலிருந்து ஆப்பிள் பழம் ஒன்று, இரண்டு, மூன்று, நான்கு என்று இப்படி விழுந்து கொண்டே போகிறது. கணக்கற்று ஆப்பிள் விழுந்து வருவதை எண்ணிக் கொண்டே போகிறோம். இவ்விதம் 'கணக்கிட்டுக் கொண்டிருப்பதுதான் உண்மையைக் கண்டறிந்ததாகும்' என்றால் ஒவ்வொரு தரம் பழம் விழும் போதும் அந்த உண்மை - எண்ணிக்கைதான் மாறிக் கொண்டே போகிறதே - நீடிக்கவில்லையே! 'தத: கிம்? - அதற்கப்புறம் என்ன?' என்று ஒவ்வொரு பழம் விழும்போதும் எண்ணிக்கொண்டே போக வேண்டியதுதான். இதற்கு ஒரு முடிவுதான் இல்லையா? இல்லை; இப்படி எண்ணிக்கொண்டே போனால் முடிவு காண இயலாது. ஆனால், ஆப்பிள் அத்தனையும் மரத்திலே ஒட்டிக் கொண்டிராமல் கீழே விழுவது ஈர்ப்புச் சக்தியினாலேதான் என்று விஞ்ஞான ரீதியாகக் கண்டறியும்போது நமக்குத் திருப்தி ஏற்படுகிறது.

ஆப்பிள் விழுவதைப் பொறுத்தவரையில் ஓர் உண்மையைக் கண்டறிந்தாயிற்று. மனிதப் பண்பு என்னும் உண்மையை எப்படிக் கண்டறிவது? ஒன்று, இரண்டு, மூன்று, நான்கு, ஐந்தென்று ஜனத்தொகைக் கணக்கெடுப்பதாலா? முடிவில்லாமல் அதை எண்ணிக் கொண்டே போவதனாலே மனிதனுடைய உண்மையான உருவைக் கண்டுவிட இயலுமா என்ன? உபநிடதத்தில் இந்தப் பேருண்மையை எப்படி விளக்கியிருக்கிறார்கள், பார்க்கலாம்.

"எல்லாப் பொருளையும் தன்னைப் போல் கருதி, தான் எல்லாப் பொருளிலும் இருப்பதைக் கண்டறிந்தவன் மூலையில் மறைந்து இருக்க மாட்டான்; வெறுப்புக் கொள்ளாமல் அவன் உலகில் வாழ்ந்து விளங்குவான்". 'தான்' என்ற அகந்தைக்குள் கட்டுப்பட்டிருப்பவனே மூலையில் இருளிலே ஒடுங்கி கிடக்கிறான்; எல்லாப் பொருளிலும் 'தான்' இருப்பதை உணர்ந்தவனோ மெய்ஞ்ஞான ஒளி பெற்றுத்

திகழ்வான். மனிதப்பண்பு இப்படி ஒளி பெற்று விளங்குவதற்கும், மங்கிக் கிடப்பதற்கும் நம் பழைய வரலாற்றிலிருந்து ஓர் உதாரணம் எடுத்துக் காட்டுகிறேன் பாருங்கள்; புத்த பகவான் அன்பு வழியைக் கண்டறிந்ததால் எல்லா மக்களையும் ஒன்றாகவே கருதி வந்தார். வெளிநாட்டு மக்களான சீனர்களைப் போன்றவர்களும் அவருடைய அன்பு வழியைக் கடைப்பிடித்து உய்ந்தார்கள்; அவர்களுக்குள் இதனால் ஒற்றுமை ஏற்பட்டது. ஆனால், வியாபாரம் செய்து பொருள் குவிக்க வேண்டும் என்று அங்கே வந்த வணிகக் கூட்டம் இந்த ஒற்றுமையை மதிக்கவில்லை. சிறிதும் மனங் கலங்காமல் சீனரை எமனுக்கு இரையாக்கியது. இந்த வாணிகக் கும்பல் துப்பாக்கி முனையைக் காட்டி அபினிப் பழக்கத்தை அங்கே திணித்துச் சீனர்களைப் பாழாக்கிவிட்டது. மனிதப் பண்பு ஒளி பெற்றுத் திகழ்வதற்கும் மங்கிப் போவதற்கும் இதைவிட வேறு என்ன உதாரணம் உண்டு, சொல்லுங்கள் பார்க்கலாம்?

இந்த நாளில் நம்மவருள் பலர், “நாங்களும் இதைத்தான் திரும்பத் திரும்பச் சொல்லுகிறோம். இப்படி வேற்றுமை பாராட்டுபவர்களோடு நமக்கு என்ன உறவு வேண்டிக் கிடக்கிறது? உலகத்தை அப்படியே சுருட்டி வாயில் போட்டுக் கொள்ளப் பார்க்கும் இந்தப் பேராசைக்காரர்களோடு நாம் பழகுவதா? கூடவே கூடாது” என்று சொல்லி வருவது எனக்கும் தெரியும்; “ஐரோப்பியர்களுக்கு ஆன்மிகத்தில் ஈடுபாடில்லை; நாமோ ஆன்மிக தத்துவத்தைக் கடைப்பிடிப்பவர்கள். அவர்கள் அவித்தையையே - நிலையில்லாத உலகாயதத்தை வளர்க்கும் கல்வியையே - பெரிதாகக் கருதுபவர்கள். நாம் ‘பிரம்மவித்யை’ என்ற மெய்ஞ்ஞானத்தையே முக்கியமாகக் கருதி வருகிறோம்” என்று வேறு விளக்குகிறார்கள். என்னைக் கேட்டால், “இந்த வாதமும் வேற்றுமையுணர்வினால் ஏற்பட்டதுதான்; பகுத்தறிவுக்குப் பொருந்தாததுங்கூட” என்றுதான் சொல்வேன். பாரத நாட்டுப் பழம் பெரு முனிவர்களும் இந்த வாதத்தை ஆமோதிக்கவில்லை. “விஷயம் அல்லது உலக விவகாரங்களில் அன்றாடம் நம் அனுபவ அறிவைக்கொண்டு ஈடுபட்டு வருவதால் நாம் அதிலுள்ள நன்மை தீமைகளை உணர முடிகிறது; இந்த அனுபவத்தின் முடிவில் மனநிறைவு ஏற்பட்டுப் பொருளைத் தியாகம் செய்யும்போது அது நிலைபெற்ற தியாகமாகவே இருக்கும்.” ஆனால் உலக விவகாரங்களில் ஈடுபடாமல் - பொருளைப்பற்றி ஏதும் அறியாமல் - அதைத் தியாகம் செய்வதால் தன்னடக்கம் ஏற்பட்டு விடாது. பொருளைப் பற்றிய அறிவு உலக விவகாரத்தோடு தொடர்புடையது. உலகில் இருந்துகொண்டு பொருளைக் கைவிடுவேன் என்பது பொறுப்பற்ற பேச்சு. உலக விவகாரங்களை முழுவதும்

அறிந்துகொள்ளாமல் ஆன்மிக அனுபவம் பெற்று முன்னேறிவிட முடியாது. இதனாலேதான் உபநிடதத்திலே அவித்யை அல்லது உலகியல் அறிவின் மூலம் நம்மைச் சாகாதபடி பாதுகாத்துக் கொள்ள வேண்டும்; அதன் பின்னரே மெய்யறிவினால் அமரநிலை எய்த முடியும்' என்று கூறியிருக்கிறார்கள். விஞ்ஞானிகள் என்னும் நவீன சுக்கிராசாரியர்கள் சாவினின்று தப்பும் வித்தையை - விஞ்ஞான அறிவை - நமக்கு அளிக்கத் தயாராயிருக்கிறார்கள். அன்று பிருஹஸ்பதியின் மகன் (கசன்) அமரர் உலகிலிருந்து இந்த அரிய வித்தையைக் கற்பதற்காக அசுர குருவிடம் வந்ததை நினைவுபடுத்திக்கொள்ள வேண்டும்.

ஆன்மிக சாதனையின் ஒரு பகுதி, ஜடப் பொருளின் கொடும் பிடியிலிருந்து ஆன்மாவை விடுவிப்பதுதான். மேல்நாட்டார் அந்த வகைச் சாதனையிலேதான் ஈடுபட்டிருக்கிறார்கள். "இது சாதனையின் ஆரம்பப் படிதானே? இன்னும் எவ்வளவோ முக்கியமான கட்டங்களெல்லாம் இருக்கின்றனவே" என்று சிலர் கேட்கலாம். ஆனால் இந்த ஆரம்பப்படி உறுதியாக இராவிட்டால் - இதுதான் அடிப்படையான அம்சம் - மக்களில் பெரும்பாலோருடைய வலிமையும் வயிற்றுக் கொடுமை காரணமாக அடிமை செய்து உழலுவதற்குத்தான் பயன்படும். மேல்நாட்டார் இதனாலேதான் சட்டையின் கையை மடித்துக்கொண்டு மண்வெட்டியும் கோடரியுமாய்ப் பூமியைத் தோண்டுவதிலே மிகவும் மும்முரமாக ஈடுபட்டிருக்கிறார்கள். மேலே நிமிர்ந்து பார்க்கக்கூட அவர்களுக்கு அவகாசமில்லை என்றுதான் சொல்ல வேண்டும். இந்த அஸ்திவாரத்தக்கு மேல் அவர்கள் முன்னேற்றம் என்னும் கட்டிடத்தை எழுப்ப எழுப்பக் காற்றையும் ஒளியையும் நாடும் எல்லா மக்களுக்கும் தங்கு தடையில்லாத இன்ப வரவு கிட்டும். தத்துவஞானத் துறையில் நம் ஞானிகள், "ஒரு விஷயத்தை அறியாதிருப்பதுதான் பந்தத்துக்குக் காரணம். அதை அறிவதால் நாம் ஐயத்திலிருந்து விடுபடுவோம்" என்றார்கள். தெளிவு ஏற்பட்டு விட்டால் பொருளிடத்திலுள்ள பற்று நீங்கிவிடும்; அது தெரியாதவரையிலே தான் அதில் ஏதோ சிறப்பு இருக்கிறது என்ற எண்ணம் இருந்து வரும். அப்பால் மனம் நிம்மதி அடைந்து விடுகிறது. உலகிலுள்ள இயற்கை நியமத்தை அறியாதவர்கள் பந்தத்துக்கு ஆளாகிறார்கள்; அதை அறிந்தவர்களோ வீண் பிரமையிலிருந்து விடுபடுகிறார்கள்; மனநிறைவுதான் முக்தி. இந்த உலகில் வெளிப்படையாக எத்தனையோ தடைகள் இருப்பதாக நாம் எண்ணிக் கொண்டிருக்கிறோம்; இது வெறும் மாயையே. விஞ்ஞானம் பொருளின் இயல்பைக் கண்டறிந்து இந்த பிரமையிலிருந்து நம்மை விடுவிக்கிறது. மேல்நாட்டினர் இந்த மண்ணுலகில் இந்தப் பிரமைக்கு

ஆளாகக் கூடாது என்றுதான் தீவிரமாக முயன்று வருகிறார்கள். பசிதாகம், குளிர்காலம், கோடைக்காலம், நோய், நொடி, வறுமை இவற்றின் மூலகாரணம் என்ன என்று ஆராய்வதில் அந்த மக்கள் பெரிதும் ஈடுபட்டிருக்கிறார்கள். சாவிலிருந்து மனிதன் தப்புவதெப்படி என்றுதான் அவர்கள் இத்தனை அரும்பாடுபடுகிறார்கள்; இங்கே கீழ்நாட்டில் ஆன்ம சாதனையில் ஈடுபட்டிருக்கும் மகான்கள் அமரநிலை அல்லது அழியாப்பேறு பெறும் வழியை நாடுகிறார்கள். ஆகவே, இரு சாராரின் கருத்தும் ஒன்றுதான். வெவ்வேறு என்று பிரித்துக்கொண்டிருந்தால் இரு சாராரின் முயற்சியுமே வீணாகத்தான் முடியும். கிழக்கும் மேற்கும் இணைவதற்குரிய மந்திரத்தை உபநிடதம் என்றைக்கோ மொழிந்திருக்கிறது:

வித்யையாகிய பரம்பொருளறிவு, மாயையாகிய இந்த உலகம் ஆகிய இரண்டையும் ஒரே சமயத்தில் காண்பவன் அவித்யை என்ற உலக மாயையின் மூலமே சாவைக் கடந்து பரம்பொருளறிவினால் அமரனாவான்.

இந்த இரண்டையும் இணைக்கும் வழியை உபநிடத முனிவர் சொல்லியிருக்கும்போது கிழக்கும் மேற்கும் இணைந்துதான் தீர வேண்டும். இத்தகைய இணைப்பு இராததாலேதான் கீழ்நாடு வறுமையுற்று, உயிரற்ற சடலம் போல் கிடக்கிறது; மேல்நாடோ அமைதியின்மை காரணமாக ஆத்திரமுற்று, அதனால் ஆனந்தமற்று இருக்கிறது.

இப்படி ஒருமையுணர்வு வேண்டுமென்று நான் சொல்லும்போது என் கருத்தைத் தவறான முறையில் சிலர் புரிந்துகொள்வார்களோ என்ற ஐயம் உண்டாகிறது. ஆகவே, இதுவரையில் குறிப்பாகச் சொன்னதை இனி வெளிப்படையாகச் சொல்லுகிறேன். எல்லாரும் ஒன்றுபடுவது என்றால் பிண்டம் போல் மொத்தையாக இருப்பது என்ற பொருளில் நான் சொல்லவில்லை. சுதந்திர உணர்ச்சி உள்ளவர்கள் தாம் ஒற்றுமையாக வாழ முடியும். உலகில் பிற நாட்டாரின் சுதந்திரத்தை அழிக்கப் பார்ப்பவர்கள் எல்லா மக்களுக்குமே ஊறு செய்பவர்கள்தாம் என்பேன். **ஏகாதிபத்தியம் என்பது மலைப்பாம்பு போன்றது; எல்லாவற்றையும் அப்படியே மொத்தமாக அது விழுங்கி விடுகிறது. இவ்விதம் விழுங்குவதையே கூட ஒன்றுபடுத்துவது என்றுதான் அது பிரசாரம் செய்கிறது.** முன்னையே சொல்லியிருக்கிறேன்: பொருளின் இயல்பைக் கண்டறியும் விஞ்ஞான அறிவை ஆன்மிக அறிவு இகழ்ந்து தள்ளப் பார்த்தால் இருவகை அறிவும் இணையவே வழியில்லை. விஞ்ஞான அறிவும் வேண்டியதுதான்; ஆன்மிக அறிவும் வேண்டியதுதான். இதை உணர்ந்தால் மனிதன் நாடும் ஒற்றுமையுணர்வு அல்லது சத்தியம்

கிட்டிய மாதிரிதான். அன்று முதல் உலக மகாயுத்தம் நடந்து முடிந்ததும் ஐரோப்பா அமைதிக்காக ஏங்கிக் கிடந்தபோது அங்கே பல சிறிய சிறிய நாடுகள் சுதந்திரம் பெறத் துடித்தன; அந்த ஆர்வம் இப்போது பெருகியிருக்கிறது. இன்று ஒரு புதிய யுகம் தொடங்கியிருக்கிறது என்னும் பட்சத்தில், அளவுக்கு மிஞ்சிய செல்வக் கொழிப்பு, சாம்ராஜ்யம், வல்லரசுக் கூட்டு எல்லாம் சுக்கு நூறாகப் போவது திண்ணம். உண்மையான சுதந்திர பீடத்தின்மேல் ஒற்றுமைத் தெய்வத்தின் உருவத்தை நிலைநிறுத்தவும் முடியும். புதுயுகம் தோன்ற வேண்டும் என்று பாடுபடுபவர்கள் ஒற்றுமை நிலவ வேண்டும் என்பதையே குறிக்கோளாகக் கொண்டு சுதந்திரத்தை நிலைநாட்ட வேண்டும். இது ஒரு தனிப்பட்ட நாட்டினரின் விடுதலை இயக்கம் என்று எண்ணாமல் உலகிலுள்ள மக்கள் யாவருமே விடுதலை பெற வேண்டும் என்ற உறுதியான முடிவுக்கு வந்தாக வேண்டும்.

பிறரையும் தம்மைப் போல் கருதுபவர்கள் ஒளி பெற்றுத் திகழ்வார்கள். அவர்கள் மறைவில் இருக்கவே தேவையில்லை. தம் சாதனையின் மகிமையால் பொலிவு பெற்று விளங்குவார்கள். இத்தகைய பேருண்மை வெறும் ஏட்டுச் சுவடியில் தானா இருக்கிறது? மனித வரலாற்றிலேயே இந்தத் தத்துவம் நிலைபெற்று விளங்கவில்லையா? சரித்திர காலத் தொடக்கத்திலேயே கூட மலைகளையும் கடலையும் எல்லையாகக் கொண்ட பரப்பிலுள்ள மக்கள் ஒன்றுபட்டு நின்றதைப் பார்க்கிறோம். இத்தகைய ஒற்றுமை ஏற்படாவிட்டால் விபரீதத்திலேதான் அது முடியும். அப்போது உண்மை ஒளியை மனிதன் காணவும் முடியாது. ஒன்றுபட்டு விளங்கும் மக்கள் கூட்டத்தில் திடீரென்று யது வம்ச வரலாற்றில் கண்டதுபோல் யாரேனும் குடிவெறியர்கள் தலை தூக்கி ஒருவரையொருவர் தாக்கிக் கொண்டால் - பரஸ்பரம் நம்பிக்கையற்று ஒருவரையொருவர் ஏமாற்றப் பார்த்தால் - அவர்கள் அழிந்து போவது திண்ணம். முன்பு இப்படி நடந்தும் இருக்கிறது. அதே சமயம் ஓர் ஆன்மாவே எல்லாரிடத்திலும் ஒளி வீசித் திகழ்கிறது என்பதைக் கண்டவர்கள், தாம் பிறந்த நாட்டுக்குப் பெருமை தேடித் தந்த மகாபுருஷர்களாக விளங்கியிருக்கிறார்கள்.

விஞ்ஞானத்தினால் விளைந்திருக்கும் நன்மை பல. நிலம், நீர், வானம் எங்கும் இன்று தங்கு தடையின்றிச் செல்ல முடிகிறது. எத்தனை வகையான வண்டிகள் ஓடுகின்றன! பல வகை மனிதர்கள் மட்டுமன்றிப் பல இனத்தாரும் ஒன்றுகூட முடிகிறது. இதனால் மனிதன் சத்தியத்தை நாடும் முயற்சிக்கு ஊக்கம் ஏற்பட்டிருக்கிறது; இதோடு அம்முயற்சி கைகூடும்படி செய்யும் பொறுப்பும் நம்மிடம்

வந்திருக்கிறது. இது நல்லபடியாக முடிய வேண்டும்; இல்லாவிட்டால் விபரீதந்தான் விளையும். இன்று நாம் சங்கடமான நிலையில் இருக்கிறோம். ஒன்றுபட்டிருக்க வேண்டும் என்ற கூக்குரல் வெளியே கேட்கும்போது உள்ளுக்குள் வலிமை குன்றிக் கிடக்கிறது. இது எப்படி இருக்கிறது தெரியுமா? எஞ்சினுடைய சக்தியால் மோட்டார் தானாகவே கிளம்பி வெகு வேகமாக ஓடுகிறது; அதை ஓட்ட வந்த டிரைவரோ, ‘அடேடே! ஐயையோ!’ என்று கூவிக்கொண்டே அதன் பின்னால் ஓடுகிறான். ஆனால், அதைப் பிடிக்க முடியவில்லை. அதே சமயம் மோட்டார் கடுவேகமாகச் செல்வதைப் பார்த்துச் சிலர், “சபாஷ்! சபாஷ்! இதுதான், ஐயா, முன்னேற்றம்” என்று சொல்லி மகிழ்கிறார்கள். மேல்நாட்டாரின் நிலை இதுதான். இங்கே நம் நாட்டில் சில மகாசாதுக்கள் மெதுவாகக் கால் எடுத்து வைத்து நடந்து சென்று கொண்டிருக்கிறார்கள். அவர்களால் இந்த வேகத்தைக் கண்டு சமாளிக்க முடியவில்லை; திகைத்து நிற்கிறார்கள். இப்படிப் பலருக்கு அதிர்ச்சி மூளும்படி கீழ்நாடும் மேல்நாடும் இணைவது நல்லதென்று படவில்லை.

அது எப்படியிருந்தாலும் சரி, ஒன்று தெளிவாகத் தெரிகிறது; வெவ்வேறு இன மக்கள் கூடினாலும் ஒன்றாக இணையவில்லை. இதனாலேதான் இன்று உலகம் துன்புறுகிறது. இவ்வளவு துன்பம் அனுபவித்தும் அது நீங்கும் வழி இன்னதென்று தெரியவில்லை. இது ஏன்? ஒரு சிற்றெல்லைக்குள் ஒன்றுபட்டிருக்கப் பயின்றவர்கள் அதற்கு வெளியேயுள்ள மக்களோடு ஒன்றிப் போகும் வித்தையைப் பயிலாமல் தாம் உயர்ந்தோர், பிறர் தாழ்ந்தோர் என்று கருதி வருகிறார்கள்.

மனிதன் சந்தர்ப்பவசத்தால் சிற்றெல்லைக்குள் ஓர் உண்மையை உணர்ந்து கொள்கிறான்; ஆனால் அதுமுதல் அந்த உண்மையைக் கடைப்பிடித்து ஒழுகுவதற்குப் பதில் தன் சிற்றெல்லையையே - நாட்டையே - பெரிதாக மதித்துப் போற்றத் தொடங்குகிறான். தான் மதிக்கும் தெய்வத்தை விடப் பூசாரியையே உயர்வாக எண்ணுகிறான். அரசனை மறந்தாலும் மறக்கலாம்; காவலாளை மறந்துவிட முடியுமா? ஒரு நாடு அல்லது தேசீய இனம் முதலில் ஓர் உண்மையைக் கடைப்பிடித்ததால் ஓர் உருவுடன் விளங்கியது. ஆனால் ‘தேசியம்’ என்ற கொள்கையையே அந்த உண்மையை விடப் பெரிதாகக் கருதுவது பொருந்துமா? **ஆனாலும் இப்படி நாட்டின் குறுகிய எல்லைகளை அடிப்படையாகக் கொண்டு ‘தேசியம்’ என்னும் பூசாரியைக் குறிப்பிட்டதால் எங்கும் நரபலிக்குரிய ஏற்பாடு மும்முரமாக நடந்து வந்தது.**

இதில் வெள்ளை இனத்தைச் சேராத அடிமை மக்கள் பலியாகிறவரையில் நிலைமை கட்டுக்குள்ளேதான் அடங்கியிருந்தது. திடீரென்று கி.பி. 1914இல் இந்த வெள்ளை எஜமானர்களுக்குள் பகை மூண்டு ஒருவரை ஒருவர் வெட்டிக் கொன்று மடியப் பார்த்தார்கள். அப்போதுதான் இந்தத் தேசிய வெறி, தன் இனம், பிற இனம் என்று வேற்றுமை பார்க்காது என்பதை அவர்கள் கண்டார்கள். ஒருநாள் இவர்கள் சண்டையினால் கீழ்நாட்டு மக்களின் பாடும் திண்டாட்டமாகி விட்டது; அவர்களும் பாதிக்கப்பட்டார்கள். ‘பிச்சைக் குடுவையிலும் சனீச்சரன் புகுந்தானாம்’ என்ற மாதிரி எளியோராகிய கீழ்நாட்டவரும் இந்தச் சண்டையில் அகப்பட்டுத் தவிக்க வேண்டியதாயிற்று. நாடு பிடிக்கும் ஆசை வளர வளர வெறியும் தாண்டவமாடிற்று. இது அடங்கியதும் ஒரு சாரார் பணிய வேண்டியதாயிற்று. அவர்களிலே சிலர் இன்று தலையில் கை வைத்துக் கொண்டு, ‘இந்த ராணுவ வெறியும் தேசியத் திமிரும் நம்மை இந்த நிலைக்குக் கொண்டுவிட்டன பார்! நம் சந்ததிகள் இதை வெறுக்கத்தான் வெறுப்பார்கள்’ என்று சிந்திக்கிறார்கள். என்ன செய்வது? (முதல்) உலகப்போர் மும்முரமாக நடக்கும்போது எல்லாரும் என்ன எண்ணினார்கள்? ‘இது முடிந்ததும் எல்லாக் கஷ்டமும் நீங்கி உலகம் சீர்படும்’ என்றுதான். ஆனால் (முதல்) உலகப்போர் முடிந்ததும் (வெர்ஸேல்ஸ்) சமாதான உடன்படிக்கை என்ற முகமூடி யணிந்து மறுபடியும் சச்சரவு தலைதூக்கி நிற்கிறது; அது யுத்தமாக மாற எத்தனை நேரம் பிடிக்கும்? கிஷ்கிந்தா காண்டத்தில் ஹநுமானுடைய வாலின் வலிமையைக் கண்டு அண்டமே கலங்கியது. இலங்கா காண்டத்திலோ அந்த வாலுக்குத் துணி சுற்றி எண்ணெய் விட்டுத் தீப்பந்தம் போல் அதை எரியவிட்டு வேடிக்கை பார்த்தான் இராவணன். அதுவே போருக்கு முக்கிய காரணமாயிற்று. அதுபோலவே வெர்ஸேல்ஸ் சமாதான உடன்படிக்கை என்ற ஹநுமான் வாலில் துணியை எண்ணெயில் தோய்த்துத் தயாராக வைத்திருக்கிறார்கள். இதில் தீப்பற்றினால் அப்புறம் எல்லாருமே சோற்றுக்கில்லாமல் திண்டாட வேண்டியதுதான். மேல்நாட்டில் உள்ள சில மேதைகள் இதைக் கண்டு திகிலுடன், “கெட்ட புத்தியினாலேதான் முன்னே மகாயுத்தமே மூண்டது. இத்தனை மக்கள் செத்தும் மறுபடியும் அந்தப் புத்தி போகவில்லையே!” என்றுதான் முறையிடுகிறார்கள். **இந்தக் கெட்ட புத்திக்கு இன்னொரு பெயர்தான் ‘தேசியம்’ இது ஒரு வெறியே தவிரத் தத்துவமாகாது; ஒற்றுமை என்பது இதற்கு மாறானது; அதுதான் தத்துவம்.** எல்லா மக்களுக்குள்ளும் ஒற்றுமை காணும் முயற்சியையே சத்திய சாதனை என்று சொல்ல வேண்டும். அத்தகைய சத்தியம் எந்தச் சாம்ராஜ்ய தேர்ச் சக்கரம் மேலே ஏறினாலும் நசுங்கிக் கூழாகாது; இது நிச்சயம்.

என்றைக்கு இருந்தாலும் சாம்ராஜ்யவாதம் அந்தச் சத்தியத்தின் வாக்குக்குப் பணிந்துதான் ஆக வேண்டும். ஆனால், தேசிய வெறியைக் கிளப்பினால் சகுனி கையாண்ட அரசியல் தந்திரமான சூதாட்டத்துக்கேற்ற சூழ்நிலை ஏற்பட்டு, முடிவில் குருக்ஷேத்திரப் போராகத்தான் முடியும்.

நவீன காலத்து அரும்பெருஞ் சாதனைகளோடு புதிய அறிவும் கல்வியும் இணைவதைத் தான் நான் விரும்புகிறேன். **'தேசியம்' என்ற குறுகிய எல்லையில் இருந்துகொண்டு சுய நாட்டைப் போற்றிவரும் அரசியல் பூசாரிகள் பலவகையில் தேசிய வெறியைக் கிளப்பிவிடப் பார்க்கிறார்கள்.** ஜெர்மனி கல்விப் பயிற்சியையும் அரசியல் கொள்கையையும் இணைத்துத் தேசிய வெறியூட்டிப் பிற நாட்டினரிடம் வேற்றுமை பாராட்டத் தன் மக்களைத் துண்டியது என்று மற்ற மேல்நாட்டினர் அதைக் குறை கூறுகிறார்களே, மேல்நாட்டில் எந்த வல்லரசுதான் இப்படிச் செய்யவில்லை? உண்மை இதுதான்; ஜெர்மனி எல்லாத் துறைகளிலும் விஞ்ஞான ரீதியைக் கடைப்பிடித்து அந்தப் பலத்தால் மற்ற நாடுகளைவிட வெகு தூரம் முன்னேறி எதற்கும் தயாராக நிற்கிறது. கட்டுத் திட்டங்களை வகுத்துக் கல்வி முறையையும் அதன்படி உருவாக்கித் 'தீவிர தேசீயம்' என்ற முட்டையைப் பொரிக்க முனைந்திருக்கிறது. 'தேசீய வெறி' என்னும் அடைகாக்கும் (இன்குபேட்டர்) பெட்டியில் இந்த முட்டை வெடித்துக் குஞ்சுகள் வெளி வந்து கொண்டிருக்கின்றன. இதனாலேதான் மற்ற நாட்டுச் சிறுவர்களைவிட இந்த ஜெர்மன் சிறுவர்களிடம் தீவிர முயற்சி என்ற பண்பு மிகுதியாக இருக்கிறது. ஜெர்மானியருக்கு எதிரான நாட்டினரும் இதே பயிற்சியைத்தான் தம் சிறுவர்களுக்கு அளித்து வருகிறார்கள். ஏன், இவர்கள் நாட்டுத் தினசரித் தாள்களில் கொட்டை எழுத்துகளில் நாம் பார்ப்பதுதான் என்ன? அதே தேசிய வெறியை வளர்க்கும் செய்திகள்தாம் வருகின்றன; அவற்றில் பெரும்பாலானவை அண்டப் புளுகுகள்!

இந்தத் 'தேசிய வெறி'யிலிருந்து மீட்டு உண்மையை உணரும் வகையில் கல்விப் பயிற்சியை அமைப்பதே மனிதப் பண்புக்கு அழகு. அப்போதுதான் பிற்காலத்திலே உலக வரலாற்றில், 'எல்லா நாட்டினரும் ஒத்துழைத்ததால் மனித இனம் முன்னேறியது' என்று சொல்லிப் பெருமை கொள்ள இடம் இருக்கும். இன்று இந்த வகையான பரந்த நோக்குக்கு மாறாகக் காணும் பொறாமை, முரட்டுச் சிந்தனை, கொடிய பழக்க வழக்கங்கள் எல்லாம் வருங்காலத்தில் நம்மை எதற்கும் தகுதியற்றவர்கள் ஆக்கிவிடும். சுயநாட்டுக்கு மதிப்புத் தர வேண்டியதுதான்; எனக்கும் தேசாபிமானம் உண்டு. ஆனாலும், நான் வேண்டிக் கொள்வது இதுதான்: அன்றொரு நாள்

நம் பழம்பெரும் முனிவர்கள், 'வேற்றுமையுணர்வை உதறித் தள்ளு' என்று நமக்கு உபதேசித்த மந்திரத்தை நாம் என்றென்றும் மறக்காமல் இருக்க வேண்டும். அதோ அக்கரைச் சீமையிலிருந்து மக்கள் தங்களுக்குள்ளேயே, "ஐயோ! எந்த வகைப் பயிற்சியிலும், சிந்தனையிலும், செயலிலும் நாங்கள் ஈடுபட்டு மயங்கி இன்று இப்படி அல்லல் படுகிறோமோ, ஆண்டவனே!" என்று முனகுவது கேட்கிறது. அதற்கு நம் நாட்டிலிருந்து மறுமொழி கிடைக்கட்டுமே; "மனித குலம் ஒன்றே என்ற உண்மையைக் கடைப்பிடித்தொழுக நீங்கள் மறந்து விட்டீர்களே! அந்த மயக்கந்தான் இவ்வளவு தூரத்துக்கும் காரணம்" என்று சொல்ல நமக்குத் தகுதி உண்டு.

அறிவாளிக்கு எல்லா உயிர்களும் 'தானே' என்ற மெய்யறிவு தோன்றும். இப்படி ஒருமையுணர்வு கண்டவனுக்கு மோகமேது? சோகமேது?

கடலுக்கு அப்பால் அக்கரையில் மக்கள் (ஐரோப்பாவில்), 'அமைதி ஏற்படாதா?' என்று ஏங்குகிறார்கள். அவர்கள் முதலில் ஒரு விஷயத்தைத் தெரிந்து கொள்ள வேண்டும். மங்கலம் பொங்கும் இடத்திலேயே அமைதி நிலவும்; ஒற்றுமை இருக்கும் இடத்திலேதான் மங்கலம் இருக்கும். அத்வைதம் அல்லது வேற்றுமையற்ற நிலையிலேயே அமைதி நிலவும்; ஏனென்றால், அத்வைதமே சிவம் அல்லது மங்கலம். சொந்த நாட்டை மதித்துப் போற்ற வேண்டும். அதற்குத் தக்க கௌரவம் அளிக்க வேண்டும் என்றுதான் பார்க்கிறோம். நாமே எண்ணிப் பார்த்தால் மிகவும் நாணித் தலை குனிய வேண்டிய சில பழக்க வழக்கங்கள் இன்றும் நம்மிடம் அழுக்கும் குப்பை கூளமும் போல் குவிந்து கிடக்கின்றன. அவற்றைத் தூர எறிய ருத்திர தேவதை நமக்கு உத்தரவிட்டிருக்கிறது. புரட்சியின் சீற்றத்தைத்தான் ருத்திர தேவதை என்கிறேன். இந்தக் காலத்துக்குப் பொருந்தாத பழக்க வழக்க இன்றைய புரட்சிப் போக்குக்கு எதிரே நிற்க முடியுமா சொல்லுங்கள்! மேல்நாட்டார் அந்தச் சீற்றத்தினால் என்ன விளையும் என்பதைப் புரிந்துகொண்டு விட்டார்கள். நாமோ இங்கே அந்தக் குப்பை கூளத்தின் மேல் தாமஸ குணம் என்ற பேயை வழிபட்டுக் கொண்டிருக்கிறோம்; பழைய யுகம் மாறிவிட்டதைக் கவனிக்காமல் கிடக்கிறோம். மங்கலத்தின் உருவான சிவனை எந்நாட்டவர்க்கும் இறைவனும், அத்வைதத்தின் உறைவிடமுமாக விளங்கும் பரமேசுவரனை - மனத்தில் எண்ணித் தியானிக்கும் திவ்விய மந்திரம் நம்மிடம் இராமலா போய்விட்டது? புதிய யுகம் தோன்றியிருக்கும் இன்று அந்தத் தியான மந்திரத்தின் உதவியினாலே, பழைய உண்மையை நிலையான சத்தியத்தை நாம் காண முடியாதா என்ன?

இதனாலேதான் நம் கல்வி நிலையங்களைக் கீழ்நாடும் மேல்நாடும் இணையும் கலைக் கூடமாக்க வேண்டும் என்றேன். உள்ளூற நான் விரும்புவது இது. வெறும் உலகியல் அறிவால் மக்களுக்குள் இருக்கும் பகைமை நீங்காது; அவர்களாக முன்வந்து அந்தப் பகைமையை அகற்றவும் மாட்டார்கள். ஆனால் உண்மை அறியும் முயற்சியிலோ தடைகள் தாமாகவே நீங்கிவிடும். தன்னையும் தன் குடும்பத்தையுமே பிரமாதமாக எண்ணிக்கொண்டு விருந்தினரை வரவேற்காத உலோபியைப் போல் இழிந்தவன் இந்த உலகில் வேறு எவனுமே இல்லை. இது குடும்பத்துக்கு மட்டும் அல்ல, ஒரு நாட்டுக்கும் பொருந்தும். எந்த நாடாக இருந்தாலும் சரி, அது தான் மட்டுமே வாழ வேண்டும் என்று பொருளைக் குவித்துக்கொண்டு பிற நாடுகளுக்கு வழங்காமல் இருந்தால் அதன் புகழ் மங்கி மறைந்துவிடும். **தன்னிடம் உள்ள பொருள்களை அது எப்படி உற்பத்தி செய்ய முடிந்தது என்ற அறிவைப் பிற நாடுகளுக்கும் கற்பிப்பதுதான் அதன் முதல் கடமை. வித்தியாதானமேசிறந்த தானம் என்று அதனாலேதான் நம் பெரியோர்கள் சொன்னார்கள்.** பாரத நாடு ஒரு காலத்தில் தன்னிடமுள்ள ஞானச் செல்வத்தை உலகத்துக்கு வழங்கி வந்தது. அதுவரையில் பாரதத்தின் புகழ் ஓங்கியிருந்தது. ஆனால் நாம் இன்று பயிலும் கல்வி முறையில் முக்கால் பகுதி பிற நாட்டினரிடமிருந்து நாம் பெறும் பிச்சையாகத்தான் இருக்கிறது. தன்னிடம் இருப்பதைப் பிறருக்கும் வழங்காமல் வெட்கமின்றிப் பிச்சையெடுப்பவன், 'விருந்தாளிகளை வரவேற்று உபசரிக்க முடியவில்லையே!' என்று ஏன் ஏங்கி வெட்கித் தலைகுனியப் போகிறான். பாரதமும் இந்த நிலையிலே தான் இருக்கிறது; 'நான் பிச்சைக்காரியாயிற்றே? என்னிடம் நீங்கள் விருந்துபசாரத்தை எதிர்பார்க்க முடியுமா?' என்று கேட்கிறது. யார் அதனிடம் ஒன்றும் இல்லை என்று சொன்னார்கள்? மேல்நாட்டிலே எங்கே போனாலும் அங்குள்ள மக்கள், "ஓ இந்தியர்களா! உங்கள் நாட்டு மகான்களின் உபதேசங்களைப் படித்தறிய வேண்டுமென்று ஆவலாயிருக்கிறது. எங்களுக்கு அவற்றை எடுத்துச் சொல்லுங்களேன்" என்றுதான் கேட்கிறார்கள். நம் நாட்டிற்கு ஆவலுடன் வந்து பார்க்கும்போது, "இதென்ன, எங்களைத்தான் நீங்களும் பின்பற்றுகிறீர்கள்? இதுவும் ஏதோ மூலையில் வறட்டுத் தவளை கத்துகிற மாதிரி இருக்கிறதே தவிர இதில் ஒரு புதுமையும் இல்லையே!" என்கிறார்கள். **மாக்ஸ் முல்லர்** நம்முடைய அருமை பெருமைகளை விளக்கியிருப்பதை ஆங்கிலத்தில் நம்மவர் படித்துவிட்டு, "ஆகா! நம் நாடு எவ்வளவு பெருமை வாய்ந்தது!" என்று தற்புகழ்ச்சி செய்து கொள்ளும்போது எப்படி இருக்கிறது தெரியுமா? வெள்ளைக்காரரின் பாண்டு வாத்தியத்தில் கீச்சிடுவது போல் காது கூசும்படி ஒலிக்குமே அந்த

வாத்தியத்தின் நினைவுதான் வரும்; இவர்கள் மேல்நாட்டு நாகரிகத்தைக் கண்டிக்கும்போதோ வெள்ளைக்காரருடைய இராகத்தில் உச்சஸ்தாயி ஸப்தம ஸ்வரம் போல் காதைப் பொத்திக் கொள்ளும்படி இருக்கும்.

என்னுடைய கோரிக்கை இதுதான்: பாரத நாடு கீழ் நாடுகளுக்கெல்லாம் பிரதிநிதியாக இருந்து, தான் ஆதியில் கடைப்பிடித்து வந்த சத்திய நெறியை உலகத்துக்குக் காட்ட வேண்டும். பாரதத்துக்கு இன்று வேறு எந்த வகைச் செல்வமும் இராவிட்டாலும் பழைய முனிவர்கள் தம் அனுபவத்தால் கண்டறிந்த மெய்ஞ்ஞானச் செல்வம் இருக்கிறது. அதை உலகுக்கு வழங்கினால் நிச்சயமாக உலகம் ஏற்கும். பாரத நாடு அப்போது நடுச் சன்னதியில் கிடக்க வேண்டிய தேவையில்லை. உலக நாடுகளில் அதற்கு உரிய சிறந்த இடம் கிட்டுவது திண்ணம். நாம் தாழ்ந்தவர்களோ என்று ஐயங்கொள்வதும் சரியன்று; நாம் மகாமேதாவிகள் என்று பெருமை கொள்வதும் சரியன்று. நாம் உள்ளூற ஓர் உண்மையைக் கண்டறிந்தால் அதை அனைவருக்கும் வழங்குவதுதான் பெருந்தன்மைக்கு அறிகுறி. இது பயனை நாடிச் செய்யும் முயற்சியாக இராமல் புகழ் பெற வேண்டும் என்ற நோக்கத்தோடு புரியும் செயலாக இராமல் ஆன்மிக முன்னேற்றம் என்ற உயர்ந்த இலட்சியம் நிறைவேறுவதற்காகச் செய்யும் அருந்தொண்டாக அமைய வேண்டும். நம் ஆன்ம சக்தி வெளியாகக் கூடிய கல்வி முறையை இன்று பரப்ப வேண்டும். அது நம் சொல், செயல் எல்லாவற்றிலும் பிரதிபலிக்க வேண்டும். அப்போதுதான் உலகமும் நம்மை மதிக்கும்.

புது யுகத்தின் ஒளி தோன்றி நம்மை வரவேற்கிறது. அதிலே நம் பழைய உண்மைகளைக் கண்டு தெளிந்து அதே சமயம் புதிய உண்மைகளையும் ஏற்போம். இதனால் நம்முடைய முதுமைதானாகவே நீங்கிவிடும். இளமை பெற்றுத் திகழ்வோம். ஆகவே, நம்முடைய கல்வி நிலையங்களின் மூலமந்திரமாக, "எவன் எல்லா உயிர்களையும் தன்னிடமும் எல்லா உயிர்களிடமும் தன்னையும் காண்கிறானோ அவன் எந்த உயிரினிடத்தும் வெறுப்புக் கொள்வதில்லை."

பல்கலைக்கழகம் எப்படி இருத்தல் வேண்டும்?

குருதேவர் ஓய்வறியாப் பெரும் புலவர். அவரளவு எழுதிக்குவித்தவர்கள் எழுத்துலகில் ஓரிருவர் இருப்பரோ? தெரியவில்லை. அவருடைய வாழ்நாளிலேயே உலகின் சிறந்த பல்கலைக்கழகங்கள் அவரைப் பாராட்டிப் பெருமைப்படுத்தின. இருபதாம் நூறாண்டின் தொடக்க ஆண்டுகளில் கல்கத்தா பல்கலைக்கழகப் பட்டமளிப்பு விழாப் பேருரையை வங்க மொழியில் நிகழ்த்தி வரலாறு படைத்தவர் அவர். தொடர்ந்து

அப்பல்கலைக்கழகத்துடன் நெருங்கிய தொடர்பு கொண்டிருந்த இப்பெருமானை அவர்கள் சிறப்புப் பேராசிரியராக அழைத்தனர். அப்போது அவர் நிகழ்த்திய உரை இது (டிசம்பர் 1932)

பழகி இராத இடத்தில் இதுவரை ஏற்காத பொறுப்பு ஒன்றைக் கல்கத்தா பல்கலைக்கழகத்தினர் எனக்கு அளித்திருக்கிறார்கள். அவர்கள் அழைப்புக்கு மனமார்ந்த நன்றி செலுத்தக் கடமைப்பட்டிருக்கிறேன்.

நம் பணிவை வெளியிடும் முறையில் இரண்டொரு சொற்கள் முன்னதாகச் சொல்வதுதான் சொற்பொழிவுக்கு அழகு. ஆனால் உண்மையில் இப்படிப் பேசுவது பொருத்தமில்லை; நல்லதுமில்லை; விஷயத்தைத் தெளிவாகச் சொல்லித்தான் ஆகவேண்டும். இல்லாவிட்டால் பேசியும் பயனில்லாமற் போய்விடும். ‘முன்னதாகப் பணிவாய்ப் பேசினால் கேட்பவர்களின் மனத்தைக் கவர்ந்து நம் பக்கம் அவர்களை இழுத்துக் கொள்ளலாம்’ என்றெல்லாம் வீண் மனக்கோட்டை கட்ட நான் தயாராயில்லை. ‘மன்னிக்க வேண்டும்’ என்று சொல்லிவிட்டால் நம்மிடம் உள்ள குறை நீங்கி விடுமோ? நம் குறையை நாமே ஒப்புக் கொண்டதாகத் தான் முடியும். எதற்கும் உருகாதவர்கள் இத்தகைய பணிவைப் பணிவாகவே கருத மாட்டார்கள்; இகழ்ச்சியாகவே எண்ணுவார்கள்.

எதற்காக என்னை அழைத்தீர்கள், அதைக் குறித்து என் நோக்கம் என்ன என்பது எல்லாருக்குமே தெரிந்திருக்கலாம். ஆகவே, ‘இங்கே பேசுவதற்குத் தகுதி உள்ளவனா இல்லையா என்பதை ஏற்கனவே முடிவு செய்துதான் அழைத்திருக்கிறார்கள்’ என்ற அளவுக்குப் புரிகிறது.

இது ஓரளவுக்குப் புதுமையாகத்தான் இருக்கிறது. இதிலிருந்து இன்னொன்றும் தெரிகிறது. பல்கலைக்கழகத்தினர் ஏதோ புதிய தீர்மானத்தக்கு வந்திருக்கிறார்கள் என்பதுதான் அது. இதனால் அவர்களுக்குள்ள பொறுப்பும் அதிகமாகிறது. ஆகவே, இந்த விசயத்தில அவர்கள் தெளிவாக இன்னது செய்தால் நல்லது என்று ஒரு முடிவுக்கு வர வேண்டும். என் கருத்துகளையும் அப்படியே ஒளிவுமறைவில்லாமல் எடுத்துச் சொல்ல விரும்புகிறேன்.

வெகு நாளாக நான் இலக்கியத் துறையிலே ஈடுபட்டு வருபவன்; அந்த முறையிலேதான் இங்கே என்னை அழைத்திருக்கிறீர்கள் என்றும் நம்புகிறேன். ஏதோ அன்றாடம் வேலைக்குப் போய் வருவது போல் இலக்கியத் துறையில் ஈடுபட்டவனல்ல நான். பல ஆண்டுகளாக அரும்பாடுபட்டு அந்தத் துறையில் ஓரளவு அனுபவம் பெற்றிருக்கிறேன். இலக்கியப் பணி புரிபவர்களை மக்கள் ஆதரிக்க

வேண்டுமென்றால், அவர்கள் எழுதுவதிலே சுவை இருப்பது அவசியமாகும். யுக்தி, வாதம் இவற்றைக் கொண்டு மக்கள் எழுத்தாளரின் தரத்தை எடை போட்டுப் பார்ப்பதில்லை. ஏனென்றால், சில சமயம் இப்படி எடை போடுவது அரை குறையாக நிறுப்பதாகவும், சில சமயம் உள் ஒன்று வைத்துப் புறம் ஒன்று செய்யும் கரவு மனப்பான்மையைக் காட்டுவதாகவும் அமைகிறது. கவிஞனின் புகழைத் தூணுக்கு ஒப்பிடுவதைவிடப் படகுக்கு ஒப்பிடுவதுதான் பொருத்தம். பெரிய ஆறு ஒன்றில் வெகு நாட்களாக எதிர்க்காற்றில் சமாளித்துச் செல்கிறது ஒரு படகு. அதில் பண்டங்கள் இருக்கின்றன; கடைசியில் அது தங்குவதற்கு நல்ல துறை கிட்டுகிறது; அப்போது அதிலுள்ள சரக்குக்குக் கிராக்கி ஏற்படுகிறது. இலக்கிய வரலாற்றிலும் இத்தகைய போக்கையே காண்கிறோம். பல பேர் ஒரு நூலை ஆதரித்தும் எதிர்த்தும் தம் தம் கருத்துகளை வெளியிடுவார்கள். இப்படிப் பல அனுபவங்களைக் கடந்துதான் இலக்கியப் படைப்பு என்னும் படகு செல்ல வேண்டியிருக்கிறது. ஆனாலும் இந்த நிலைமை நீடித்திராது. என்றாவது ஒரு நாள் இலக்கியப் படகு தனக்கு உரிய துறையை அடைகிறது. அப்போது அதிலுள்ள சரக்குக்கும் மதிப்புக் கிட்டுகிறது. இப்படிக் காலத்தைக் கடந்து அதன் புகழ் நீடித்து நிற்கிறது.

பல்கலைக்கழகம் என்பது பேரறிவாளர்களுக்குரிய கௌரவமான இடம். அங்கே திடீரென்று இலக்கியத் துறையில் ஈடுபட்டவனுக்கு ஓர் இடம் அளித்திருப்பது ஆச்சரியமாகத் தான் இருக்கிறது. இப்படி வழக்கத்தை மீறி ஒரு காரியம் செய்வதென்றால் அது ஏன் என்று கவனிக்க ஆவல் மூள்கிறது. பல அறிவாளிகள் கூர்ந்து நோக்கி அலசி ஆராயும் இடத்தில் பழகியவனல்ல நான். என்னைவிடப் பெரியவர்களேகூடச் சற்று அஜாக்கிரதையாக இருந்தால் சமாளிக்க முடியாத சூழ்நிலை இது. அப்படி இருக்கும்போது நான் எப்படிச் சமாளிக்க முடியும், சொல்லுங்கள்? நானும் பேரறிவாளியாக இருந்தால் பல எதிர்ப்புக்கள் இருந்தாலும் எளிதில் அவற்றைச் சமாளித்து முன்னேறிவிட முடியும். ஆனால், இயல்பாகவும் சரி, பழக்க வழக்கத்திலும் சரி என் போக்கே தனியாக அமைந்துவிட்டது. இந்தச் சூழ்நிலைக்கு முற்றும் புறம்பானவன் நான். ஆகவே, என் சொல்லுக்கு இங்கே மதிப்புக் கொடுத்துத்தான் ஆக வேண்டும் என்று நான் எதிர்பார்ப்பதற்கில்லை.

இருந்தாலும், இங்கே என்னை அழைத்திருப்பதால், என்னைப் பொறுத்தவரையில் திகில்படத் தேவை இல்லை என்று முன்பே தெரிந்துகொண்டேன். ஏதோ ஒரு பெரிய மாறுதல் ஏற்படத்தான் போகிறது என்று தெளிவாக உணர்ந்தே இங்கு வந்திருக்கிறேன்.

இங்கே இதுவரை பழக்கத்திலிருந்த கல்விப் பயிற்சிக்கும் எனக்கும் ஒத்துவராமல் இருந்திருக்கலாம்; புதிய முறையில் அமையப் போகும் பயிற்சியிலாவது என் சொல்லுக்கு மதிப்பு இருக்கும் என்று எதிர்பார்க்கிறேன்.

இந்தப் பல்கலைக்கழகச் செயல் முறையில் இதுவரை எனக்கு அனுபவம் இல்லை. இப்போதுதான் முதல் முதலாக இங்கே கால் எடுத்து வைத்திருக்கிறேன். ஆகவே, மற்றவர்களுக்கு நான் விஷயத்தை விளக்கிச் சொல்வதற்கு முன் நானே தெளிவுபடுத்திக் கொள்ள வேண்டியது அவசியமாகும். கல்விப் பயிற்சி தொடர்பாக நெடுநாளாய் ஒரு கொள்கையைக் கடைப்பிடித்து வருபவன் நான். அதைப் பற்றி முதலில் சிலவற்றைச் சொல்லியாக வேண்டும்.

பல்கலைக்கழகம் தனிப்பட்ட ஒரு பயிற்சிக்கு உரிய இடமாகும். இதைக் கல்விப் பயிற்சி என்று குறிப்பிட்டால் மட்டும் போதாது. இதில் கல்வி என்பது பரந்த கருத்துள்ளதாகவும் பயிற்சி பல வகைப்பட்டதாகவும் அமைய வேண்டியது அவசியமாகும்.

இந்த நாட்டில் உள்ள பல்கலைக்கழகங்களின் போக்கே ஒரு விதமாகத்தான் இருக்கிறது. இந்தக் கால நிலையை உத்தேசித்து இவை அமைந்திருக்கின்றனவே தவிர இவற்றில் நம் பழைய பண்பாட்டின் அம்சம் சிறிதுகூட இல்லை. இதைக் குறித்துத்தான் விரிவாகச் சொல்ல வேண்டியிருக்கிறது. இத்தகைய பல்கலைக்கழகத்தில் கல்வி பயின்றவர்கள் இதோடு நெருங்கிப் பழகியதாலும் 'நாம்' என்ற உணர்வினாலும் நெடுங்காலமாக இருந்து வரும் சில அனுபவ உண்மைகளை ஏற்கத் தயங்குகிறார்கள். எனக்கோ அப்படி எந்த விதமான தயக்கமும் இருக்கத் தேவையில்லை; நான் இந்தச் சூழ்நிலையில் பழகாதவன்: இதுதான் காரணம். நான் என் அனுபவத்தைச் சொல்கிறேன். அதை எல்லாருமே ஏற்றாக வேண்டும் என்று வற்புறுத்தவோ, அத்தகைய தகுதி அதற்கு உண்டு என்று தற்பெருமை பாராட்டிக் கொள்ளவோ நான் தயாராயில்லை. அவ்வளவு தகுதி அதற்கு உண்டோ இல்லையோ அது வேறு விஷயம்; அதை ஆராய்ந்தாவது பார்க்கலாம் அல்லவா?

ஐரோப்பிய மொழியில் 'யூனிவர்ஸிட்டி' என்பது அந்தப் பிரதேசத்திலேயே தோன்றிய ஒரு கல்விப் பயிற்சி முறையை அடிப்படையாகக் கொண்டது. அதாவது, இன்று நம்மவர்களில் 'படித்தவர்கள்' என்று பெருமை கொள்ளும் ஒரு சாரார் பழகிய கல்விச் சூழ்நிலையைத் தான் 'யூனிவர்ஸிட்டி' என்கிறோம். இது மொத்தத்திலும் சரி, ஒவ்வோர் அம்சத்திலும் சரி சீமைக் கல்வி முறையையே அடிப்படையாகக் கொண்டது. நம் நாட்டிலுள்ள பல பழச் செடிகளையும் மரங்களையும் நாம் சீமைப் பெயரிட்டு

அழைக்கிறோம்; ஆனாலும் அப்படி அழைப்பதால் மொழிவேற்றுமை தவிர அடிப்படையான வேற்றுமை ஏதும் இராது. நம் நாட்டில் இன்று உள்ள பல்கலைக்கழகங்களை அந்த வகையில் குறிப்பிடுவதற்கில்லை. அவற்றின் பெயர், அமைப்பு முறை எல்லாம் நம் நாட்டின் சூழ்நிலைக்குப் பொருந்தாதவை.

ஆதிகாலத்தில் நம் நாட்டிலேகூட இப்படி 'யூனிவர்ஸிட்டி' அல்லது பல்கலைக்கழகம் என்ற சொல்லக்கூடிய வித்தியாபீடங்கள் இருக்கத்தான் இருந்தன. **நாலந்தா, விக்கிரமசிலா, தட்சசிலா** - இந்த இடங்களில் பரந்த அடிப்படையில் பல துறையறிவை நம்மவர்கள் போதித்து வந்தார்கள். இவை தோன்றி வளர்ந்த காலம் இன்னது என்று வரையறை செய்ய முடியாவிட்டாலும், ஐரோப்பாவிலே பல்கலைக்கழகங்கள் தோன்றுவதற்கு வெகு காலத்துக்கும் முன்பே இந்த வித்தியாபீடங்கள் பிரசித்தி பெற்றிருந்தன. பாரத நாட்டின் மேதாவிலாசமே இவை தோன்றுவதற்குத் தூண்டுகோலாக அமைந்தது; இயல்பாக எழுந்த ஆர்வத்தினின்றே இவை உருவாயின. ஆகவே, இவை தோன்றுவதற்கு முன்பே ஒழுங்கான ஒரு கல்விப்பயிற்சி முறையும், பலவகைத் துறைகளைப் பற்றிய போதனையும் நம் நாட்டில் பல இடங்களில் இருந்து வந்திருக்க வேண்டும் என்று நிச்சயமாகச் சொல்லலாம். சமூகத்தில் முறையான பயிற்சி வழக்கில் இருந்ததாலே தான் இத்தகைய பல்கலைக்கழகங்கள் அல்லது வித்தியாபீடங்கள் உருவாக முடிந்தது.

இதைப் பற்றிக் குறிப்பிடும்போது வேதவியாசரின் காலம், மகாபாரத காலம் எல்லாம் நினைவுக்கு வருகின்றன. நம் நாட்டில் அக்காலத்தில் இருந்த கல்வி முறை, அதை ஊன்றியிருக்கும்படி செய்த முயற்சிகள், பழைய வரலாறுகள் யாவும் பல இடங்களில் சிதறிக் கிடந்தன. நாளடைவில் இவை மங்கிவிடுமோ என்ற ஐயம் ஏற்பட்டது நம்மவருக்கு. இதனால் இவற்றையெல்லாம் சேர்த்துத் தொகுத்து வைக்க வேண்டுமென்று நாடு முழுவதும் சில மேதைகள் முனைந்தார்கள். தங்கள் சித்தத்தைக் கவர்ந்த நெடுநாளைய கல்வி, கலைச் செல்வங்களையெல்லாம் தெளிவாக மக்களுக்கு உணர்த்தாவிட்டால், அவை கவனிப்பாரற்று அழிந்துவிடுமே என்று பெரியோர்கள் கவலை கொண்ட காரணத்தாலேதான் இதிகாசங்கள் தோன்றின. சிதறிக் கிடக்கும் மணிகளை நூலில் கோத்து மாலையாகக் கட்டினாலன்றோ அழகாக இருக்கிறது; அதுபோலவே கல்வி கேள்விகளை யெல்லாம் தொகுத்து வைக்கும் ஆர்வம் நாடு முழுவதும் அறிவிற் சிறந்த மக்களிடையே மூண்டது. அவை எக்காலத்துக்கும் எவ்விடத்திலே வாழ்பவருக்கும் பயன்பட வேண்டுமென்பது தான் அவர்களுடைய அவா. தம்முடைய பண்பாடு

இத்தகையது என்பதை எல்லாருக்கும் எடுத்துக்காட்டவே இந்த முயற்சியை நம்மவர் அந்த நாளில் மேற்கொண்டார்கள். அறிவாளிகளிடம் இருந்த இந்தக் கலைச்செல்வங்களையெல்லாம் முறையாகப் பொதுமக்கள் அறிந்து கொள்ள வேண்டும் என்றுதான் இத்தகைய அற்புதச் செயலைச் செய்து முடித்தார்கள். இதற்காக என்ன உழைப்பு உழைத்திருக்கிறார்கள் தெரியுமா? அவர்கள் சிறிதும் சோர்வில்லாமல் எல்லாவற்றையும் இணைத்து நோக்கும் பண்புடன் இந்த முயற்சியில் ஈடுபட்டிருக்க வேண்டுமென்று தெரிகிறது. இப்படி இணைக்கும் ஆற்றலுக்குச் சிறந்த எடுத்துக்காட்டாக விளங்குவது ‘மகாபாரதம்.’ பாரத நாட்டின் மகிமையைத் தம் ஞானக்கண் கொண்டு உணர்ந்ததாலேதான் இப்படி ‘மகாபாரதம்’ என்று அதற்குப் பெயரிட்டார்கள். ‘ஒரு பெரிய நாடு நம் பாரதம் என்ற பூகோளப் பகுதி’ என்ற உண்மையை அவர்கள் உணர்த்தியதோடு, அதன் பழக்க வழக்கங்கள், காட்சிகள், சூழ்நிலைகள் இன்னவை என்பதை மனக்கண்ணால் காணவும் செய்தார்கள். பாரத நாட்டின் உள்ளப் பண்பைத் தங்கள் உள்ளத்தில் கண்டு அதைப் பிறருக்கும் எடுத்தக் காட்டினார்கள். இத்தகைய பரந்த நோக்கு இருந்ததாலேதான் நெடுங்காலம் பாரத நாட்டுக் கல்வி கேள்விகள் மக்கள் மனத்தில் ஊன்றி நிற்க வழி தேடினார்கள். அவர்களுடைய முயற்சி பயனடையாமற் போகவில்லை. அது நம் பழைய கல்விமுறை, அறத்துறை, அரசியல், சமூகநீதி, தத்துவ ஞானம் - இப்படி எல்லாவற்றிலும் உயிர் நாடியாக விளங்கி வந்தது. ஆனால் அதற்குப் பிறகு பாரத நாடு பல இன்னல்களுக்கு ஆளாக நேர்ந்தது: அதன் உள்ளம் புண்பட்டது; வறுமைக்கும் அவமதிப்புக்கும் உள்ளாயிற்று. ஆனாலும் பழைய வரலாறுகளில் கண்டுணர்ந்த தன் புகழ், வீரம் இவற்றை மட்டும் அது மறக்கவில்லை. பொது மக்கள் நீடித்து அந்த உண்மைகளை உணர்ந்து ஆர்வம் பெற்று எழுந்திருக்கும் முயற்சிகளும் அவ்வப்போது நடந்து வந்தன. இன்றும் கிராமந்தோறும், வீட்டுக்கு வீடு அந்தப் பழம் பண்பு இருந்து வருவதைக் காணலாம். இப்படி மகாபாரதம், இராமாயணம் என்ற ஊற்றுக்களிலிருந்து நீடித்துக் கல்வி கேள்வி என்னும் நீர்ப் பெருக்குச் சுரந்து கொண்டிராத நிலையில் நம் நாட்டிலே துயரமும் வறுமையுந்தான் தலைதூக்கியிருக்கும். நாடு அவமதிப்புக்குள்ளாகி மக்கள் காட்டுமிராண்டிகளாய் அஞ்ஞான இருளிலேதான் மூழ்கியிருப்பார்கள். அந்தக் காலத்தில் இப்படித்தான் நாடு முழுவதுமே பல்கலைக்கழகமாக விளங்கும்படி நம் முன்னோர்கள் மகாபாரதத்திலும் இராமாயணத்திலும் பல அரிய கருத்துகளைத் தொகுத்து வைத்தார்கள். நம் மக்களிடம் அப்போது இருந்த ஆற்றலினாலேதான் இன்று கடலுக்கு அப்பாலுள்ள ஜாவா போன்ற நாடுகளிலும் சாமானிய மக்களிடையே ஆரியரல்லாத

இனத்தாரிடையே - பாரத இராமாயணக் கற்பனைகள் உயிர் பெற்று விளங்குவதைக் காண்கிறோம்.

அறிவில் இருவகை உண்டு: ஒன்று, அதைத் திரட்டிக் கொண்டேயிருப்பது. இதனால் நாம் மிகவும் மேதாவிகள் என்ற செருக்குத்தான் மிஞ்சுகிறது. உலோபியைப் போல் பிறருக்கு வழங்காமல் இருக்கும் கல்வியினால் உற்சாகம் எங்கிருந்து ஏற்படும்? பாரத நாட்டில் இந்த மகாபாரதம் என்னும் பல்கலைக்கழகம் தோன்றிய காலத்தை ஏன் குறிப்பிட்டேன் தெரியுமா? அப்போது தவம் அல்லது முயற்சி இருந்தது. எல்லாவற்றையும் நிரப்பிக் கொண்டு பிறருக்கு வழங்காமல் இருக்க வேண்டும் என்று அந்த நாளில் நம்முன்னோர் எண்ணியதேயில்லை. எல்லா மக்களுக்கும் அறிவு பெருக வேண்டும், விழிப்பு ஏற்பட வேண்டும், நற்பண்பு அமைய வேண்டும் என்றுதான் அந்த இதிகாசத்தைத் தொகுத்து வைத்தார்கள். சாமானிய மக்களின் வாழ்க்கையில் - அவர்களுடைய உலகியல், ஆன்மிகத் துறைகளிலும் - அந்த இலட்சியங்கள், அறிவு, செயலாற்றல், எண்ணங்கள் எல்லாம் பிரதிபலிக்கும்டி செய்து, மனிதப் பண்பின் நிறைவை உணர்த்த முயன்றார்கள் நம் முன்னோர்கள்.

நாலந்தா, விக்கிரமசிலா வித்தியாபீடங்களும் இந்த இலட்சியத்தை அடிப்படையாகக் கொண்டே இயங்கி வந்தன. அந்த நாளில் கல்வியின் பெருமையை உள்ளூற மக்கள் உணர்ந்திருந்தார்கள். தம்மிடமுள்ள ஞானச் செல்வத்தை எல்லாருக்கும் பகிர்ந்தளிக்கும் பணியில் நம் நாட்டவர் அவ்வளவு ஆர்வம் கொண்டிருந்தார்கள். புத்த பகவான் போதித்த அறவழியும், அவரது ஒழுக்க நெறியும் சாமானிய மக்களின் உள்ளத்திலே ஊன்றிப் பரவின. அப்போது இந்த ஞானப் பெருக்குப் பல வழிகளில் பயன்பட வேண்டுமென்று குறிப்பிட்ட சில இடங்களில் வித்தியாபீடங்களை நிறுவினார்கள். சாமானிய மக்களும் அவற்றில் திளைத்து, அவற்றினின்று பெருகும் அறிவூற்றைப் பருகி, நன்மை அடைய வேண்டுமென்பதே நம் முன்னோரின் நோக்கம்.

அவர்கள் எவ்வளவு உள்ளூறவும், பரந்த நோக்கத்தோடும், விரைவாகவும் நம் நாட்டில் இத்தகைய அறநெறியை வளர்த்தார்கள் என்பதற்கு நம்மிடமுள்ள சில நல்ல வழக்க ஒழுக்கங்களே சான்றாகும். அந்தக் காலத்தில் நம் நாட்டுக்கு வந்த சீன யாத்திரிகரான 'ஹ்யுவேன் த்ஸாங்' தாம் இங்கே கண்டகல்வி நிலையங்களைப் பற்றி எழுதும் போது எப்படி அவற்றை வியந்து போற்றுகிறார் தெரியுமா? எழிலுடன் விளங்கும் தூண் வரிசைகளும், வானத்தை அளாவும் உபரிகைகளும், தூபங் கமழும் கோயில்களும், நிழல் தரும்

மாந்தோப்பும், வெண்ணீலமாக விளங்கும் தாமரைகள் நிறைந்த குளங்களும் கொண்டு அமைந்தனவாம் அந்தக் கல்வி நிலையங்கள்! மூன்று பெரிய பெரிய கட்டிடங்களிலே நூல்களைத் தொகுத்து வைத்திருந்தார்களாம்! அவற்றின் பெயர் ரத்தின சாகரம், ரத்தினோததி, ரத்தின ரஞ்சகம். ரத்தினோததி என்பது ஒன்பது அடுக்குக் கொண்ட கட்டிடம். அங்கே ப்ரக்ஞாபாரமித சூத்திரமும் பிற சாஸ்திர நூல்களும் இருந்தனவாம். பல மன்னர்கள் அடுத்தடுத்து இந்தப் பௌத்த சங்கக் கல்வி நிலையத்தைப் பின்னும் விரிவாக்கி ஆதரித்து வந்தார்கள் என்று தெரிகிறது. நான்கு பக்கமும் உயரமான சைத்தியங்கள் தலைதூக்கி நின்றனவாம். அவற்றின் நடுநடுவே கல்விக்கூடம், தர்க்கசபை இவை இருந்தனவாம். ஒவ்வொரு குளத்தைச் சுற்றியும் மேடைகளும் கோயிலும் இருந்தனவாம். அங்கங்கே ஆசிரியர்களுக்கும் பிரசாரகர்களுக்கும் நான்கடுக்குக் கொண்ட விடுதிகள் இருந்தனவாம். இந்தக் கட்டிடங்களையெல்லாம் அக்காலத்தில் எவ்வளவு முன்யோசனையோடு அமைத்திருந்தார்கள் என்பதைப் பற்றி டாக்டர் ஸ்பூனர் இப்படி விவரித்திருக்கிறார்: “இந்தக் காலத்தில் பயன்படுத்தும் செங்கல்லையும் காரையையும் விட அவர்கள் உபயோகித்த பொருள்கள் மிகவும் உயர்ந்த ரகத்தைச் சேர்ந்தவை. கட்டிட அமைப்பு முறையும் பிரமாதமாகவே இருந்தது.” இத்ஸிங் என்ற யாத்திரிகர், “இந்தக் கல்வி நிலையத்தின் வருவாய்க்கென்று இருநூற்றுக்கு மேற்பட்ட கிராமங்களை மானியமாக வழங்கியிருந்தது அரசாங்கம். பல்லாயிரக்கணக்கான மாணவர்களும் ஆசிரியர்களும் அன்றாடம் உண்ணுவதற்கு வேண்டிய வசதிகளும் அங்கே இருந்தன. அந்த அந்தக் கிராமத்தவர் இதற்கான ஏற்பாடுகளைச் செய்து வந்தார்கள்” என்று எழுதியிருக்கிறார்.

இந்தக் கல்வி நிலையங்களில் போதித்த கல்விக்கு மட்டுமா பெருமை? இங்கிருந்த ஆசிரியர்களின் புகழ் வெகு தூரம் வரையிற் பரவியிருந்தது என்று ஹ்யுவேன் த்ஸாங் எழுதியிருக்கிறார். அவர்களுடைய குணமும் நடத்தையும் அப்பழுக்கற்றவை. அவர்கள் அறநெறியை உள்ளூறக் கடைப்பிடித்தனர். ‘நாம் நமக்குள்ள பொறுப்பை உணர்ந்து நடக்க வேண்டும்’ என்று அரும்பாடுபட்டவர்கள் அவர்கள். இதனாலேதான் எங்கோ தொலைவிலுள்ள நாடுகளிலிருந்தும் மாணவர்கள் வந்து அவர்களிடம் பயின்றார்கள். இந்தப் பெயர் மங்காமல் நீடித்திருக்க அவர்கள்தங்கள் அறிவை மட்டுமா வழங்கினார்கள்? தம் தவவாழ்க்கையையும், நல்லொழுக்கத்தையும் பின்பற்றி மாணவர்களும் புலனடக்கம் கற்றுச் சிறந்தவர்களாக விளங்க வேண்டும் என்பதுதான் அவர்கள் அவா. தொலைவிலுள்ள நாடுகளுக்குத் திரும்பிச் சென்று அங்கே அறிவுச்

செல்வத்தை வழங்க வேண்டியவர்களல்லவா இந்த மாணவர்கள்? இத்தகையவர்களுக்குக் கற்பிப்பது தானே அவர்கள் பொறுப்பு? இதை ஆசிரியர்கள் நன்றாக உணர்ந்திருந்தார்கள். கடலைக் கடந்து, பல இன்னல்களை அனுபவித்துக் கல்வி கற்க வேண்டும் என்ற ஒரே நோக்கத்துடன் வந்திருந்தார்கள், இந்த மாணவர்கள். இவர்களுக்குக் கல்வி புகட்டும் ஆசிரியர்கள் அதற்குத் தகுதி உள்ளவர்களாகத் தானே இருக்க வேண்டும்? அப்போதுதானே அந்தக் கல்விக்கு மதிப்பும் உண்டு? ஆகவே, அவர்கள் ஒழுக்கத்தினின்றும் வழுவாமல் தங்களைக் காத்து வந்தார்கள். இதனால் நாட்டின் கல்விவளம் ஓங்கிப் பொலிந்தது. அன்று பாரத நாட்டுச் சிற்பம், ஓவியம் இவற்றுக்கு எங்கிருந்து அத்தகைய ஊக்கம் பிறந்தது என்கிறீர்கள்? இந்தக் கல்வி நிலையங்கள் கலைக் கோயில்களாக விளங்கி நாடெங்கும் கலைகளை வளர்த்தது தான் காரணம். பாரத நாட்டின் பரந்த மேதைக்கு அஞ்சலி செய்யும் முறையில் அதன் கலைகளும் அமைந்திருந்தன.

இப்போது ஒரு விஷயம் முக்கியமாகக் கவனத்தில் இருக்க வேண்டும். அந்தக் காலத்து அரச மாளிகையோ, வேறு உல்லாசமான இடமோ எதையும் பிரமாதமாகச் சரித்திர ஆசிரியர்கள் குறிப்பிட்டதாகத் தெரியவில்லை. அப்படிக் குறிப்பிட்டிருந்தாலும் அதில் தவறு ஒன்றுமில்லை. தங்கள் அரசனை நடுநாயகனாகக் கொண்டு மக்கள் எவ்வகைச் செல்வத்தையும் வளர்ப்பது நாட்டுக்கு நல்லதுதான். இருந்தாலும், பாரத நாட்டைப் பொறுத்த வரையில் அந்த மாதிரி முயற்சி ஏதும் நடந்ததாக வரலாற்றில் எங்கும் குறிப்பிட்டிருக்கவில்லை. அரசாட்சி என்பது நிலையானதன்று, நாளடைவில் அது அழிந்துவிடும் என்பதே இதற்குக் காரணமாக இருக்க வேண்டும். ஆனால் நாலந்தா, விக்கிரமசிலா முதலிய வித்தியாபீடங்களைப் பொறுத்தவரை மக்கள் அவற்றின் பழைய நினைவுகளைப் போற்றியே வந்ததாகத் தெரிகிறது. இல்லாவிட்டால் அவை அத்தனை காலம் தொடர்ந்து நடந்திருக்க முடியாது. மக்களுக்கு அவற்றிடம் சிரத்தை, பக்தி எல்லாம் இருந்ததாலேதான் அவை நீடித்துக் கல்வியறிவை நாட்டில் பரப்பி வந்தன. இதில் சந்தேகத்துக்கே இடமில்லை.

இந்தப் பிரபல வித்தியாபீடங்களுக்கு ஊக்கமும் உற்சாகமும் அளித்தது பொது மக்களுக்குக் கல்வியிடம் இருந்த பற்று, மரியாதை, பெருமிதம்தான்.

அந்தக் காலத்தில் கல்விப் பயிற்சியை அருந்தவமாகவே கருதி வந்தார்கள். பல அறிஞர்களின் சிந்தனைகள் அந்த ஞான வேள்வித் தீயில் பெய்த ஆகுதிபோல் இருந்து அறிவை வளர்த்தன; மனம் தெளிவு பெற்றது. ஆராய்ச்சிச் சக்தி சுடர்விட்டு ஒளிர்ந்தது; அச்சடித்த பாடப் புத்தகத்திலிருந்து குறிப்பு எடுத்துக் கொள்வது போல் அவர்கள்

ஏதும் செய்யவில்லை. உள்ளுக்குள் இடைவிடாமல் சிந்தனை புரியும் ஆற்றல் காரணமாக முயற்சி ஓங்கியது. கல்வி-கேள்விகளில் சிறந்த பெரியோர் எங்கெங்கிருந்தோ வந்து கூடினார்கள்; மாணவர்களும் புத்திக் கூர்மையுள்ளவர்களாகவும், படிப்பில் அக்கறை கொண்டவர்களாகவும், தகுதி பெற்றவர்களாகவும் இருந்தார்கள். இந்த வித்தியாபீடங்களின் வாயிலில் நுழையும்போதே அங்கே இருந்த அறிவாளிகள் கேட்கும் கடினமான கேள்விகளுக்குத் தக்க விடைகளை அளித்த பிறகு தான் மாணவர்கள் இவற்றில் இடம் பெற முடிந்தது. ஹ்யுவேன் த்ஸாங், "இந்தத் தேர்வில் பத்துப் பேருக்கு இரண்டு மூன்றுபேர் தேர்ந்து வருவதே அருமை; ஏழெட்டுப் பேர் தேற முடியாமல் திரும்பிச் செல்ல வேண்டியிருந்தது" என்று குறிப்பிட்டிருக்கிறார். இந்தக் காலத்து மெட்ரிகுலேஷன் தேர்வுத் திட்டத்தில் இருப்பது போன்ற குறைபாடுகள் அதில் இல்லை. தூய்மையான இலட்சியங்களை அடிப்படையாகக் கொண்டு உலகத்தில் அறிவை வளர்க்க வேண்டும் என்பதே அவர்கள் நோக்கமாக இருந்தது. மக்களிடம் ஆர்வத்துக்குக் குறைவில்லை. தகுதியற்றவர்களுக்கு ஆதரவு அளித்தால் எங்கே கல்வியின் தரம் குறைந்து சிந்தனை ஆற்றல் மங்கிவிடுமோ என்று எச்சரிக்கையாகவே இருந்தார்கள். பல வகையான சிந்தனைப் போக்கு உள்ளவர்கள் இங்கே ஒன்று கூடியிருந்தார்கள். அவர்கள் ஒரே இனத்தவருமில்லை; ஒரே நாட்டினருமில்லை. ஒரு குறிக்கோளை உறுதியாகப் பற்றி ஒருவரோடொருவர் மனங்கலந்து பழகி வந்தார்கள். இதனால் அவர்களுக்குள் குலையாத ஒற்றுமை ஏற்பட்டது. கல்வித் துறையில் ஒற்றுமை இருப்பது எவ்வளவு அவசியம் என்பதை இந்தக் கால அனுபவத்திலிருந்தே உணரலாம். உலகில் பல்வேறு இடங்களில் பெரிய பெரிய நாகரிகங்கள் அதே சமயத்தில் தோன்றிப் பிரபலமாக விளங்கி வந்தன; இருந்தாலும், ஞானத்தை வளர்ப்பதை அருந்தவ முயற்சியாகக் கருதி இப்படிப் பரந்த அடிப்படையில் பல துறை அறிவையும் வேறு எந்த நாட்டிலும் போதித்ததாகத் தெரியவில்லை. பாரத நாடு ஒன்றிலேதான் இந்த அற்புதத்தைக் கண்டோம். இதற்குக் காரணம் உலக மக்கள் அனைவரையும் நம்மவராகவே கருதி வந்ததுதான்; கல்விமான்களுக்கு இங்கே எப்போதும் பெருமதிப்பு உண்டு. தாம் கற்ற கல்விச் செல்வத்தையும், பெற்ற அனுபவத்தையும் பிறருக்கும் வழங்குவது நம் கடமை என்ற பொறுப்புணர்ச்சியுடன் நம் பெரியோர் நடந்து கொண்டார்கள். இன்றோ நம்மிடமே நமக்கு நம்பிக்கையோ சிரத்தையோ இல்லை; இந்த நிலையில் பிற மக்களை நம்மவராகக் கருத எப்படி மனம் வரும்? மனித வரலாற்றில் பாரத நாட்டிலே தான் பரந்த அடிப்படையில் கல்வியறிவை வாரி வழங்கும் உயர்ந்த பண்பு ஓங்கி நின்றது. மற்ற எந்த நாட்டிலும் இத்தகைய

மேன்மையான பண்பினைக் காண முடியாது. வங்காளத்தைப் பொறுத்தவரை ஒரு முக்கியமான விசயம் நம் கவனத்தில் இருக்க வேண்டும். நாலந்தாவுக்கு ஹ்யுவேன் த்ஸாங் போயிருந்தபோது அங்கே அவருக்கு ஆசிரியராக இருந்தவர் ஒரு வங்காளிதான்; இவர் பெயர் சீலபத்திரர். வங்காளத்தில் எங்கோ ஓர் இடத்தில் அரசராக இருந்தவர்; அந்த அரசுரிமையைத் துறந்து ஞானச் செல்வத்தை வழங்கும் கொடைவள்ளலாக இவர் மாறி விட்டார். இவருடன் கல்வி போதித்து வந்த ஆசிரியர்களின் திலகமாக இவர் விளங்கினார் என்றால், அதற்குமேல் கேட்பானேன்! எல்லாச் சாத்திரங்களிலும் கரை கண்டவர்; சூத்திரங்களை விளக்குவதில் நிகரற்றவர் என்று புகழ் பெற்றிருந்தார்.

அது பௌத்த காலம். பாரத நாட்டில் அப்போது பௌத்த சங்கங்கள் பல இடங்களில் இருந்தன. அவற்றில் இருந்த தவசிகளெல்லாரும் கல்வி-கேள்விகளில் வல்லவராகவும், தத்துவ ஞானிகளாகவும் விளங்கினார்கள். அவர்களும் அவர்களுடைய சீடர்களும் சேர்ந்து எங்கும் அறிவொளியைப் பரப்பினார்கள்; கல்வியறிவு வளம் பெருக அரும்பாடுபட்டார்கள். நாலந்தாவும் விக்கிரமசிலாவும் இந்த ஞானிகளின் பெருமுயற்சியினாலேதான் உலகம் போற்றும் தகுதி பெற்ற வித்தியாபீடங்களாக வளர்ந்தன.

உபநிடத காலத்திலும் பாரத நாட்டில் இத்தகைய கல்வி நிலையங்கள் இருந்து வந்ததற்குச் சான்றுகள் உள்ளன. சதபதப் பிராஹ்மணம் என்பதிலுள்ள பிருகதாரண்யக உபநிடதத்தில் ஆருணியின் மகன் சுவேதகேது பாஞ்சால நாட்டில் உள்ள 'பரிஷத்' (கல்விச் சபை) ஒன்றை நாடி வந்தான். இந்தப் பிரதேசத்தைச் சேர்ந்த பெரிய பெரிய கல்விமான்கள் அந்தக் கல்விச் சபையில் இருந்து அறிவைப் பரப்பி வந்ததாகத் தெரிகிறது. இந்தச் சபையினரை வென்றால் பெரும் புகழ் கிட்டும் என்று அந்த நாளில் ஒரு கருத்து இருந்து வந்தது. பாஞ்சால நாட்டில் உயர்தரக் கல்வி பயிலுவதற்குரிய பல்கலைக்கழகம் போன்றது இது என்றே தோன்றுகிறது. வெளியூர்களிலிருந்தும் இங்கே தேர்வு எழுத பல மாணவர்கள் வந்ததாகத் தெரிகிறது. உபநிடத காலத்தில் அங்கங்கே கல்வித் துறைகளில் ஆராயவும், தர்க்க வாதங்களின் மூலம் அறிவைப் பெருக்கவும் இப்படிப் பல 'பரிஷத்து'கள் இருந்தன என்று நிச்சயமாகச் சொல்லலாம்.

ஐரோப்பாவின் வரலாற்றிலும் இவ்விதமே நிகழ்ந்திருக்கிறது. அங்கே கிறிஸ்துவ நெறி பரவத் தொடங்கியபோது பழைய நெறிக்கும் அதற்கும் பல இடங்களில் ஒத்து வரவில்லை. இதனால் புதிதாகக் கிறிஸ்தவ நெறியைத் தழுவியவர்கள் பெருந்துயர் பட நேர்ந்தது;

அவர்களுடைய பக்திக்குச் சோதனைக் காலம் என்றே அதைக் குறிப்பிட வேண்டும். கடைசியில் பொதுமக்கள் இந்தப் புதிய நெறியை ஏற்றதும், கிறிஸ்துவ வழிபாட்டு விதிகளுடன் தத்துவங்களும் பரவலாயின. இவற்றை ஒருங்காக வரையறத்து வைக்காதிருந்திருந்தால், தனிப்பட்டவர்கள் தம் விருப்பப்படி இதற்கு வெவ்வேறு விதமாக வியாக்கியானம் செய்தும், மூலக் கருத்தையே திரித்தும் உருத் தெரியாதபடி செய்திருப்பார்கள்; தர்க்கத்தின் மூலம் அவர்களுடைய கூற்றை மறுப்பதென்பது சாத்தியமிராமல் போயிருக்கும். அறிவு, அனுபவம் இவற்றின் மூலம் அந்த நெறியை நிலைநிறுத்தி அது தூய்மை கெடாமல் இருக்க என்ன செய்யலாம் என்று யோசித்தார்கள். 'எந்தத் தெய்வத்துக்கு நம் காணிக்கை உரியது?' என்ற கேள்வி பிறந்தது. பக்தி என்பது வெறும் வழிபாட்டளவோடு நில்லாமல் கலைகளையும் கல்வியறிவையும் வளர்ப்பதாகவும் அமைய வேண்டும்; ஆகவே, கலைத் தெய்வத்தைக் கொண்டு அறநெறியைக் காப்பதே சிறந்த வழி என்பதைக் கிறிஸ்துவ மகான்கள் கண்டனர். அப்போதுதான் ஐரோப்பாவில் பல இடங்களில் ஆசிரியர்களும் மாணவர்களும் கொண்ட கல்விச் சங்கங்கள் உருவாயின. கல்விப் பயிற்சி எந்த எந்த வகையில் அமைந்தால் மக்கள் மதிப்பதற்குரியதாக விளங்கும், தக்க சான்றுகளுடன் ஒரு பொருளை யுக்திவாதத்தால் நிரூபித்துக் காட்டுவது எப்படி என்றெல்லாம் பாகுபடுத்தி வைக்கும் பொறுப்பை ரோமாபுரியிலுள்ள கிறிஸ்துவச் சங்கம் ஏற்றது; அதற்குப் பக்கபலமாக மன்னர்களின் ஆணை இருந்தது; கிறிஸ்துவக் கல்விப் பயிற்சி இப்படி அவர்கள் அளித்த உற்சாகத்தால் தழைத்தோங்கியது.

ஆராய்ச்சி தொடர்பான கல்விப் பயிற்சியில், முக்கியமாகத் தர்க்க சாஸ்திரம் பயன்பட்டது. அந்தக் காலத்து அறிவாளிகள் இந்தத் துறையில் மிகவும் நிபுணர்களாக விளங்கினார்கள். சாஸ்திரத்திலுள்ள உபதேச சாரத்தைத் தக்க சான்றுகளுடன் விளக்கவேண்டியிருந்ததால் சொல்லாட்சியில் தேர்ந்திருப்பது அவசியமாயிற்று. ஐரோப்பாவில் இடைக்காலத்திலே (கி.பி. 9 முதல் 16ஆம் நூறாண்டு வரை) இந்தத் தர்க்க வாதங்கள் எவ்வளவு நுட்பமாகக் கையாளப் பெற்றுவந்தன என்பதை அந்தக் கால வரலாற்றிலிருந்து தெரிந்து கொள்ளலாம். சாஸ்திர அறிவைத் தெள்ளத் தெளிவாக மக்களுக்கு விளக்க யுக்தி தர்க்க வாதங்கள் தேவையாக இருந்தன. சமூகத்தில் ஒழுங்கும் கட்டுப்பாடும் ஆரோக்கியமும் நிலவுவதற்குச் சட்ட விதிகளைப் பற்றிய அறிவும் வைத்திய அறிவும் அவசியமாக இருந்தன. அந்தக் காலத்து ஐரோப்பியப் பல்கலைக்கழகங்களில் இந்த இரண்டு வகைக் கல்விப் பயிற்சியுமே முக்கியமாக விளங்கின. நாலந்தாவிலும் யுக்தி - வாதம், வைத்திய சிகிச்சை, சொல்லாராய்ச்சி போன்ற கல்வி

வகைகள் முக்கியமாக விளங்கின. அவற்றோடு தந்திரம் அல்லது மத சித்தாந்தம், அரசியல் தொடர்பான கலைகள் ஆகியவற்றையும் போதித்தார்கள்.

இதற்குள் ஐரோப்பாவிலே பலவகைச் சூழ்நிலை காரணமாக மக்களிடையே பெரிய மாறுதல் ஏற்பட்டது. அதோடு கூடவே, அங்கிருந்த பல்கலைக்கழகங்களில் அடிப்படையான இரண்டு வகை மாறுதல்கள் ஏற்பட்டன. அற நூல்களிடம் மக்களுக்கு இருந்த திட நம்பிக்கை வரவரக் குன்றத் தொடங்கியது. அறிவுத் துறை பற்றிய எல்லாமும் அற நூல்களில் இராவிட்டாலும், அதுவரையில் மதரீதியான கட்டுப்பாட்டக்குட்பட்டு மக்கள், குருமார்களின் ஆணைக்கு அடங்கி அவர்கள் சொன்னதையெல்லாம் ஆராயாமல் ஏற்க வேண்டியிருந்தது. 'மறுமலர்ச்சி யுகம்' தொடங்கியதும் கல்வித் துறையில் மத ஆதிக்கத்தை எதிர்த்துக் கிளர்ச்சி மூண்டது. இதனால் அறிவைப் பரப்பும் பொறுப்பு மதகுருமார்களின் கையை விட்டு நழுவியது. விஞ்ஞானத்துக்கும் சாத்திர விதிக்கும் முரண் ஏற்படும்போது இன்று சாத்திரம் தோற்று விஞ்ஞானம் மேலோங்கி நிற்பதையே பார்க்கிறோம். பூகோளம், உலக வரலாறு இத்தகைய துறைகளில் விஞ்ஞான ரீதியான யுக்தியையே கைக்கொள்ள நேர்ந்தது. இதனால் அவை அறநூல்களின் விதிக்குக் கட்டுப்பட வேண்டிய நிர்ப்பந்தம் இராமற் போயிற்று. இன்று உலகத்தில் மக்கள் தெரிந்து கொள்ள வேண்டிய விஷயங்கள், சிந்தனை செய்ய வேண்டிய கருத்துகள் எல்லாவற்றையும் நாம் விஞ்ஞான ரீதியிலேதான் ஆராய்ந்து அலசிப் பார்க்கிறோம். சொல்லிக் கொடுத்ததை அப்படியே நம்பும் காலம் மலை ஏறிவிட்டது!

இதோடு ஐரோப்பாவில் மறுமலர்ச்சி தொடங்கியதும் மொழி தொடர்பாகவும் பெரிய மாறுதல் ஏற்பட்டுவிட்டது. முன்னே லத்தீன் மொழி மூலந்தான் ஐரோப்பா முழுவதும் கல்வி போதித்து வந்தார்கள். அதுதான் கல்விப் பயிற்சிக்கே அடிப்படையாக இருந்து வந்தது. அதிலே ஒரே ஒரு சௌகரியம் இருந்தது; எந்த நாட்டு மாணவர்களும் அதைப் பயில முடிந்தது; மாறுதல் ஏதும் இல்லாத மொழியாக அது இருந்ததுதான் காரணம். ஆனால் அதிலே முக்கியமான குறை ஒன்று இருந்தது. அறிவு-ஒளி ஒரு சில அறிவாளிகளைத் தவிரப் பொது மக்களிடம் பரவ முடியவில்லை. ஐரோப்பாவில் ஒவ்வொரு நாட்டினரும் தம் தம் மொழியிலேயே கல்விப் பயிற்சி அளிக்க வேண்டும் என்று முனைந்ததிலிருந்து பொது மக்களிடையிலும் கல்வி பரவலாயிற்று; நாட்டிலுள்ள மக்களுக்கும் கல்விக்கும் நெருங்கிய தொடர்பு ஏற்பட்டது. 'இது என்ன? பலநாட்டு அறிவாளிகளிடையே கல்விப் பயிற்சிக்கு லத்தீன் மொழி காரணமாக

இருந்தது என்று அம்மொழியை அறிவுக் களஞ்சியத்தின் திறவுகோலாகக் குறிப்பிட்டு விட்டுப் பின்னாலேயே ஒவ்வொரு நாட்டுச் சாமானிய மக்களிடையேயும் கல்வி பரவுவதற்கு அவரவர் மொழிதான் ஏற்றது என்று சொல்லுவது ஏதோ முரண்போலத்தானே படுகிறது!' என்று சிலர் எண்ணலாம். ஆனாலும், இப்படி **அவரவர் நாட்டு மொழி மூலம் பயில வேண்டும் என்ற முயற்சி தொடங்கிய பிறகுதான் ஐரோப்பாவில் உண்மையாகவே கல்வி பரவத் தொடங்கியது. இதனால் ஐரோப்பாவில் மக்களின் அறிவு பெருகியதே தவிரக் குன்றி விடவில்லை.** இந்த மறுமலர்ச்சியினால் விளைந்த பலன் அற்புதமாக இருந்தது. இப்படி மொழியைப் பொறுத்தவரை பழைய கட்டுத் திட்டம் நீங்கியதும் அந்த நாட்டினரின் ஞானச்செல்வம் வளரலாயிற்று; குடிகள் எல்லாருமே கல்வி பயிலத் தொடங்கினார்கள். உள்நாட்டுச் செய்திகளோடு வெளிநாட்டுச் செய்திகளும் எல்லாருக்கும் தெரிந்தன. அதனால் விளைந்த நற்பயனும் கொஞ்சநஞ்சமன்று. அங்குள்ள பல்கலைக்கழகங்கள் உண்மையிலே அந்த நாட்டு மக்களுக்கு பொருத்தமான முறையில் பரந்த அடிப்படையில் அமைந்திருக்கின்றன; இதுதான் மனித இயல்புக்கு ஒத்தது. மனிதன் தன்னையும் தன் சூழ்நிலையையும் உள்ளபடியே அறிந்து கொள்ளும்போதுதான் எதிலும் ஆர்வத்துடன் ஈடுபட முடியும். இந்த ஆர்வம் தோன்றினாலொழியப் பூமி தேவியின் அன்புக்குப் பாத்திரமாக முடியாது; அவள் வாரி வழங்கும் பலவகைச் செல்வத்தையும் அனுபவிக்க முடியாது. ஆசியாவில் ஒரு காலத்தில் பௌத்த நெறியைத் திபேத், சீனா, மங்கோலியா ஆகிய நாட்டினர் ஏற்றனர்; இப்படி ஏற்கும்போது அவர்கள் பாலி மொழியிலோ சம்ஸ்கிருதத்திலோ உள்ள பௌத்த அறநூல்களின் மூலம் அந்தக் கொள்கைகளை ஏற்றுக்கொண்டு விடவில்லை. தம்முடைய சொந்த மொழியில் பெயர்த்தே அவற்றை ஏற்றனர். இதனாலேதான் பொதுமக்களின் உள்ளத்திலே அவை ஆழப் பதிந்தன; மக்களும் பௌத்த நெறியைப் போற்றிப் பாதுகாத்தார்கள். அறியாமையில் மூழ்கியிருந்த சில நாட்டினரைத் தட்டி எழுப்பி மனிதர்களாகத் தலைநிமிர்ந்து நிற்கச் செய்தது அந்த நெறி.

பல்கலைக்கழகங்கள் தோன்றின வரலாற்றை இங்கே விரிவாகச் சொல்வதற்கில்லை; நான் சொல்ல வந்தது மொத்தத்தில் இதுதான்: **ஒவ்வொரு நாடும் தனக்கென்றே அமைந்த தனக்கே சிறப்பாக உள்ள கல்வி முறையைப் போற்றிப் பாதுகாத்து வளர்க்க வேண்டுமென்றுதான் இத்தகைய 'வித்தியாபீட'ங்களை நிறுவின.** நாடு முழுவதும் விரும்பிச் செய்யும் ஒரு முயற்சியைப் புதிய படைப்பு என்றே சொல்ல வேண்டும். உள்ளூற இத்தகைய விருப்பம் இருந்தால்

தானாகவே அது நிறைவேறுவதற்குரிய ஆற்றல் கிட்டிவிடும். அப்போது தானாகவே நாட்டில் அறிவுச் செல்வம் உட்படப் பலவகைச் செல்வமும் கொழிக்கும். அவற்றை அப்புறம் யாராலும் கொள்ளை கொள்ள முடியாது. அந்த ஆற்றலையும் எவரும் தடுத்து நிறுத்த முடியாது.

நாகரிகம் படைத்த எந்த நாடும் பல்கலைக்கழகங்களின் மூலம் அறிவை மட்டின்றி வழங்குவதைத்தான் பார்க்கிறோம். பிற நாட்டினரும் அந்த அறிவுச் செல்வத்தில் பங்கு கொள்ள வேண்டும் என்றுதான் முன்னேற்றம் அடைந்த நாட்டினர் ஆவலுடன் எதிர்பார்க்கிறார்கள். இல்லறத்தான், தான் மட்டும் உண்டு வாழ முற்படாமல் பிறரையும் அழைத்து அன்புடன் உணவிடுவது போன்றதே இதுவும். நாலந்தாவில் பாரத நாடு அந்தக் காலத்தில் இத்தகைய ஞானமென்னும் அன்னம் வழங்கும் சத்திரத்தைத் தான் திறந்து வைத்து அறிவூட்டி வந்தது. அங்கே உள் நாட்டினர், வெளிநாட்டினர் எல்லாருக்குமே இடம் இருந்தது. ‘நம்மிடம் உள்ள இத்தனை செல்வத்தையும் எல்லாருக்கும் வழங்க வேண்டும்; இதுவே நம் இலட்சியம்’ என்று நம்நாடு உள்ளூறப் பெருமை கொண்டது. மேல்நாட்டில் பெரும்பாலான பகுதிகளில், “எங்கள் கல்வியனுபவத்தை உங்களுக்கும் பகிர்ந்தளிக்கிறோம். எல்லாரும் அதை ஏற்க வாருங்கள்” என்றுதான் பிறரைஅழைக்கிறார்கள். கல்வியறிவை வழங்குவதில் சொந்த நாட்டான், பிற நாட்டான் என்றெல்லாம் அவர்கள் வேற்றுமை பாராட்டுவதில்லை. அவர்களுடைய சமுதாய முறை வேறு; நம்முடையது வேறு; பிற துறைகளிலும் நமக்கும் அவர்களுக்கும் எவ்வளவோ வேற்றுமைகள் இருக்கலாம். ஆனால் கல்வித் துறையைப் பொறுத்தமட்டும் அந்தப் பல்கலைக்கழகங்கள் எந்தவிதமான வேற்றுமையும் பாராட்டாமல் உலகம் முழுவதற்கும் ஞானத்தை வாரி வழங்க முன் வருகின்றன; இதை யாரும் மறுக்க முடியாது.

இன்று நம் நாட்டிலுள்ள பல்கலைக்கழகங்கள் ‘பிறர் நமக்கு இட்டபிச்சை’ என்றுதான் சொல்ல வேண்டும். ஆகவே, இவற்றில் பிறருக்கு நாம் வழங்குமளவுக்கு ஏதும் இல்லை; இதைப் பார்க்கும்போதுதான் மிகவும் வருத்தமாக இருக்கிறது. இங்கிலாந்தில் அரச மாளிகையில் விருந்தினரை வரவேற்பது போல் லண்டன் பல்கலைக்கழகம் அமைந்திருக்க, இங்கே வறுமை தாண்டவமாடும் சூழ்நிலையில் அதன் கிளைப் பல்கலைக்கழகம் ஒன்றை நிறுவியிருக்கிறோம். அவர்கள் சூழ்நிலைக்கு ஏற்றபடி லண்டன் பல்கலைக்கழகம் அமைந்திருக்கிறது. நம் சூழ்நிலைக்கோ இந்த வகைப் பல்கலைக்கழகம் முற்றும் முரணாக இருக்கிறது. பாரத

நாட்டுக் கல்விப் பயிற்சியின் ஒரு துளி அம்சத்தையாவது இதில் ஏற்றியிருக்கிறார்களா? அதுதான் இல்லை. நம் பல்கலைக்கழகங்களுக்கும் பிற நாட்டுப் பல்கலைக்கழகங்களுக்குமுள்ள வேற்றுமை இதுவே. நம் பல்கலைக்கழகங்களில் பிறருக்கு நாம் வழங்கக் கூடியது என்ன இருக்கிறது? மேல் நாட்டார் கொடுத்ததையெல்லாம் கபந்தனைப் போல் அப்படியே விழுங்கி வைக்கிறோம். அதுவாவது ஒழுங்காக ஜீரணமாகிறதா? அதுவுமில்லை.

இந்தக் காலத்தில் வாழ்க்கையே பல சிக்கல்கள் நிறைந்ததாக இருக்கிறது. புதிய புதிய பிரச்னைகள் தோன்றி மக்களின் மனத்தைக் குழப்புகின்றன. ஒவ்வொன்றுக்கும் ஏதாவது பரிகாரம் தேட வேண்டியிருக்கிறது; சமூகத்தில் பலவகைத் துன்பங்கள் மக்களை வாட்டுகின்றன. இலக்கியத்தில் புதிய புதிய படைப்புகளைப் பார்க்கிறோம். சர்வகலாசாலைகளில் நெடு நாளைய இலட்சியங்களெல்லாம் கல்விப் பயிற்சி முறையில் பிரதிபலிப்பது போல் இலக்கியத்திலும் பல வகைச் சிந்தனைப் போக்குகள் இடம் பெறுகின்றன. மேல்நாட்டுச் சர்வகலாசாலைகளைப் பொறுத்தவரையில் சிந்தனையும் செயலும் ஒத்திருக்கின்றன; கல்வித்துறையில் கங்கையும் யமுனையும் கலப்பது போன்ற இயல்பான ஒற்றுமையை அங்கே காணலாம். இதனால் அங்கே கல்வியறிவும் தங்கு தடை இல்லாமல் வளர்ச்சி அடைந்து வருகிறது.

தற்காலத்து முன்னேற்றப் போக்கை நினைவூட்டி அதற்கேற்ற முறையில் கல்விப் பயிற்சியை அமைத்து இங்கிலாந்திலுள்ள பல்கலைக்கழகங்கள் பயன் காணுகின்றன. சென்ற முதல் மகாயுத்தத்துக்குப் பின் ஆக்ஸ்ஃபோர்டு பல்கலைக்கழகத்தில் தத்துவம், அரசியல், பொருளாதாரம் சம்பந்தமான பல துறை அறிவைக் கற்பதற்கு வேண்டிய வசதிகளெல்லாம் செய்து கொடுத்திருக்கிறார்கள். நான்கு புறமும் என்ன நடக்கிறது, சமுதாயம் எந்த விதத்தில் முன்னேறுகிறது என்றெல்லாம் அறிந்து கொள்ள அங்கே உள்ள மாணவர்களுக்கு பல்கலைக்கழகங்கள் பெரிதும் ஊக்கம் அளிக்கின்றன. மான்செஸ்டர் பல்கலைக்கழகம் தற்காலப் பொருளாதாரம், சமீப கால வரலாறு இவற்றை மிகவும் அக்கறையுடன் போதிக்க வசதி செய்து கொடுத்திருக்கிறது. முரண்பட்ட பல சிந்தனைப் போக்குகளும் முயற்சிகளும் மலிந்த இந்தக் காலத்தில் இத்தகைய பரந்த முறையில் கல்வி பயில்வதுதான் மாணவ மாணவிகளுக்குப் பின்னால் மிகவும் பயன்படும். பொறுப்புணர்ச்சியுடன் வாழ்க்கையை நடத்த இந்த அனுபவ அறிவு அவர்களுக்குப் பெரிதும் துணை புரிகிறது.

நம் நாட்டிலோ அந்நிய ரீதியில் அமைந்த பல்கலைக்கழகங்களுக்கும் சூழ்நிலைக்கும் ஒத்து வருவதில்லை. அதுமட்டுமின்றி, ஐரோப்பியக் கல்வியும் இங்கே குட்டை குளங்களில் தேங்கிய நீரைப் போலத்தான் இருக்கிறதே தவிர, அதில் ஓட்டம் இல்லை. காலத்துக்கேற்றபடி ஐரோப்பியரின் பழைய கருத்துகளை மாற்றி அமைத்துக் கொள்ளாமல் அப்படியே வைத்துப் போற்றி வருகிறோம். பழமையில் மோகம்கொண்டு அதற்குப் பூவும் சந்தனமும் சாத்தி வழிபடுகிறோம். ஐரோப்பியக் கல்வியை அப்படியே கற்று அதிலிருந்து சில சொற்களைக் கோத்து, 'இதுதான் மேனாட்டுப் படிப்பின் சாரம்' என்பது போல் செருக்குடன் திரிகிறோம். புதிய சிந்தனக்கு இடம் அளிக்கத் துணிவு வருவதில்லை. பொது மக்களை வருத்தும் தொல்லைகளுக்குப் பரிகாரம் தேடவோ, அவர்களுக்கு நேரும் சோதனைகளைக் கண்டு அவற்றைத் தக்கபடி தீர்த்து வைக்கவோ பல்கலைக்கழகப் படிப்பு நமக்கு உதவுவதில்லை. வெளிநாட்டுக் கல்வியை ஏதோ உயிரற்ற ஒன்றை ஆராய்வது போல் பார்க்கிறோமே தவிர, அதை உள்ளூற அறிந்து அனுபவிக்கும் ஆற்றல் நமக்கு இல்லை. இங்கொன்றும் அங்கொன்றுமாக வாக்கியங்களை எடுத்துத் தொகுத்து நெட்டுருப் போட்டு எப்படியோ பரீட்சையில் தேறி விடுகிறோம். பாடப் புத்தகத்தில் படித்ததை மட்டுமே கவனத்தில் வைத்துக் கொண்டு பிறரை நம்பி வாழும் பசு மாடு முதலிய பிராணிகளைப் போல் கிடக்கிறோம். நாமே புதிதாக ஒன்றைப் படைக்கும் ஆற்றலை இழந்து விட்டோம்.

ஆங்கிலம் நமக்கு இன்று நம் வேலைவாய்ப்புக்கு இன்றியமையாத மொழியாக இருப்பதாலேதான் கல்வித் துறையில் அதன்மேல் நமக்கு அவ்வளவு மோகம். இது ஆங்கிலத்திடம் நமக்கு உள்ளூற அன்பு காரணமாக ஏற்பட்ட பற்று அன்று. ஓர் உலோபி, 'நம்மிடம் இவ்வளவு பொருள் இருக்கிறது' என்று பெருமை கொள்வது போல் நாமும், 'நமக்கு இவ்வளவு தூரம் ஆங்கிலம் தெரிந்திருக்கிறது' என்று நாலு பேரிடம் சொல்லிப் பெருமை பாராட்டிக் கொள்வதற்குத்தான் பயன்படுகிறது. ஆங்கில இலக்கியத்தைப் படிக்கிறோம்; உண்மைதான். ஆனால், எதற்காகப் படிக்கிறோம்? ஆங்கில மொழியின் நுட்பங்களை அலசிக் கண்டு கொள்வதற்குத்தான். இது எப்படி இருக்கிறது தெரியுமா? பூவிலுள்ள புழு பூவைத் துளைப்பது போலத்தான் இருக்கிறது; வண்டு தேனை உறிஞ்சுவது போல் இலக்கியத்தின் சுவையை நாம் அனுபவிப்பதில்லை. கையில் கிடைத்த பிடி கல்விப் பிச்சையைப் பல கூறுகளாகப் போட்டு அதை அலசி ஆராய்ந்து தேறப் பார்க்கிறோம். பரீட்சையில் நிறைய 'மார்க்' வாங்கினால் போதும்; அந்த அளவுக்குத்தான் படிக்கிறோம். கல்வி என்பது

சித்தத்தில் தெளிவு உண்டாக்கும் அற்புத ஆற்றல் படைத்தது என்பதை மறந்து விடுகிறோம். பட்டம் பெறுகிறோம் என்ற பெருமை ஒன்றைத் தவிர, இதில் ஆழ்ந்த ஞானத்துக்கே இடமில்லை. இத்தகைய கல்வியைப் பிறருக்குக் கற்பிப்பதிலும் சரி, கற்பதிலும் சரி என்ன பெருமை இருக்கிறதோ தெரியவில்லை! இந்த அவல நிலையிலும் இரண்டோர் ஆசிரியர்கள் உள்ளூறப் பொருளை உணர்ந்து ரசித்து மாணவர்களுக்குக் கற்பிக்கிறார்கள். இவர்கள் இயல்பாகவே அறிவுச் செல்வம் படைத்தவர்கள்; அதனாலேதான் சுவையை அனுபவித்து மாணவர்களுக்கும் அதை அவர்கள் எடுத்துக்காட்ட முடிகிறது; மாணவர்களுக்கும் அதனால் உற்சாகமூண்டு சிந்திக்கும் ஆற்றல் உண்டாகிறது; பல்கலைக்கழகப் படிப்பு முடிந்ததும் இப்படித் தேர்ந்த மாணவர்கள் வாழ்க்கையில் அதைப் பயன்படுத்தி முன்னுக்கு வந்து சிறந்து விளங்குகிறார்கள்.

உன்னத இலட்சியம் கொண்ட எந்தப் பல்கலைக்கழகத்திலும் இத்தகைய ஆற்றல் படைத்த ஆசிரியர்களுக்கு இடம் உண்டு; கல்வியறிவை வளர்ப்பதோடு புதிய இலக்கியப் படைப்பு அல்லது பிற துறைகளில் ஆக்க முயற்சிகளுக்கு இவர்கள் காரணமாக இருக்கிறார்கள். இவைதாம் நாகரிக முன்னேற்றத்தக்கெல்லாம் அடிப்படையாக இருக்கின்றன. நம்முடைய பல்கலைக்கழகங்களிலோ இத்தகைய ஆசிரியர்கள் தேவை இல்லை என்றே தோன்றுகிறது! அவர்கள் இல்லாமலேயே இவை ஒழுங்காக நடக்கின்றன போலும்! இங்கே தேர்வுத் திட்டத்தில் வரையறுத்த அளவுக்குக் கேள்விகளுக்கு விடை எழுதி 'மார்க்' வாங்கினால் போதும்; பின்னால் அதனால் பயன் உண்டா இல்லையா என்று யாரும் ஆராய வேண்டிய தேவையேயில்லை. வாழ்க்கையில் இந்த ஏட்டுக் கல்வியினால் யாதொரு பயனும் காண முடியாது; அவ்வளவுதான். ஏனென்றால், இது பக்தி சிரத்தையை அடிப்படையாகக் கொள்ளாமல் கஞ்சன் திரட்டித் தன் பணப் பெட்டியிலே வைத்திருக்கும் செல்வம் போன்றது. இதைப் பொறுத்தமட்டில் ஆசிரியர் சிறப்பான உற்சாகத்துடன் போதிக்கவும் தேவையில்லை; மாணவர்களும் முழு முயற்சியுடன் படிக்கத் தேவையில்லை! ஏனென்றால், நாடு அவர்களிடமிருந்து அதிகமாக ஒன்றும் எதிர்பார்க்கவில்லை. கடைவீதியில் பேரம் பேசிச் சில்லறைச் சாமான் வாங்குவது போல் இங்கே மாணவர்கள் வாங்கின 'மார்க்கை'ப் பொறுத்து வேலை கிட்டுகிறது. இதனாலேதான் நம் கல்வி நிலையங்களில் கற்ற கல்விக்கு மதிப்பு இராமற் போகிறது.

அவசியமாகத் தேவை என்ற முறையில் பல்கலைக்கழகங்கள் சில நாடுகளில் ஏற்பட்டிருக்கின்றன. ஜப்பானை இதற்கு சான்றாகக்

காட்டலாம். இன்று மேல்நாட்டார் விஞ்ஞான ரீதியில் அமைந்த கல்வியினால் முன்னேறி உலகத்தையே ஆட்டி வைப்பதைப் பார்த்த ஜப்பானியர் தாமும் அதைப் பயிலாவிட்டால் தமக்கு விமோசனம் இல்லை என்பதை உணர்ந்துகொண்டார்கள். உடனே ஆர்வத்துடன் தங்கள் புதிய பல்கலைக்கழகங்களில் ஐரோப்பியக் கல்விக்கு முக்கியமான இடங் கொடுத்தார்கள். கல்விப் பயிற்சியில் தாங்களும் மற்ற நாகரிக நாடுகளுக்குச் சமமாக விளங்கிமதிப்புடன் வாழ வேண்டுமென்ற மனவுறுதியோடு இருந்தார்கள். இதனால், ‘கல்வித் துறையில் உயர்ந்த இலட்சியத்தையே கடைப்பிடித்து வாழ வேண்டும். அதை அவமதித்தால் நமக்குத் தீமையாக முடியும்’ என்ற உண்மை அவர்களுக்குத் தெளிவாக விளங்கிற்று. நம்முடைய நாட்டிலோ தேர்வில் தேறுவதுதான் முக்கியமான இலட்சியம். இதுவும் பிறரைத் திருப்தி செய்யத்தான் பயன்படுகிறது. நம்முடைய வெளிநாட்டு எஜமானர்கள் நாம் இன்ன அளவுக்குப் படித்தால் அதைக் கொண்டு நம்மிடம் இன்ன இன்னபடி வேலை வாங்க முடியும் என்று தெரிந்து கொண்டிருக்கிறார்கள். இதனால் நாமும் படிப்பை எடை போடத் தொடங்கி விட்டோம். இதன் பயனாகக் கல்வியில் மனப்பூர்வமான ஈடுபாடு ஏற்படாமல் போய்விட்டது.

கல்வி என்பது உண்மையில் பயன்பட வேண்டுமானால் தாய்மொழி மூலந்தான் அது சாத்தியமாகும் என்பதை ஜப்பானியர் முதலிலேயே புரிந்துகொண்டு, அதற்கான ஏற்பாடுகளைச் செய்து வைத்தார்கள். பொதுமக்கள் பேசும் மொழியின் மூலமாகத்தான் எத்தகைய புதிய அறிவையும் எல்லாருக்கும் பரப்ப முடியும்; ஜப்பானியப் பல்கலைக்கழகங்களும் இதைத்தான் செய்து முடித்தன. படித்தவர், படிக்காதவர் எல்லாருக்குமே இந்த அறிவு பயன்பட்டது. இதனாலேதான் இன்று அந்த நாட்டில் அறிவுஒளி மங்காமல் சுடர்விட்டுப் பிரகாசிக்கிறது.

நம் நாட்டில் தாய் மொழியிலேகல்வி போதிக்கலாம் என்ற பேச்சு வந்தபோது, ஆங்கிலம் படித்தவர்களிற் பெரும்பாலோருக்குத் திகில் மூண்டுவிட்டது. ‘நம்மைப் போன்ற சிலர் எப்படியோ ஆங்கிலம் படித்து முன்னேறியிருக்கிறோம்; சாமானிய மக்கள் போய்த் தாய்மொழியில் நாம் கற்ற விஷயங்களையெல்லாம் தெரிந்துகொண்டு நமக்குப் போட்டியாக வந்து விடுவதாவது!’ என்ற அச்சம் அவர்களை ஆட்கொண்டது. தரித்திர புத்தி எங்கிருந்து போகும். **பிச்சை வாங்கிய பிடியரிசிக்கே இத்தனை உரிமை கொண்டாடுகிறார்கள் என்றால் இவர்களை என்னவென்று சொல்வது?**

ஒன்றை முக்கியமாகக் கவனிக்க வேண்டும். ஜப்பான் சுதந்திர நாடு. அங்கே கல்விக்குக் கொடுக்கும் மதிப்பு கஞ்சன் தான் திரட்டிய

பொருளைப் பார்த்து மகிழ்வது போன்றதன்று. கல்வியைப் பொதுமக்களுக்கும் வழங்க அங்குள்ள அறிஞர்கள் முன்வந்தார்கள். நாமோ போலீஸ், இராணுவம் இந்த இரண்டும் உண்டு மிகுந்ததை ருசி பார்க்கும் நிலையில், எழுத்தர் வேலையையே பெரிதாக எண்ணி அந்த அளவுக்கு மட்டும் பயன்படும் கல்வியைத்தான் கற்றிருக்கிறோம். போலீஸுக்கும் இராணுவத்தக்கும் ஆகிற செலவா சிவில் நிர்வாகத்துக்கு ஆகிறது? இப்படி சிவில் நிர்வாகத்தில் ஊழியர்களாக இருந்து வருவதையே இறுதி இலட்சியமாக எண்ணி இதைவிட மனமில்லாமல் கல்விப் பிடித்துக் கொண்டிருக்கிறோம். துணி கிழிந் திருந்தாலும் அதற்கு ஓட்டுப் போட்டு அலுவலகத்துக்குக் கிளம்பி விடுகிறோம். இந்த நிலையில் நம்மைப் பிறர் எப்படி மதிப்பார்கள்?

"வேறு என்ன வழி இருக்கிறது? இது நம் தலைவிதி" என்று நம் முயற்சிக்குத் தடை போட்டு விடுவது சரியன்று; புயலும்சூறாவளியும் கிளம்பிவிட்டன என்று படகின் சுக்கானைக் கைவிட்டு விட முடியுமா? எப்படியோ அவற்றிலிரந்து சமாளித்து முன்னேறத்தான் பார்க்க வேண்டும். வெளிநாட்டுக் கல்வியை, உடைந்த நாற்காலியிலும் பெஞ்சியிலும் வைத்துக் கலைமகளாக நாம் இதுவரை போற்றி வந்தது போதும். நம் நாட்டுக்குகந்த முறையில் அரியாசனத்தில் இனிக் கலைத் தெய்வத்தை அமர்த்தி வழிபட முற்படுவோம். பல்கலைக்கழகங்களை உண்மையிலேயே நம் நாட்டின் அறிவுக் களஞ்சியமாக்கினால் தான் நாடு விமோசனம் அடையும். அக்கறையுடன் (கல்விக்) கொடை வழங்க வேண்டும். அப்போதுதான் உயிராற்றல் கிளர்ந்தெழும்.

வெகு நாளாக ஆங்கிலக் கல்விப் பயிற்சி ஒரேநிலையாக நம் அரசாங்கத்திலும் கல்வி நிலையங்களிலும் மட்டுமே பயன்பட்டு வருகிறது. அதனால் கிட்டும் அறிவு, நாடு முழுவதற்கும் பயன்பட்டு, நாட்டின் சிந்தனை ஆற்றல் வளர வேண்டுமென்று முதல்முதல் **ஆசுதோஷ்** முகர்ஜிதான் புரிந்துகொண்டு அதற்கான முயற்சி எடுத்துக் கொண்டார். பழைய ஜடத்தன்மையை அகற்றும் துணிவு அவருக்கு இருந்ததுதான் காரணம். பழமையையே போற்றும் அறிவாளிகளில் ஒரு சாரார் தம் ஆதிக்கத்தைக் கல்வித் துறையில் நிலைநாட்டி ஆங்கிலத்துக்கு முக்கிய இடங் கொடுத்து வந்தார்கள். அவர்களுடைய இரும்புப் பிடியிலிருந்து பல்கலைக்கழகக் கல்வி முறையை நீக்கி வங்க மொழிக்கு அத்தகைய இடம் அளிக்க வேண்டுமென்று - வங்க மொழி மூலம் போதனை அளிக்க வேண்டுமென்று - அவர்தாம் எடுத்துரைத்தார். பயங்கொள்ளிகளும், தம் ஆங்கிலக் கல்வியறிவைப் பொது மக்களுக்கு வழங்காமல் தாங்களே புதையல் போல் பாதுகாத்து வந்த கஞ்சன்களும் அவரைப் பலமாக எதிர்த்து நின்றார்கள். ஆனால்

அவர் எவருக்கும் அஞ்சவில்லை; வங்க மொழிக்கு உரிய உயர்ந்த இடத்தைக் கொடுத்தார். வங்க மொழி இன்னும் எல்லாத் துறைகளிலும் கல்விப் பயிற்சிக்குரிய மொழியாகிவிட்டதென்று சொல்ல முடியாவிட்டாலும், அது அப்படி வளராததற்குக் காரணம் என்ன என்பதை உணர்ந்தார். "அதை ஆங்கிலத்துக்குச் சமமாகப் போற்றிப் பாதுகாக்காத குறைதான் காரணம்; ஆங்கிலம் அறிந்த வங்காளிகள் அதை உரிய இடத்தில் வைத்து வளர்த்திருந்தால் அந்தக் குறைக்கே இடம் இருந்திராது. அப்படி வளர்க்க முடியாது என்று இதே நிலையை நீடிக்கவிட்டால் பல்கலைக்கழகம் என்றென்றும் சீமையிலிருந்து தொட்டியில் வைத்துக்கொண்டு வந்து வளர்க்கும் செடியாகவே இருக்குமே தவிர அதற்கும் நம் சூழ்நிலைக்கும் பொருந்தவே பொருந்தாது போய்விடும்" என்பதை அவர் தம் தீர்க்க தரிசனத்தால் கண்டார். பூந்தொட்டி அருமையான வேலைப்பாடு கொண்டதாக இருக்கலாம்; பூவும் அலங்காரமாக இருக்கலாம். ஆனால் நம் நாட்டுமண்ணில் அது கண்காட்சியில் வைக்கும் அரும் பொருளாகத்தான் இருக்கும்; மக்களின் வீடுதோறும் பூத்துக் குலுங்கும் மலர்ச் செடியாக விளங்காது!

இப்படி வங்க மொழி கல்விப்பயிற்சிக்குரிய மொழியாகும்படி செய்து கல்கத்தா பல்கலைக்கழகத்தின் கௌரவத்தைக் காத்துப் பல சோதனைகளைக் கடந்து ஆசுதோஷ் இங்கே ஆராய்ச்சிப் பகுதி ஒன்றை நிறுவினார். கல்வி பயில்வதென்றால் மூளையை நிரப்பிக் கொள்வது மட்டுமன்று; அது தக்கபடி பயன்பட வேண்டும் என்பதற்காகவே இதை நிறுவினார். தக்க ஆசிரியர்களும், வேண்டிய பொருள் வசதியும் இல்லாமல், அதே சமயம் தம்மைச் சேர்ந்தவர்களுடைய எதிர்ப்புக்கு ஆளாகியும் அவர் தாம் எடுத்த முயற்சியைக் கைவிடவில்லை. இதனாலேதான் பல்கலைக்கழகத்துக்கே மதிப்பு ஏற்பட்டது; அதோடு ஆசுதோஷ் இந்த நிறுவனத்ங்கைத் தம்முடைய உயிராகவே கருதினார்; நாட்டிலுள்ள மேதைகள் எல்லாரையும் இதில் ஏற்கும் துணிச்சலும் இதனாலேயே அவருக்கு வந்தது.

பல்கலைக்கழகத்தைப் பிறர் அண்ட முடியாமல் ஒரு பெரிய மதில் தடுத்து வந்தது; பழம்போக்கு என்னும் மதில்தான் அது. ஆசுதோஷ் இதில் எளிதில் நுழையும் வாயில் ஏற்பட வகை செய்தார். என்னைப் போன்றவர்கள் தயங்காமல் இங்கே வருவதற்கு அவருடைய அந்தப் பெருமுயற்சிதான் காரணம். **பல்கலைக்கழகத்தில் தாய்மொழி மூலம் பயிற்சிக்கு ஏற்பாடுகள் நடந்தபோது நானும் ஆதரவாளர்களில் ஒருவனாக இருந்தது என் பேறு என்றே சொல்ல வேண்டும்;** என் பெயர் அப்படி முக்கியமாக இருக்க வேண்டும் என்று நான்

அப்போது கருதவில்லை. ஆகவே, ஆதரவாளர்களின் குழுவில் என் பெயர் இருந்திருந்தாலும் சரி, இராதிருந்தாலும் சரி இரண்டுமே எனக்கு ஒன்றுதான். **நான் விரும்பியது கை கூடிற்று; வங்கமொழி பயிற்சி மொழி யாயிற்று.** இந்த நாட்டையும் பல்கலைக்கழகத்தையும் இணைக்கும் பாலம் என்ற முறையிலேயே இப்போது என்னை இங்கே அழைத்திருக்கிறீர்கள் என்று நம்புகிறேன். **தாய்மொழியிலே வாழ்நாள் முழுவதும் உழைத்திருப்பவன் நான்;** என் உழைப்புக்கு மதிப்பளிக்கும் பொருட்டுத்தான் பல்கலைக்கழகத்தார் என்னை அழைத்து எனக்கு இங்கே இடமும் அளித்திருக்கிறார்கள். இரண்டு வெவ்வேறு யுகம் இணையும் இந்த வாய்ப்பு என்றென்றும் மக்களின் நினைவிலே பதிந்திருக்கும்படி என்னை இந்த இடத்தில் அமர்த்தியிருக்கிறீர்கள் என்றுதான் நினைக்கிறேன். என்னை இங்கே பேராசிரியனாக நியமித்திருக்கிறீர்கள்; இது மிகவும் மதிப்பிற்குரிய பதவிதான். ஆனால் எனக்கு இந்தப் பதவி பொருந்துமா என்றுதான் ஐயுறுகிறேன். பதவி என்றால் அதற்கேற்ற பொறுப்பையும் உணர்ந்துதான் ஆகவேண்டும்; ஆனால், நான் அந்தப் பொறுப்பை ஏற்பதற்கில்லை. ஏனென்றால், பேராசிரியன் என்றால் இலக்கியத்தின் தோற்றம், அது சம்பந்தமான ஆராய்ச்சி இப்படி இன்னும் பல நுணுக்கங்களும் தெரிந்திருக்க வேண்டும். ஆனால், எனக்கோ அப்படி ஒன்றும் தெரியாது. நான் இலக்கியம் என்பதை மொத்தமாகப் பார்ப்பவன். அதன் போக்கு, அதன் குறிப்பான அம்சம் இவற்றை மட்டுமே கவனிப்பவன்.

எனக்கு வயது பதினேழு இருக்கும். அப்போது ஆங்கில மொழி என்னும் காட்டிலே இருளிலும் ஒளியிலும் தட்டித் தடுமாறிச் சென்று ஏதோ ஒருவிதமாகப் பொருள் தெரிந்து கொண்டிருந்தேன். அந்தச் சமயத்திலேதான் லண்டன் பல்கலைக்கழகத்தில் மூன்று மாதகாலம் இலக்கிய வகுப்பில் மாணவனாக இருந்தேன். எங்களுக்குப் பாடம் போதித்தவர் **ஹென்றி மார்லி** என்பவர்; நரைத்த மயிருடன் சாந்தமாக விளங்கும் தோற்றம் உடையவர். இலக்கியத்தின் சுவையை எங்களுக்கு உணர்த்துவார். **ஷேக்ஸ்பியரின்** நாடகமான கொரியோலேனஸ், ஸர் **தாஸ் ப்ரௌன்** எழுதிய 'அர்ன் பரியல்' (சிமிழ் புதைத்தல்) மில்டனின் 'மீண்ட சொர்க்கம்' இவற்றைப் படித்து வந்தோம். 'நோட்ஸ்' அல்லது. குறிப்பு விவரங்களை வைத்துக் கொண்டு நானே அந்தப் புத்தகங்களைப் படித்து ஒருவிதமாய்ப் புரிந்துகொள்வது வழக்கம். **பேராசிரியர், எந்தவிதக் குறிப்புப் புத்தகமும் இராமல் கவிதை நயத்தை எங்களுக்கு விளக்குவார்.** அவர் எளிமையாகவும் இயல்பாகவும் கவிதைகளின் கருத்துகளை விளக்கிக்கொண்டே போவார்; கேட்க மிகவும்

பிடித்திருக்கும். ஒரு சொல்லுக்குரிய சிறப்புப் பொருள், அதிலுள்ள ஆழ்ந்த கருத்து இவற்றை அவர் விளக்கும் முறையிலிருந்தே கண்டு கொள்ளலாம். பாடமும் விரைவாக நடக்கும். அதோடு கூடவே நாங்கள் ஆங்கிலத்தில் எழுதும் விதம் எப்படி என்று கவனித்து எங்களுக்கு உற்சாகம் ஏற்படும்படி திருத்தித்தருவார். ஒரு மொழியின் நுட்பத்தை இலக்கணக் குறிப்புகளால் விளக்குவதைவிட இலக்கியத்திலிருந்து சான்று காட்டி விளக்குவதுதான் முக்கியமாகும்; சுவையை அறிந்து ரசிப்பதற்கும், அதை நம் எழுத்தில் எடுத்தாள்வதற்கும் சரியான வழி இதுதான். சித்திரக்கலை, சிற்பக் கலை இவற்றை, நம்மிடம் உள்ளூறச் சுவையை நுகரும்இயல்பு இருந்தாலொழிய எளிதில் உணர முடியாது. பழம்பொருள் ஆராய்ச்சியாலோ, சிலை சிற்ப வடிவமைப்புச் சம்பந்தமான நூல்களைப் படித்து விடுவதாலோ அனுபவ அறிவு கிட்டி விடாது. வாரத்துக்கு ஒரு முறை மொத்தமாக எல்லா மாணவருடைய கட்டுரை களையும் கவனித்து அவற்றிலுள்ள குற்றங் குறைகளை மனத்தில் பதியும்படி விளக்கிக் காட்டுவார். எப்படிப் பதம் பிரிக்க வேண்டும், பத்திகளை எங்கே தொடங்க வேண்டும், ஒரு சொல்லை எங்கே பயன்படுத்துவது தவறு, எங்கே பயன்படுத்தினால் அழகாக இருக்கும் - இப்படி ஒவ்வொரு பொருளையும் தெளிவாக்குவார். இலக்கியம், மொழி இவற்றின் உண்மையான இயல்பை உணருவதற்கு அந்த அந்த ஆசிரியர்கள் கைக்கொள்ளும் நடை முதலியவற்றைப் பற்றி ஆராய்வதுதான் ஏற்ற வழி என்பதை அவரிடமிருந்து தெரிந்து கொண்டேன்.

எனக்கு இப்படி வயது அதிகமாக இராதிருந்தால், இலக்கியம் போதிக்கும்போது மார்லி கடைப்பிடித்த வழியைத்தான் பின்பற்றுவேன். அதனால் என் பணிக்கே ஆபத்து நேர்ந்து நான் திண்டாடவும் நேரலாம். மேலதிகாரிகளும் சரி, மாணவர்களும் சரி, ‘இதென்ன தலை வேதனையாயிருக்கிறதே; பரீட்சைத் திட்டத்துக்குச் சம்பந்தமில்லாததையெல்லாம் இந்த மனிதர் சொல்லித் தொலைக்கிறாரே!’ என்று பொறுமையை இழந்து விடவும் கூடும். அந்தச் சங்கடம் இராமல் எப்படியோ தப்பியாயிற்று!

கடைசிக் காலத்தில் என்னிடமிருந்து திட்டவட்டமான செயல் முறை எதையும் எதிர்பார்க்க வேண்டாம்; அப்படி எதிர்பார்த்தால் உங்களுக்கு ஏமாற்றந்தான் கிட்டும். வாழ்வின் இறுதி நிலையில் இருப்பவன் நான். என்னைப் போய் வங்க மொழி போதிக்கும் ஆசிரியனாக எளிதில் மாற்றி விடுவதென்பது இயலாத காரியம். உங்கள் வேலைத் திட்டமும் உருப்படாமற் போகும்; என்

உடம்புக்கும் ஒத்துக் கொள்ளாது. இன்று கல்கத்தா பல்கலைக்கழகத்தை யாழ் ஏந்தி வங்க மொழி பயிலும் கலைமகளின் கோயிலாக்கும் பொறுப்பை எனக்கு அளித்தது பற்றி மிகவும் நன்றி. இது வரையில் காரிருளில் புகை படிந்து கரியேறிக் கிடந்த கல்வி விளக்கு அணையுந்தறுவாயில் இருந்தது; இப்போது வங்காளத்தில் அறிவென்னும் வானத்தில் புதிய அருண ஒளி தோன்றியிருக்கிறது என்றுதான் நம்புகிறேன். காலையில் பாடும் பூபாள (பைரவ) இராகத்தின் ஒலி கேட்டு வங்கத் தாய் துயிலெழுந்து பல புதிய துறைகளில் இலக்கியங்களைப் படைத்து என்றென்றும் அழியாத புகழுடன் விளங்க வேண்டுமென்பது தான் என் பிரார்த்தனை.

எங்கும் கல்வி – பரவுவது எப்படி?

குருதேவர் ஏழை எளிய மக்கள் மத்தியில் இருப்பதையே பெரிதம் விரும்பினார். அவருடைய சிந்தனைகள் விண்வெளிக் கப்பாலும் விரிந்து பரந்தன; ஆயினும் அவர் மண்ணில் ஊன்றி மக்களின் வாழ்வனுபவங்களுக்கு இலக்கிய வடிவம் தந்தார். உழைக்கும் மக்களின் மகத்தான சக்தியை அவரளவு உணர்ந்தவர்கள் இந்திய இலக்கிய உலகில் இல்லை. குறிப்பாக அதுவரை கவனம் பெறாத கீழ்த்தட்டு (வங்க) மக்கள் மேம்பாட்டில் அவர் பெரிதும் ஈடுபாடு கொண்டிருந்தார். மக்கள் கல்வி மக்களுக்கான கல்வி - பற்றியே அவர் இடையறாது சிந்தித்தார். ‘வெகுமக்களின் மொழி’ மீது அவர் மிகுந்த நம்பிக்கை கொண்டிருந்தார்.

இச் சொற்பொழிவு 1933 பிப்ரவரியில் நிகழ்த்தப்பட்டது.

உணவுப் பண்டங்கள் சமையல் அறையில் குவிந்து கிடக்கின்றன. அண்டாக்களில் சோறு பொங்குகிறது; வாணலிகளில் கறிகாய்களைப் பொரித்தெடுக்கிறார்கள்; மற்றும் உள்ள பாத்திரங்களில் குழம்பு, கூட்டு போன்றவை தயாராகின்றன. இப்படி எல்லா ஏற்பாடுகளும் நடந்தாலும், விருந்து சாப்பிட்டு விட்டதாகச் சொல்லிவிட முடியுமா? தாழ்வாரத்தில் இலை போட்டு எல்லாரையும் சாப்பிட அழைப்பதுதானே மரியாதை? ஆகவே, விருந்தென்றால் வந்தவர்களை உபசரிப்பதுதான் முக்கியமானது. நாம் இப்போது கல்வித் திட்டம், ‘எடுகேஷன்’ என்றெல்லாம் திரும்பத் திரும்பச் சொல்லிப் பெருமை பாராட்டிக்கொள்வது பண்டங்கள் குவிந்திருப்பதைப் போலவும், சமையலறையில் நடக்கும் ஏற்பாடுகளைப் போலவுமே இருக்கிறது. ‘தாழ்வாரத்தில் இலை போட்டு யாரையும் அழைத்தபாடில்லை; அங்கே வெயில்தான் காய்கிறது’ என்ற நிலை நீடிக்கிறது. பத்துப் பேருக்கு நன்மை செய்யக்கூடிய கல்வி முறையாக இல்லை இன்றையக் கல்வி முறை. தாமும் கற்றுப் பிறருக்கும் அதைப் போதித்தாலன்றோ கல்வி சிறக்கும்? நம் கல்லூரிகளிலும்

பள்ளிக்கூடங்களிலும் கல்வி என்னும் விளக்கை உயரத்தான் மாட்டி வைத்திருக்கிறார்கள். ஆனால், அதன் ஒளி நான்கு சுவருக்குள் கட்டுப்பட்டுக் கிடக்கிறதே தவிர எல்லா இடத்திலும் வீசவில்லை. இது நம்முடைய துரதிருட்டமே. தக்க பின்னணி இருந்தாலன்றோ சித்திரம் சோபிக்கும்? அதுபோலவே பலவகைக் காட்சிகளும் அமைந்த இயற்கைச் சூழ்நிலையிலேதான் கல்வியொளியும் ஓங்கும். நாட்டின் பொதுப் பண்புக்கு ஒத்த கல்வி முறைதான் இன்று நமக்கு முக்கியமாகத் தேவை. அதைவிட்டுத் தெளிவில்லாமல், அரைகுறையாக உள்ள கல்வியையே நாம் கற்று வருகிறோம். இப்படிப் பழகிப் போய்விட்டதால் அதிலுள்ள குறைபாடு நமக்குப் புரிவதில்லை. கல்வி சம்பந்தமாக மற்ற நாடுகளோடு நம் நாட்டை ஒப்பிட்டுப் பார்க்கும்போது வெளிப்படையான அம்சங்களைப் பொறுத்தமட்டும் இரண்டுக்கும் ஓர் ஒற்றுமை இருக்கலாம்; உள்ளூற இரண்டுக்கும் உள்ள வேற்றுமை நம் கண்ணுக்குத் தட்டுப்படுவதில்லை. மேல்நாடுகளிலுந்தான் பல்கலைக்கழகங்கள் இருக்கின்றன; இங்கேயுந்தான் அப்படி - இருக்கின்றன. ஆனால், கட்டிடத்துக்குள் கட்டுக்கடங்கிப் பயிலும் கல்வியோடு, இயற்கைச் சூழ்நிலையிலே சமூகத்தின் சுதந்திரப் போக்கை வளர்க்கும் விதத்தில் எங்கும் பரவி விளங்கும் ஆற்றலுள்ள கல்வி பயிலாமல் எந்த நாடுதான் முன்னுக்கு வர முடியும்?

ஒரு காலத்தில் நம் நாட்டிலும் இரண்டு வகையிலும் இணைந்த கல்வி முறை வழக்கில் இருந்தது. ஐரோப்பாவிலே இடைப்பட்ட காலத்தில் (கி.பி. 9 முதல் 16ஆம் நூற்றாண்டு வரை) இருந்தது போலவே நம் நாட்டிலும் சாத்திர அறிவையே முக்கியமாகக் கொண்ட கல்விப் பயிற்சி இருந்து வந்தது. கிராமங்களிலே வேத அத்தியயனம், ஆராய்ச்சி எல்லாம் நடந்து வந்தன. இருந்தாலும், அறிவாளிகள் அந்த ஞானச் செல்வத்தை நாடு முழுவதும் வழங்கி வந்ததால் அதன் பயன் எல்லா மக்களுக்கும் கிட்டியது. இதனால் மக்களிடையே அடிப்படையான பண்பு ஒன்று உருவாயிற்று. சிறந்த அறிவாளிகளும் சாமானிய மக்களும் ஒருவரோடு ஒருவர் பழகி வந்ததால் உலகியலறிவும் ஆன்மிக ஞானமும் இணையும் வாய்ப்பு இருந்தது. அந்தக் காலத்தில் இன்று காண்கிற மாதிரி பாலைவனத்துக்கும் அதில் எங்கோ உள்ள பசுந்திட்டுக்கும் வேற்றுமை இருப்பது போல் பண்டிதர்களுக்கும் பாமரர்களுக்குமிடையில் இவ்வளவு வேறுபாடில்லை. நம் நாட்டில் இராமாயண - மகாபாரத - புராண காலட்பேங்கள் நடக்காத இடமே இல்லை; மக்கள் அறிவாளிகளை ஆதரித்துப் போற்றி வந்தார்கள். தத்துவ ஞானத்திலும், வேதாந்த, தர்சன சாத்திரங்களிலும் பல காலம் ஊறி மிகவும் பாடுபட்டுப் பயின்ற விஷயங்கள் கூடச் சாதாரண மக்களின் உள்ளத்தில் ஆழப்

பதிந்திருந்தன என்றால் பாருங்கள்! மரஞ் செடிகளுக்கு உணர்வும் உயிரும் ஊட்டுவது நீர்தான்; உரத்தை ஏராளமான நீரோடு கலந்து பாய்ச்சினால் அது மண்ணில் ஊறிக் கிளை கப்பெங்கும் பரவி இலைகளுக்கும் தளிருக்கும் ஊட்டம் அளிக்கிறது. அந்தக் காலத்தில் இப்படித்தான் நம் அறிவாளிகள் எளிதில் கற்றறிய முடியாதவற்றைச் சுவையுடன் எடுத்துச் சொல்லி எல்லா மக்களின் உள்ளத்திலும் அவை ஊன்றி நிலைக்கும்படி செய்தார்கள். குளம் வெட்டுவது, கோயில் கட்டுவது போன்ற அறப்பணிகள் முக்கியமாக விளங்கிய காலத்தில் கிராமந்தோறும் நீர் வசதிக்குக் குறைவில்லை. ஊர் மக்கள் ஒன்றுகூடித் தாங்களே இத்தகைய பணிகளில் பங்கு கொள்வார்கள். அரசாங்கத்துக்கு விண்ணப்பம் எழுதித் தங்கள் குடிநீர் வசதிக்கு வழி தேடியதில்லை. அப்போது நாடு முழுவதும் கல்வியும் இயல்பாகப் பரவியது; குழந்தைகளின் வாயில் வலுக்கட்டாயமாக விளக்கெண்ணெயை ஊற்றுவது போல் இன்று சிறுவர்களின் மூளையில் பல விஷயங்களைத் திணிக்கப் பார்க்கிறோமே, அன்று மக்கள் இம்மாதிரி ஏட்டுக் கல்வி பயிலவில்லை. அன்று நிலைமை இப்படி இருந்திருந்தால் இன்று நம் நாட்டிலே கொலையும் கொள்ளையுந்தான் மலிந்திருக்கும். அறிவாளிகள் தாம் கற்ற கல்வியைச் சமூகத்திலுள்ள எல்லாருக்குமே வழங்கி வந்தார்கள். கல்வியைப் பொதுச் செல்வமாகவே அவர்கள் கருதி வந்தார்கள்.

தினசரிச் செய்தித்தாள் ஏதும் படித்தறியாத ஏழைமக்கள் வாழும் சின்னஞ் சிறு கிராமம் ஒன்றிலிருந்து சில குடியானவர்கள் வந்து என்னை அங்கே வரச் சொல்லி அழைத்தார்கள். வரவேற்பு ஏற்பாடுகள் பிரமாதமாக இருந்தன. அந்த மக்களில் பெரும்பாலோர் முஸல்மான்கள். தெருக்கூத்து வகையைச் சேர்ந்த ‘ஜாத்ராகானம்’ நடத்தப் போகிறார்கள் என்று தெரிந்தது. ஒரு பந்தலை அலங்கரித்து அதன் நடுவில் மண்ணெண்ணெய் விளக்கு தொங்கவிட்டிருந்தார்கள். விளக்கு வெளிச்சம் போதுமான அளவுக்கு வீசியது. தரையில் ஒரு பக்கம் சிறுவர்கள், பெரியவர்கள் எல்லாரும் சத்தம் செய்யாமல் கம்மென்று அமர்ந்திருந்தார்கள். இந்த ‘ஜாத்ராகான’த்திலே முக்கியமான விஷயம் குருவும் சீடனும் தத்துவ சம்பந்தமாகப் பேசிக் கொள்வதுதான். உடலின் தத்துவம், படைப்பின் தத்துவம், முக்தி தத்துவம் இவற்றைக் குறித்து ஆராய்ந்தார்கள். அதோடு நடுநடுவே மக்களுக்கு உற்சாகமூட்டும்படி ஆட்டம் பாட்டமும் இருந்தன. அன்று நடந்த அந்தக் கூத்தில் முக்கியமான அம்சம் இன்னும் என் நினைவில் இருக்கிறது: கண்ணபிரானைத் தரிசிக்கப் பிருந்தாவனத்துக்கு வருகிறான் ஒரு யாத்திரிகன்; அங்கே பாராக் கொடுக்கும் வாயில் காப்போன் அவனைத் தடுத்து நிறுத்துகிறான்; “நீ திருடன்; உன்னை உள்ளே விட மாட்டேன்” என்றும் சொல்லுகிறான். யாத்திரிகனோ

ஒன்றும் புரியாமல், "என்ன ஐயா, இது! என்னிடம் திருட்டுச் சொத்து என்ன இருக்கிறது? ஒன்றும் இல்லையே!" என்று கேட்கிறான். காவலாள், "அதோ உன்னுடைய ஆடைக்குள்ளே மறைத்து வைத்திருக்கிறாயே - உன்னைத்தான், ஐயா (தான் என்ற அகந்தையையே அவன் குறிப்பிடுகிறான்) சொல்கிறேன். அதில் இருப்பதெல்லாம் எங்கள் பிருந்தாவன சக்கரவர்த்திக்குத் தானே சொந்தம்? நீ என்னவோ அது உன்னுடையதுதான் என்று சொல்லி ஏமாற்றப் பார்க்கிறாயே!" என்கிறான். அவன் இப்படிச் சொல்லும்போது மத்தளம், ஜால்ரா எல்லாம் முழங்க ஆட்டம் நடைபெறுகிறது. 'இதுதான் முக்கியமான அம்சம்; கவனியுங்கள் இதன் உட்கருத்தை' என்று நம் கல்லூரி ஆசிரியர்கள் சிவப்புப் பென்ஸிலால் மாணவர்களைப் பாடப் புத்தகத்தில் குறிப்பிட்டு வைத்துக் கொள்ளச் சொல்வது போல் இருந்தது அந்த ஆட்டமும் பாட்டமும். மக்களின் மனத்தில் பொருள் நன்றாகப் பதிய வேண்டுமென்றுதான் கூடவே இந்த ஆட்டம் பாட்டத்தைச் சேர்த்திருந்தார்கள். எல்லாம் தெளிவாகப் புரிந்ததோ இல்லையோ; ஆனால், அன்றாடத் தொல்லைகளுக்கிடையே அந்த இரவு நேரத்தில் ஒரு புதிய அனுபவம் அவர்களுக்குக் கிட்டியது. வாழ்க்கையில் காணும் பல ஏற்றத்தாழ்வுகளிடையே உன்னதமான இலட்சியத்தை நோக்கிச் செல்லும் வழி ஒன்று உண்டு என்பதை அவர்கள் புரிந்து கொண்டார்கள்; இதுமட்டும் நிச்சயம்.

இவ்வாறு எத்தனையோ காலமாக நம் நாட்டு மக்கள் உயர்ந்த நோக்கங்களை ஆட்டம் பாட்டங்களின் மூலம் அறிந்து வந்திருக்கிறார்கள். அடிக்கடி பல சுவையுடன் துருவன், பிரகலாதன் இவர்களுடைய வரலாறு, சீதா வனவாசம், கர்ணன் கவசம் பெற்ற கதை, ஹரிச்சந்திரன் அனைத்தையும் துறந்தது - இப்படி எத்தனையோ ஹரிகதைகள் நடக்கும். அப்போதும் மக்கள் துன்பப்படாமல் இல்லை; அநீதி இருக்கத்தான் இருந்தது; வாழ்வு நீடித்திருக்கும் என்ற நிச்சயமுமில்லை. அப்படி இருந்தும், இத்தனை தொல்லைகளுக்கிடையிலும் ஒருவிதக் கல்விப்பயிற்சி அல்லது பண்பாடு மக்களுக்கு இருந்து வந்திருக்கிறது; அது ஆன்மிக வளர்ச்சிக்குப் பெரிதும் துணை புரிந்திருக்கிறது. 'வாழ்க்கையில் இழிந்த நிலையில் இருந்தாலும் மனிதனுக்குள்ள உயர்ந்த பண்பு என்றும் ஒளி பெற்றுத்தான் விளங்கும்' என்ற உண்மையை மக்கள் கண்டறிந்தார்கள். ஒன்றுமட்டும் நிச்சயம். அமெரிக்கர்களின் 'டாக்கி'யினால் அவர்கள் இந்த உண்மையைக் கண்டறியவில்லை!

மற்ற நாடுகளில் சமீப காலத்திலே கட்டாயக் கல்வி முறையில் மாறுதல் ஏற்பட்டிருப்பதைக் காணலாம். நம் நாட்டில் மக்களிடையே வெகு காலமாக இருந்து வரும் அறிவு சொந்த அனுபவத்தினாலும்,

தாமாகவே விரும்பியும் தெரிந்துகொண்டதாகும். வலுக்கட்டாயமாக இதுதான் அவசியம் என்று சொல்லி அதை யாரும் அவர்களுக்குப் புகுத்தி விடவில்லை. உடல் முழுதும் இரத்த ஓட்டம் இயல்பாகவே இருந்து வருவது போல் ஒவ்வொரு வீட்டிலும் இந்த அனுபவ ஞானம் பரவியிருந்தது.

இன்றோ காலம் மாறிவிட்டது. இதற்கிடையே நம்மவருள் ஆங்கிலப் படிப்புப் படித்து முன்னுக்கு வந்தவர்கள், அரசாங்க நிர்வாகத்தில் இடம் பெற வேண்டும் என்று சில சமயம் பணிவுடன் மிகவும் பரிதாபமாக விண்ணப்பம் செய்தும், சில சமயம் ரோஷத்தோடு புகார் செய்வது போல் நடந்தும் தங்கள் கோரிக்கையை வெளியிடலானார்கள்; கிராமங்களை மறந்து, பட்டணவாசம் செய்யத் தொடங்கினார்கள். கிராமங்களிலுள்ள குளங்குட்டைகளில் சேறும் சகதியும் சேர்ந்தன. குடிநீர் கெட்டது. தூர் வாரி எடுக்க யாரும் முன் வரவில்லை. முன்காலத்திலோ படித்தவர்கள் ஊரில் இருந்து, பொது நன்மைக்கு ஆவன செய்து வந்தார்கள்; மக்களை ஊக்கி வந்தார்கள். பட்டணவாசம் செய்யப் போனவர்களுக்கு கிராமங்களைப் பற்றி என்ன அக்கறை? அவர்களுக்குக் குழாய்நீர் கிட்டிவிட்டது. இன்று, ‘ஆகா! இது அன்றோ முன்னேற்றம்!’ என்று மெய்ம்மறந்து போகிறோம். நம் நாட்டின் உண்மைச் சொரூபத்தைக் காண முடியாமல் போய்விட்டது; கிராமங்களே இந்தியாவின் உயிர் நாடி என்பதை மறந்தோம். எங்கும் பரவி ஒளி வீசிய நம் அறிவுவிளக்கு அங்கங்கே சிறு சிறு நகரங்களில் மங்கிச் சுடர் விட்டு மூலையில் ஒடுங்கிக் கிடக்க நேர்ந்தது.

இந்தக் காலத்தில் ‘எடுகேஷன்’, கல்வி முறை என்றெல்லாம் சொல்வது நகரத்திலேதான் தொடங்கியது. அதையொட்டியே தொழில்களும், உத்தியோக வேட்டையும் நடக்கின்றன. இந்த வெளிநாட்டுக் கல்விமுறை ரெயில் வண்டியில் உள்ள விளக்குப் போன்றது; நாம் உட்கார்ந்திருக்கும் பெட்டிகளில் விளக்கொளி வீசினாலும் பல மைல் தொலைவு இருளிலேயே ரெயில் செல்லகிறது. வழி நெடுக ஒரே இருள்தான். அந்தச் சமயத்தில் ரெயிலில் இருப்பதுதான் நமக்கு உண்மையாகப் படுகிறது; பல்லாயிரக்கணக்கான உயிர்கள் துன்பத்தில் ஆழ்ந்திருக்கும் இந்த நாடு அப்போதைக்கு இருள் நிறைந்து மாயையாகவே தோன்றுகிறது. அதுபோலவே ஆங்கிலம் பயின்ற நாமும் கணக்கற்ற மக்கள் இன்னும் புதுமையறிவு பெறாமல் கிடப்பதை மறந்து அவர்களை மக்களாகவே மதியாமல் இருந்து வருகிறோம்.

நகரத்தில் வாழ்ந்து வந்த ஒரு சாரார் இந்தச் சந்தர்ப்பத்தைப் பயன்படுத்திக் கொண்டு ஆங்கிலப் படிப்புப் படித்துத் தேர்ந்தார்கள்;

அவர்களுக்குக் கௌரவமும் கிட்டியது; பொருள் சேர்த்தார்கள். அவர்களையே அறிவாளிகள் என்றும், enlightened (ஒளிபெற்றவர்) என்றும் நாடு முழுவதும் கொண்டாடத் தொடங்கினர். பள்ளிக்கூடப் பெஞ்சியில் அமர்ந்து ஆங்கிலத்தை நெட்டுருப் போட்டவர்கள் படித்து விட்டோம் என்ற செருக்கில் கண் இருந்தும் குருடர்களானார்கள்; கிராமங்களை அடியோடு மறந்தார்கள்; 'படித்தவர்கள் என்றால் பட்டணத்தில் வாழ்பவர்கள்தான். அவர்களே நாடு' என்று தவறாக எண்ணிக் கொண்டு விட்டார்கள். மயில் என்றால் அதன் தோகைதான் அவர்களுக்குத் தெரியும்; முழு மயிலையும் பார்த்திருக்க மாட்டார்கள். யானையை நேரில் பார்த்திருக்க மாட்டார்கள்; அதன் தந்தத்தைப் பற்றித்தான் அவர்களுக்குத் தெரியும். அவர்கள் இப்படிக் கிராமங்களை அவமதித்ததிலிருந்து நாடு முழுவதும் தண்ணீர்த் தட்டுப்பாடு நேர்ந்தது. வழி துறைகள் தூர்ந்து போயின; நோய் நொடிகளும் அஞ்ஞானமும் தாண்டவமாடலாயின. பாண்டு வாத்தியம் முழங்கும் மண்டபம் அமைந்த உள்ளூர் ஜமீன்களிலும் சரி, வெளியிலும் சரி, களிப்பற்று இருள் குடிகொண்ட கிராமங்களிலும் சரி இதே நிலைதான். நகரங்கள் 'நளிர்மணி நீரும் நயம்படு கனிகளும்', பங்காக்களிலிருந்து வீசும் காற்றும் நிறைந்து விளங்கலாயின் அங்கேயே மருத்துவமனைகளும், கல்வி நிலையங்களும் தலைதூக்கின. நாட்டின் மார்பகம் என்று சொல்லக்கூடிய கிராமங்களைக் கத்தி கொண்டு பிளந்தது போல் நகரத்தினின்று பிரித்து விட்டோம். உடனே, 'நவநாகரிகத்தின் இலட்சணத்தைப் பார்த்தீர்களா?' என்று வீணாக அதைப் பழிக்கத் தொடங்க வேண்டாம். உண்மையாக நாகரிகத்தில் முன்னேறிய நாடு எதிலும் இத்தகைய நிலையைக் காண முடியாது. நம் நாட்டில் இருப்பதைப் போல் அரைகுறை நாகரிகம் அங்கே இல்லை. (ஏழாம் பிறைச் சந்திரன் வீசும் ஒளியைப் போல் அரைகுறை நாகரிக வெளிச்சத்தில் ஆழ்ந்த நாடு இது.) ஜப்பானில் மேல்நாட்டுக் கல்வி ஓரளவுதான் பரவியிருக்கிறது; நம் நாட்டை விட மிகவும் குறைந்த அளவுதான் அது. ஆனால், கந்தல் துணிக்கு ஒட்டுப் போடுகிற மாதிரி அது அமையவில்லை. அங்கே பரவியிருக்கும் விஞ்ஞான அறிவு காரணமாக ஜப்பானிய மக்கள் ஆராய்ந்து செயல் புரியும் ஆற்றல் பெற்றிருக்கிறார்கள். அச்சில் வார்த்தது போல் ஒரேவிதமாகவும் அந்த ஆற்றல் அமையவில்லை. தற்கால ரீதிக்கு ஏற்றபடி பலவகைத் துறையிலும் அது பயன்படுகிறது. ஆனாலும் அந்த ஆற்றலில் அனைத்தையும் இணைத்துக் காணும் பண்பும் இருக்கிறது. இந்த மனவொற்றுமைதான் முன்னேற்றத்துக்கு அறிகுறி.

சிலர், "முன்னெல்லாம் நம் நாட்டில் கிராமாந்தரங்களிலே பிள்ளைகள் பயிலத் தொடங்கிய விதமே அலாதி. பிரிட்டிஷ் ஆட்சி ஏற்பட்ட பிறகுதான் இந்த விசயத்தில் சிரத்தை குன்றிவிட்டது"

என்றார்கள். ஆனால், அனுபவ அறிவை மதிக்காமல் இருந்ததாலேதான் அதையும் விடப் பெருந் தீங்கு நாட்டுக்கு ஏற்பட்டிருக்கிறது என்பேன். ஒரு காலத்தில் வங்காளம் முழுவதும் ஆற்றோடு ஆற்றை இணைக்கும் வாய்க்கால்கள் இருந்ததாகப் பழைய வரலாறுகளிலிருந்து தெரிகிறது. வெகு நுட்பமாக ஆராய்ந்து திட்டமிட்டு அவற்றை வெட்டியிருந்தார்கள். ஆனால் அரசாட்சி மாறியதும் ஆதரவு இல்லாமலும், அறிவீனத்தாலும் எல்லாம் தூர்ந்து போய்விட்டன; அங்கே இன்று காண்பது சுடுகாடுதான். அதுபோலவே கல்வித் துறையிலும் பல வாய்க்கால்களை நம்நாட்டில் வகுத்து வைத்திருந்தார்கள் நம் முன்னோர்; அவையும் மங்கி மறைந்துவிட்டன; நம் உள்ளும் புறமும் பலவீனம் குடிகொண்டு விட்டது. கல்விப் பயிற்சியைப் பொறுத்தவரை இருந்துவந்த சிக்கலை ஆதி காலத்திலே நம்மவர்கள் அனுபவத்தால் அறிந்து அதற்கேற்ற பரிகாரத்தைக் கடைப்பிடித்தார்கள். கட்டாயப்படுத்திக் கல்வியறிவூட்டாமல் உள்ளூற மகிழ்ச்சியுடன் மக்கள் ஏற்கும்படி கேள்வி ஞானத்தை வளர்த்தார்கள். அதுதான் அன்று படித்தவர்களையும் படிக்காத மக்களையும் இணைத்தது. இப்படி நம் முன்னோர் சமூகமே உயிர் பெற்று விளங்கும்படி செய்தார்கள். இந்த அறிவு அன்று நம் மக்களின் உள்ளத்தில் ஆழப் பதிந்திருந்தது. இன்று அந்த ஊக்கம் குன்றிவிட்டது. ஆனாலும் பழைய கேள்வி ஞானத்தில் சிறிது பாக்கி இருக்கிறது. அதனாலேதான் இன்னும் நாம் அழியாமல் இருக்கிறோம்.

மத்திய ஆசியாவிலுள்ள பாலைவனத்தில் பழம் பொருளியல் அறிஞர் சிலர் பழைய நாகரிகத்தின் சின்னங்களைத் தேடி ஆராய்ந்தபோது எத்தனையோ ஊர்கள் மணலில் புதைந்து கிடந்ததைக் கண்டார்கள். ஒரு காலத்தில் நீர் நிலைகள் இருந்த இடத்திலே ஆறு சென்ற அடையாளங்கூடஇருந்தது. அந்த ஆறுகள் எப்போது வற்றினவோ? கொஞ்சங் கொஞ்சமாகப் பாலைவனம் பரவி உயிர்களைக் கொள்ளை கொண்டது. மக்கள் வாழ்ந்த இடம் அடியோடு எல்லையற்ற மணற்பரப்பில் புதைந்து போயிற்று. ஏராளமான கிராமங்கள் கொண்ட நம் நாட்டிலும் அப்படியே இன்று மக்களின் மனம் என்னும் பயிர்நிலம் களராகிவிட்டது. வெகு காலமாக ஊறி வந்த அடிநீரும வற்றிக் கொண்டிருக்கிறது; நமக்கு ஒவ்வாத கல்வி முறையென்னும் சூறைக் காற்று அதை இன்னும் விரைவில் சுண்ட அடித்துவிடும் என்றுதான் தோன்றுகிறது. கடைசியில் வெம்மை மிகுந்த பாலை பெரிய பெரிய ஊர்களைக் கூடக் கப்பிக் கொள்வது போல் கிராமங்கள் நிறைந்த நம்நாட்டிலும் நகரத்தின் கொடிய வெம்மை வீசி, மக்களின் மனத்திலுள்ள கொஞ்ச நஞ்சம் ஈரமும் வற்றி விடலாம்; யார் கண்டார்கள்? ஆனால், இந்த

உண்மை நம் கண்ணில் படுவதில்லை. ஏன் தெரியுமா? அனுபவக் கல்விதான் சிறப்பானது, அதுவே நாட்டுக்கு விமோசனம் அளிக்கும் என்ற நோக்கத்தை நாம் மறந்து விட்டோம். தற்கால ரீதியில் படித்தவர்கள்தாம் நம் நாட்டின் பிரதிநிதிகள் என்று நாம் எண்ணத் தொடங்கி விட்டோம்.

ஒரு சமயம் வெகு நாள் கிராமாந்தரத்திலேயே இருந்து பழகியவன் நான். வங்காளத்துப் பட்டிக்காடு அது. வெப்பம் மிகுந்த கோடையில் ஒரு காட்சியைப் பார்க்கப் பார்க்க மனம் உருகும். ஆற்றுநீர் நடுப் பகுதியில் மட்டும் முழங்கால் மட்டத்துக்கு மெதுவாகச் செல்கிறது; கரையோரமெல்லாம மண் பாளம் பாளமாக வெடித்துக் கிடக்கிறது; குளம் குட்டைகளில் சேறும் சகதியுமே இருக்கின்றன; மணற்பாங்கான இடமெல்லாம் கானல்நீர் கண்ணைப் பறிக்கிறது. பெண்கள் வெகு தொலைவிலிருந்து வந்து ஆற்று நீரைக் குடத்தில் மொண்டு கொண்டு போகிறார்கள். அந்த நீரை மக்கள் சிந்தும் கண்ணீர் என்றுதான் சொல்ல வேண்டும். கிராமத்தில் எங்காவது தீப்பிடித்தால் அணைப்பதற்கு வழியில்லை; வாந்திபேதி கண்டுவிட்டால் அதை நிறுத்துவதும் முடியாத காரியம்.

இது இப்படியா? இன்னும் ஒரு துயரம் என் மனத்தை வாட்டி வந்தது. பொழுது சாய்ந்துவிட்டது. நாள் முழுவதும் பாடுபட்டக் களைத்துப் போய் வீடு திரும்புகிறார்கள் உழவர்கள். ஒரு பக்கம் பரந்த வெளியெங்கும் ஓரே அமைதி; இருள் வருகிறது; இன்னும் ஒரு பக்கம் இருள் வெள்ளத்தினிடையே பின்னும் இருண்டு தெரிகிறது ஒரு கிராமம். அங்கிருந்து மத்தள ஓசை கேட்கிறது. அதோடுகூட ஒரேமாதிரி சுரத்தில் கீச்சுக் குரலில் யாரோ சிலர் ஒரு பாட்டின் ஓர் அடியை மட்டுமே திரும்பத் திரும்பப் பாடுகிறார்கள். 'ஐயோ! இங்கும் மக்களின் உள்ளத்தில் வறட்சி கண்டு விட்டதா?' என்றுதான் எண்ணி வருந்தினேன். சூடு ஏறுவதுபோல் வெறி மூண்டும் பாட்டு நின்றபாடில்லை. பல ஆண்டுகளாக வறுமையிலேயே ஆழ்ந்து கிடக்கும் மக்கள் உயிரை வைத்துக் கொண்டிருக்க வேண்டுமானால், எலும்பு முறியக் கூலி வேலை செய்துவிட்டுச் சற்று நேரமாவது அந்தச் சிரமத்தை மறக்க இப்படிப் பாடுவது இயல்புதானே? ஆகவே, 'மனிதன் வெறும் விலங்கல்ல; மனம் என்னும் அரிய மாணிக்கம் அவனிடம் உண்டு' என்று தெரிகிறதல்லவா? அவர்கள் மனத்துக்குத் திருப்தி ஏற்பட ஊரார் இப்படிப் பஜனை, பாட்டு என்று ஒரு பொழுதுபோக்குக்கு ஏற்பாடு செய்து வருவதுதான் வழக்கம். இந்த ஏழை மக்களைத் தாழ்வுபடுத்தினால் நாடே அதோகதிக்கு வந்துவிடும் என்று தான் சமூகம் அவர்களுக்கு ஓரளவாவது உற்சாகமூட்டி வந்தது. இன்று அந்த அளவுகூட

அவர்களைக் கவனிக்க யார் இருக்கிறார்கள்? தாங்களாகவேதான், பாவம், மன ஆறுதலுக்கு ஏதாவது செய்துகொள்ள வேண்டியிருக்கிறது இன்னும் கொஞ்சநாள் போனால் இந்த அளவு தெம்புகூட அவர்களுக்கு இராது. நீடித்துத் துயரம் அனுபவிக்க நேர்ந்தால் அங்கே மகிழ்ச்சியொளி எப்படி வீசும்? பாட்டொலிதான் அங்கே ஏன் கேட்கப் போகிறது? மூங்கில் தோப்பில் சிள் வண்டுகள் கூவும். அக்கம் பக்கத்துப் புதர், குறுங்காடுகளில் நரியின் ஊளைதான் அடிக்கடி கேட்கும். அதே சமயம் நகரங்களில் தாங்கள் பிரமாதமாகப் படித்தவர்கள் என்று செருக்குடன் திரியும் பேர்வழிகள் சினிமாக் கொட்டகையில் நெருக்கமாக அமர்ந்து மின்சார விளக்கொளியில் திரைப்படம் பார்த்துக் கொண்டிருப்பார்கள்!

ஒருபுறம் நம் நாட்டில் பழைய கல்விப் பயிற்சி முறைக்குத் தடை ஏற்பட்டாலும், பொதுமக்களிடம் வெகு நாளாக ஊறிய கேள்வி ஞானம் அப்படியே இருந்துதான் வந்தது; தற்கால ரீதியில் அமைந்த கல்வி அவர்கள் வரைக்கும் எட்டவில்லை; மலைப்பாதைகளில் தேங்கியிருக்கும் சுனைநீர் போல் இந்தப் புதிய கல்வியும் அந்த ஏழை மக்களுக்குக் கிட்டுவதற்கரியதாய் இருக்கிறது. பல திருத்தலங்களில் குருக்களுக்குச் செலுத்த வேண்டிய தொகையைச் செலுத்திவிட்டுத் தொலைவிலிருந்து அவர் நீட்டும் உத்தரணி நீருக்குக் காத்திருக்கவில்லையா? அதுபோல் பல கஷ்ட நஷ்டங்களுக்கு அவர்களும் ஆளாக வேண்டியிருந்தது. படித்தவர்கள் என்று தற்புகழ்ச்சி பேசும் கும்பல் அவர்களை எட்ட இருந்து பார்த்ததே தவிர நெருங்குவதில்லை. மந்தாகினி ஆறு சிவபெருமானுடைய சடை முடியில் இருந்தாலும், தேவல்லாட் என்ற இடத்திலிருந்து அந்த ஆறு வழிந்தோடி மெல்ல மெல்ல ஒவ்வொரு துறை வழியாக வந்து கங்கையாக மக்களுக்குக் காட்சியளிக்கிறது; அவர்களுடைய குடங்களில் தாகத்தைத் தணிக்க அருட்பிரசாதமாகத் தன் நீரை வழங்குகிறது. ஆனால் நம் நாட்டில் இன்று பயிலும் அந்நியக் கல்வி முறையின் போக்கே அலாதி. இதனாலேதான் ஆங்கிலம் படித்துப் 'பண்பட்டவர்' பொது மக்களுடன் நெருங்கிப் பழகுவதில்லை: நம் நாட்டில் நிலவும் சாதி வேற்றுமைகளை யெல்லாம் விட மிகவும் மோசமான வேற்றுமை இதுதான். ஒவ்வொரு குலத்திலும் இந்தத் தீண்டாமை 'நான் ஆங்கிலம் படித்தவன்; நீ படிக்காதவன்' என்ற வேற்றுமை தலைதூக்கி நிற்கிறது.

ஆங்கில மொழியில் நாம் அரைகுறையாய்க் கற்ற கல்வி, முகத்தை முக்காட்டினால் மறைத்து வரும் முன்பின் அறியாத யாரோ ஒரு பெண் பிள்ளையைப் போன்றது; எளிதில் அவளோடு பழகிவிட முடியுமா? அது போலவே ஆங்கிலத்துக்கும் நம் மனப்போக்குக்கும்

ஒத்து வராது. இதனாலேயே, நாம் என்னதான் ஆங்கிலம் கற்றாலும் அதில் அவ்வளவாகத் தேர்ச்சி பெற முடிவதில்லை. நம் சூழ்நிலைக்கும் இதற்குமிடையேதான் எவ்வளவு வேற்றுமை! நம் வீட்டுக்கும் பள்ளிக்கூடத்துக்கும் இடையே டிராம் வண்டி ஓடிக் கொண்டிருக்கிறதே தவிர, நம் மனம் அவ்வளவு விரைவாக ஓடுவதில்லை. அது சுற்றிலும் உள்ள காட்சிகளைத் தான் கவனிக்கிறது. பள்ளிக்கூடத்துக்கு வெளியே எப்போதும் ஆங்கிலம் படித்தவர்களோடா நாம் பழகிக் கொண்டிருக்கிறோம்? இதனால் பெரியவர்களான பிறகும் நாம் பேசுவதும் சிந்திப்பதும் பலசமயம் பள்ளிச் சிறுவர்களிடம் காணும் பேச்சையும் சிந்தனையையும் போலத்தான் இருக்கின்றன. நோட்டுப் புத்தகத்தில் ஆசிரியர் திருத்திக் கொடுத்ததை நெட்டுருப் போட்ட ரீதியில் மேலும் மேலும் ஆராயத் துணிவு இராமல் ஆங்கிலத்தில் நிதானமாகப் பேசுகிறோம்; எங்கே என்ன பிழை நேருமோ என்று எச்சரிக்கையுடன் பேச வேண்டியிருக்கிறது. இன்று வரை இன்றையக் கல்வி முறைக்கும் நாட்டு மக்களின் மனப்போக்குக்கும் ஒத்து வரவில்லை என்றுதான் சொல்ல வேண்டும், மிஞ்சினால் நம் வீட்டுப் பின்கட்டிலும் மாமனார் வீட்டுக்குப் போயிருக்கும்போது ஆற்றைத் தாண்டி அக்கரையில் உட்கார்ந்திருக்கும் சமயத்திலும் நம் ஆங்கிலப் புலமையைக் காட்டலாம்; அவ்வளவுதான்!

கீழ்நாட்டையும் மேல்நாட்டையும் இணைக்க வழி உண்டு. இக்கரையிலிருந்து அக்கரை செல்லப் பயன்படும் படகு போன்றது இலக்கியம். ஒன்று சொல்லித்தான் ஆக வேண்டும்; தற்கால வங்க இலக்கியம் புதுயுகத்துச் சிந்தனை, கற்பனைகளிலிருந்து ஊட்டம் பெற்றது. இது நமக்குப் பிடித்திருப்பதற்குக் காரணம் தற்காலத்தின் போக்கு என்று தான் சொல்ல வேண்டும். ஆனாலும் இந்த இலக்கியப் படகு போதுமான அளவு வெளிநாட்டுச் சரக்குகளை - மொழிபெயர்ப்பு இலக்கியங்களை இங்கே கொண்டு வந்து சேர்ப்பதில்லை. தற்காலச் சிந்தனைப் போக்கைப் பலவகையில் வெளியிடும் புதிய இலக்கியங்கள், பிரபஞ்ச இரகசியங்களைப் பற்றிய புதிய புதிய தகவல்கள் ஆகியவை இன்னும் வங்க இலக்கியத்தில் இடம் பெறவில்லை என்றுதான் சொல்ல வேண்டும். நம் மனத்தின் ஒரு பகுதி இன்னும் பழம் போக்கிலேயே சிந்திக்கிறது; அந்த ரீதியிலேயே ஆராய்ந்து முடிவு கட்டுகிறது. ஆனால், ரசிகத்தன்மை கொண்ட அதன் இன்னொரு பகுதி புதுமை விருந்தை நுகரத் தயாராயிருக்கிறது; அதற்குப் போதை தரும் பொருள்களின் மேலேதான் நாட்டம்; மூக்கைத் துளைக்கும் நெடியுள்ள பொருள்களைத்தான் அது விரும்புகிறது.

வங்க இலக்கியத்தில் பெரும்பான்மை கதை, கவிதை, நாடகந்தான். இவை நாம் நுகர்வதற்கு ஏற்றவை; ஆனால், நம்மிடம் புதிய ஆற்றலை இவை உண்டு பண்ணுவதில்லை. மேல்நாட்டில் இப்படி இல்லை; அங்கே புத்தியை வளர்க்கும் ஆற்றல் தோன்றும்படி சிந்தனா சக்தி அந்த மக்களைத் தூண்டுகிறது. மனித இயல்பு என்பது அங்கே உடல், மனம், உயிர் எல்லாவற்றிலும் பரவி விளங்குகிறது. இதனாலேதான் அங்கே குறைகள் இருந்தாலும், நிறைவையும் காண்கிறோம். ஆல மரத்தின் கிளை ஒன்று புயலில் முறிந்து விழுகிறது, அதன் அடிமரத்திலோ வேறு பகுதியிலோ பூச்சி துளைத்திருக்கிறது. ஓர் ஆண்டு மழை பெய்யாமல் இருக்கிறது என்று வைத்துக் கொள்வோம். அப்படியும் அந்த மரம் பழுதாகாமல் வலிமையோடுதான் இருக்கிறது. இதுபோலவே மேல்நாட்டாரின் மனமும் அவர்களுடைய கல்வி, பயிற்சி, இலக்கியம் முதலியவற்றால் பண்பட்டுப் புதிதாகப் படைக்கும் ஆற்றல் பெற்றுத் திகழ்கிறது. இந்தச் செயல் ஆற்றல் சோராமல் இருப்பதாலேதான் எல்லாமே புதுப் பொலிவுடன் விளங்குகின்றன.

நம்முடைய இலக்கியத்திலே சுவையே முக்கியமானது. இதனாலேதான் சில சமயம் வெளிநாட்டு இலக்கியத்திலிருந்து விபரீதமான மனப்போக்கை உணர்த்தும் அம்சங்களை நாம் கையாளும்போது நோயாளி காமவசப்பட்டது போல் அமைந்து விடுகிறது. உறுதியான ஆற்றல் இருந்து அதோடு உயிர் ததும்பும் வர்ணனையாக இருந்தாலொழிய உடலைப் பற்றிய சின்னஞ்சிறு விகாரங்களை விளக்குவதுகூட ஆபத்தாகத்தான் முடியும். உண்மையை அப்படியே எடுத்துச் சொல்வதாக எண்ணினாலும், அது இலக்கியத் தேனில் நஞ்சு கலந்ததாகவே முடியும். நம் நாட்டில் இந்த நிலை நேருமோ என்றுதான் அஞ்சுகிறேன். இதைப்பற்றி யாரேனும் குறை கூறினால் நாம் என்ன செய்கிறோம் தெரியுமா? மேல்நாட்டுச் சமூக வாழ்க்கையிலிருந்து அடுக்கடுக்காகப் பல உதாரணங்களை எடுத்தாள்கிறோம். "இதுதான் நவீன நாகரிகத்திலுள்ள புதுமை; அதன் விளைவு" என்கிறோம். ஆனால், அதோடு இன்னும் பல துறைகளிலும் அந்த நாகரிகத்தினால் விளைந்த புதுமைகளை மட்டும் எவரும் பெருமைப்படக்கூடிய பண்புகளை உணர்த்தும் கருத்துகளை மட்டும் வெளியிடாமல் சும்மா இருந்து விடுகிறோம்!

பட்டிக்காடு ஒன்றில் வாழ்ந்து பழக்கப்பட்டவன் நான். அங்கே சாதுக்கள், சாதகர்கள் (சந்நியாசிகள்) என்று சொல்லிக்கொண்டு சிலர் என்னைப் பார்க்க வருவார்கள். இவர்கள் சாதனை என்ற பெயரில் ஐம்புலனும் கட்டுக்கடங்காமல் சுகசம்போகத்தில் ஈடுபடுபவர்கள் என்று தெரிந்தது. 'இதுவும் ஒரு மத சம்பிரதாயம்; இந்தக்

கோட்பாட்டை இரகசியமாக ஆதரிக்கும் பேர்வழிகள் பலர் நகரங்களிலும் இருக்கிறார்கள்' என்று இவர்கள் மூலமாகவே அறிந்து கொண்டேன். மதத்தின் பெயரால் இவர்கள் காமக் களியாட்டத்தில் திளைப்பதற்குக் காரணம், நம் இலக்கியங்களிலே உலகியலில் ஆழ்ந்த சிந்தனைக்கு இடம் அளித்துப் பகுத்தறிவை வளர்க்கும் அம்சங்கள் இல்லாத குறைதான்.

இதற்காக வங்க இலக்கியத்தை வளர்த்தவர்களைக் குறை கூறுவதற்கில்லை. பேச்சளவில், 'நம் இலக்கியத்தில் ரசிக்கும் அளவுக்குக் கருத்துச் செறிவு இல்லை; இதனாலேதான் ஆழ்ந்த சிந்தனைக்கு அதில் இடமில்லை' என்றெல்லாம் சொல்லி விடுவது எளிதுதான்; ஆனால், என்ன செய்தால் அத்தகைய செறிவு ஏற்படும் என்று முடிவு கட்டுவதுதான் சிரமம். கல்விப் பயிற்சி இராதவர்களுக்கும் எவ்வழியிலாவத சுவையை நுகரும் ஆற்றல்உண்டு. அது மட்டமான சுவையாக இருந்தாலும், அவர்கள் அதையே பெரிதாக மதித்து வளர்க்கிறார்கள். இதைக் குறித்து வாதாடத் தொடங்கினால் அடிதடியிலேதான் போய் முடியும். நம் பேச்சு எடுபடாது. கதை, கவிதை, நாடகம் போன்ற இலக்கியத் துறைகளில் பீடு மிகு வழியைக் கடைப்பிடிக்க வகை இல்லாதவர்கள் தாங்கள் எப்படியாவது பெயர் எடுக்க வேண்டுமென்ற பார்ப்பது இயல்புதானே? சிரமம் இல்லாமல் குறுக்கு வழி ஏதாவது இருக்கிறதா என்று தேடிப் பார்க்கிறார்கள்; மனம் போன போக்கில் செல்கிறார்கள். ஆனால், கல்வி என்பது உள்ளத்தில் ஆழ்ந்து பதிய வேண்டிய ஒன்று. கடுமையான கட்டுப்பாட்டுக்கு உட்பட்டாலொழியக் கலைக் கோயிலின் வாயிலைக் கடந்து செல்ல முடியாது; அதற்குக் குறுக்கு வழி என்பது இல்லை. இன்று திருமகளின் அருளுக்கு இலக்கான நாடுகளில் கலைமகளும் நடம் புரிகிறாள் என்பதை நாம் கவனிக்க வேண்டும். கல்வியின் பல துறைகளிலும் அங்குள்ள மக்கள் முன்னேறி விளங்குகிறார்கள்; புதிய புதிய துறைகளிலும் அறிவு வெள்ளம் தங்கு தடையற்றுப் பரவி வருகிறது. அருகிலும் தொலைவிலும் உள்ள இடங்களுக்குப் பொருள்களை ஏற்றுமதி செய்து, வெளி நாடுகளிலிருந்தும் பொருள்களை இறக்குமதி செய்வது போல் அவர்கள் தம் அறிவுச் செல்வத்தை வழங்கி நம்மிடமுள்ள அறிவுக் களஞ்சியத்திலிருந்தும் தம் நாட்டுக்குப் பல பொருள்களைக் கொண்டு செல்கிறார்கள். நாமும் அவ்விதமே முன்னேற வேண்டும். இன்னும் சோம்பிக் கிடந்தால் நம் நிலை மோசமாகி விடும்.

இன்று வங்காளிகளுக்குப் பல விதத்தில் இன்னல்கள் இருப்பதையே பார்க்கிறோம். ஒரு சமயம் அரசாங்கத்தில் அவர்களுக்குப் பெருஞ் செல்வாக்கு இருந்தது. பாரத நாட்டில் வெவ்வேறு இடங்களில்

வங்காளிகள் உத்தியோகம் வகித்து நல்ல பெயர் எடுத்திருக்கிறார்கள். கல்வி வளர்ச்சிக்குப் பெரிதும் உதவியிருக்கிறார்கள். அப்போதெல்லாம் அவர்களிடம் எல்லாருமே மதிப்புத்தான் வைத்திருந்தார்கள்; அவர்கள் புரிந்த அருஞ்செயலுக்கு உள்ளூற நன்றியும் செலுத்தி வந்தார்கள். இன்று அரசாங்கம் அவர்களிடம் சுமுகமாக இல்லை; பிற மாகாணத்தவரும் அவர்களை ஒருவிதமாகத்தான் நோக்குகிறார்கள்; பொருளாதாரத் துறையிலும் முன்னேற்றத்தைக் காணவில்லை.

இப்படி வறுமையிலும், படிப்பில்லாமலும் மனம் புழுங்கிக் குன்றிப் போகிறார்கள் வங்க மக்கள். இந்த நிலையில் எப்படித் தலைதூக்கி நிற்க முடியும்? இந்த அவல நிலையிலிருந்து அவர்களைக் கைதூக்கிக் கரையேற்ற வேண்டும்; அவர்களுக்கு ஊக்கமும் உணர்வும் ஊட்ட வேண்டும். மனிதனுடைய மனம் குன்றிக் கிடக்கும்போது சிறுமைதான் அங்கே குடிபுகும்; நல்ல முயற்சியிலும் உள்ளம் ஈடுபடாது. இன்று வங்காளத்தில் காணும் பொறாமையும், கட்சிப் பிரதி கட்சியும், மனத்தாங்கலும் சொல்லி முடியாது; இதில் தூண்டி விட்டு வேடிக்கை பார்க்கச் சில பேர்வழிகள் முனைந்து விடுகிறார்கள். சித்தத்தில் ஒளி குன்றக் குன்ற அசிரத்தை மூண்டு விடுகிறது. இதோடு நிலைமையைப் பின்னும் குழப்ப எக்காரணமுமின்றி மற்றவர்களை மட்டந்தட்டும் முயற்சியில் சிலர் ஈடுபட்டு விடுகிறார்கள். எங்கே பார்த்தாலும் இதனாலே மனக்கசப்புத்தான் அதிகரிக்கிறது. இன்று ஹிந்துக்களுக்கும் முஸ்லிம்களுக்கும் இடையே நிகழும் சச்சரவைப் பார்த்து நான்கு பேர் சிரிக்கிறார்களே, இது நமக்கு எவ்வளவு அவமானம்! நம்மை நாமே நாசமாக்கிக் கொள்கிறோம் என்று இவர்களுக்குப் புரிவதில்லையே! ஆழ்ந்து உணரும் தகுதி நமக்கு இராததுதான் எல்லாவற்றுக்கும் காரணம்; அறிவின்மையில் மூழ்கிக் கிடக்கிறோம் நாம். வலிந்து மூதேவியை வரவேற்கிறோம்; இந்த நிலையில்தாம் முன்னேற முடியுமா? நம்மை அழிக்கும் சக்திகளுக்கு நாமே ஒத்தாசையாக இருக்கிறோம். நம்மவர்களையே பகைவர்களாக எண்ணுகிறோம். இப்படிச் சீர்கேட்டையும் அழிவையும் நோக்கிச் செல்லச் செல்ல நம் புத்தி பின்னும் கோணலாகி விடுகிறது. வங்க மொழியிலும் பிளவு ஏற்படும் அளவுக்கு நிலைமை மோசமாகி விட்டது. கொள்கையில் வேற்றுமை இருந்தாலும் கல்வித் துறையிலும் இலக்கியத்திலுமாவது எல்லாரும் மனமொத்துப் பழகலாம். அந்த அளவிலாவது ஒரே நாட்டு மக்களாகத் திகழலாம் என்றால், அதிலும் நம் கையாலேயே முள் செடியைப் பயிரிட்டுச் சிறிதும் நாணமின்றித் திரிகிறோம். துன்பம் அனுபவிக்கிறோமே என்று ரோஷங்கூட நமக்கு வரவில்லை. இப்படி மடமை நம்மைத் தலை நிமிர வொட்டாதபடி செய்துவிட்டது. நம்முடைய பெருமுயற்சிகளெல்லாம் இதனால் வீணாகிவிட்டன. அரசியல் சந்தையில் நாட்டை ஆளும் உரிமையைக்

குறித்து என்னதான் ஆர்ப்பாட்டம் புரிந்தாலும் பலனைக் காண முடியாது. படகு கட்டுத் தளர்ந்திருக்கும்போது அதைப் பழுது பார்ப்பதற்கு உதவாமல் சும்மா இருந்தால் நடக்குமா. அதுபோலத்தான் நாடு சீர்கேடு அடையும் நிலையில் - மக்கள் எழுத்தறிவின்றி அவலநிலையில் - இருக்கும்போது அதைப் பார்த்துக்கொண்டு சும்மா கிடப்பதா என்ன?

இன்று முதல்முதலாக நமக்குத் தேவையானது கற்றுப் பண்பட்ட உள்ளந்தான். பள்ளிக்கூடங்களுக்கும், கல்லூரிகளுக்கும் வெளியே கல்வியறிவு பரவும்படி செய்வதற்கு ஒரே வழி இலக்கிய போதனைதான். ஆனால், அது எல்லாத் துறைகளிலும் பரவிக் கல்விப் பயிற்சி முழுவதற்குமே அடிப்படையாக விளங்க வேண்டும்; அதற்கு முன் ஏற்ற சூழ்நிலைக்கு நாம் வழி தேட வேண்டும். யாரைப் பிடித்தால் இது நடக்கும் என்று ஆதரவாளரைத் தேடிக் கொண்டிருப்பதில் பயனில்லை. இந்த நாளில் அத்தகைய வள்ளல்கள் கிடைப்பது அருமையினும் அருமை. வங்க நாட்டிலுள்ள பல்கலைக்கழகத்தவர் தாம் இந்த முயற்சியில் முனைய வேண்டும.

நம் மூளைக்கும் உடலிலுள்ள பிற உறுப்புகளுக்கும் இடையறாத தொடர்பு இருப்பது எதனால்? நரம்புகளே இப்படி அவற்றை இணைக்கின்றன. மூளைதான் நரம்புகளின் மூல ஸ்தானம். பல்கலைக்கழகங்கள் இப்படி மூளையாக - கலை நரம்புகளின் உயிர் நிலையாக - இருந்து பலதுறைக் கல்வியும் பரவ வழிவகுக்க வேண்டும். அதில் குறுகிய நோக்கத்துக்கு இடம் இராதபடி பார்த்துக் கொள்ள வேண்டும்; பள்ளிக்கூடம், கல்லூரி இங்கே பாடப் புத்தகமாக வைத்திருக்கும் நூல்களை மட்டுமன்றி வெளியிலிருந்தும் இலக்கிய நூல்களை அவரவர் விருப்பம் போல் கற்றுத் தேர்ந்து முன்னுக்கு வருவதற்கு வாய்ப்பும் ஊக்கமும் அளிக்க வேண்டும். வீட்டிலே பின்கட்டில் புழுங்கும் பெண்களும், வாழ்க்கையில் பல காரணங்களால் பள்ளிக்கூடத்தில் பயில முடியாமல் கிடக்கும் ஆண்களும் பின்னால் அவகாசம் கிட்டும்போது தங்கள் சொந்த முயற்சியால் கல்வி கற்று முன்னேறுவது அப்போதுதான் சாத்தியமாகும். மாவட்டத்துக்கு மாவட்டம் இத்தகைய பரந்த அடிப்படையில் தேர்வு நிலையங்களை அமைக்க பல்கலைக்கழகங்களே வழிகாட்ட வேண்டும். பல விஷயங்களை ஒன்றாகக் குவித்து இப்போது தேர்வுகள் வைத்துப் பட்டம் வழங்குவது போல் செய்வதில் பயன் இல்லை. ஒவ்வொருவருக்கும் ஒவ்வொரு விசயத்தில் ஈடுபாடு இருக்கும். ஆகவே, அந்த விசயத்தில் தேர்ச்சி பெற்றால் சமூகத்திலே அவர்கள் தங்களுக்கு உரிய சிறந்த இடத்தைப் பெறலாம். ‘இந்த உதவிகூடவா நாம் செய்யக் கூடாது?’ என்றுதான் கேட்கிறேன்.

பல்கலைக்கழகங்கள் இப்படிக் கிளைக்கல்வி. நிலையங்களை அமைத்துக் கல்வியைப் பரப்பினால்தான் வங்க மொழியிலேயே நல்ல பாடப் புத்தகங்கள் எழுத வழி பிறக்கும். இல்லாவிட்டால், வங்க இலக்கியம் பல துறைகளிலும் முன்னேற முடியாது; இந்தக் குறையைப் போக்கினாலொழிய நமக்கு விமோசனம் இல்லை. நாம் உலகிலே மதிப்புடன் வாழ வேண்டுமென்று எண்ணிக்கொண்டு, 'ஆங்கிலத்தின் மூலந்தான் நாம் எல்லாவற்றையும் அறிந்து கொள்ள வேண்டும்' என்று முடிவு கட்டினால், தாய் மொழியின் குறை ஒருபோதும் நீங்காது; அதை என்றென்றும் அவமதித்ததாகவும் முடியும். வங்கமொழி மட்டும் கற்றவர்களை ஆங்கிலக் கல்வியறிவு பெற்ற 'படிப்பாளி'கள் என்றென்றும் தீண்டாதாராகவே கருதி வரவேண்டுமா என்ன? இன்றைவிட முன்னே நிலைமை பின்னும் மோசமாக இருந்தது; ஆங்கிலப் பள்ளிகளில் முதல் வகுப்புப் படிக்கும் பையன், 'எனக்கு வங்காளி தெரியாது' என்று சொல்வதில் பெருமை கொண்ட காலமும் உண்டு; அவனை மக்கள் பெரிய துரைமகனைப் போல் எண்ணி மரியாதை காட்டியதும் உண்டு; நல்ல வேளையாக இன்று அவ்வளவு மோசமில்லை. இருந்தாலும், வங்காளி மட்டும் படித்த பையன், 'நமக்கு இதைத் தவிர வேறு மொழி எதுவும் தெரியாதே' என்று கூச்சப்பட்டுத் தலை குனிந்து நிற்கத்தானே வேண்டியிருக்கிறது? ஒருபுறம் அரசியல் துறையில் சுயராஜ்யம் பெற உயிரையும் கொடுக்க முன்வருகிறோம்; ஆனால், கல்வித் துறையிலும் அப்படி விளங்க வேண்டும் என்ற உற்சாகம் நமக்கு ஏற்படவில்லையே! இன்னுங்கூடக் கல்வி முறையில் இத்தகைய மாறுதலை எதிர்க்கக்கூடிய பேர் வழிகள் இருக்கத்தான் இருக்கிறார்கள். வங்க மொழிக்கு அந்த உயர்நிலையை கொடுத்தால் படிப்பே குட்டிச் சுவராகிவிடும் என்பது அவர்கள் எண்ணம். சீமைக்குப் போய்ப் பழக்கமான புதிதில் சீமை மோகம் சில பேருக்கு அதிகமாகி விட்டது; தங்கள் வீட்டுப் பெண்கள் சேலை கட்டி வந்தால், இவர்கள் கௌரவத்துக்கே குறைவு நேர்ந்துவிட்டது போல் எண்ணிக் கொள்வார்கள். இன்றும் இப்படித்தான் பலபேர் கலைமகளுக்குச் சேலை கட்டிப் பார்க்கக் கூசுகிறார்கள்; வெள்ளைக்காரி போல் அவளுக்குக் 'கவுன்' போட்டுப் பார்ப்பதிலேதான் அவர்களுக்குத் திருப்தி! சேலை கட்டிய கலைமகள்தான் நம்முடைய பண்புக்கு ஒத்தவள்; குதிகால் உயர்ந்த பூட்ஸ் அணிந்து அவள் நம் வீட்டில் உலவினால் பொருத்தமாக இருக்குமா, நீங்களே யோசித்துப் பாருங்கள்!

சிறு வயதில் எனக்கு ஓரளவு ஆங்கிலம் தெரிந்ததும் ஆங்கில இலக்கியத்தை நானே வங்காளியில் ஆக்கி நான்கு பேரிடம் சொல்லிப்

பழகியிருக்கிறேன். அவர்களுக்கு ஆங்கிலம் நன்றாகத் தெரியும். இருந்தாலும், நான் இப்படி வங்காளியில் சொன்னபோது அவர்கள் மனத்தில் அது தெளிவாகப் புரிந்தது என்றார்கள். இன்று ஆங்கிலத்தின் மூலம் கல்வி பயிலுவதாலேதான் மனத்தில் அது ஆழப் பதிவதில்லை. ஆங்கிலேயர் மேஜையெதிரே அமர்ந்து உண்ணும்போது பலவகைப் பண்டங்களை உண்ணக் கத்தியையும் முள்ளையும் ஸ்பூனையும் பயன்படுத்துவார்கள். நம்மவரில் இந்த மாதிரி உண்டு பழக்கமிராதவர்கள் சீமைக்குச் செல்லும்போது, பி.அண்டு.ஓ. கம்பெனியார் தாம் ஓட்டும் கப்பலில் ஏராளமான தின்பண்டம் தட்டுக்களில் வைத்து உபசரித்துங்கூட அந்தக் கருவிகளைப் பயன்படுத்தத் தெரியாமல் விழிக்கிறார்கள்; இதனால் பசி இருந்தும் வயிறார, உண்ண முடிவதில்லை. நம் நாட்டில் இப்போது வழங்கும் கல்வி முறையும் இந்த நிலையிலேதான் இருக்கிறது. எல்லாந்தான் இருக்கிறது; ஆனால் கற்றதில் பெரும்பான்மை வீணாகி விடுகிறது. இங்கே நான் கல்லூரிப் படிப்பைப் பற்றிச் சொல்லவில்லை. பொது மக்களுக்குக் கற்பிப்பது எப்படி என்பது பற்றித்தான் சொல்லுகிறேன். குழாய்த் தண்ணீர் போல் வினியோகமாகும் கல்வி முறையைப் பற்றிய பேச்சு இங்கே இல்லை. துளியும் தண்ணீர் வசதி இல்லாதவர்களுக்கு எப்படி அதை வழங்குவது என்று ஆராய்ந்து ஒரு வழி கண்டுபிடிக்க வேண்டியிருப்பது போல், சாதாரண மக்களுக்குக் கல்வியறிவை எப்படிப் புகட்டுவது என்பதைப் பற்றித்தான் சொல்ல வந்தேன். தாய்மொழியின் மூலம் போதிக்க ஏற்பாடு செய்யாவிட்டால் அவர்கள் கதி என்ன ஆகும், யோசித்துப் பாருங்கள். சிந்தனை வறட்சிதான் மிகுதியாகும்.

அந்தப் பொது மக்களின் சார்பில், வங்காளியைத் தாய்மொழியாகக் கொண்டு அதிலேயே பழக்கப்பட்டவர்களின் பிரதிநிதியாக நான் பல்கலைக்கழகத்தினரிடம் அன்றில் (சாதகப்) பறவை போல் வேதனையுடன் வேண்டிக் கொள்வது இதுதான்: “உங்கள் வானளாவும் கலைக்கோயிலின் மேல் கருநீல மேகம் திரண்டு பொழிவது போல் வங்க மொழியன்னை அருள்மாரி பொழிய வேண்டும். அதனால் எங்கும் நற்பயன் விளைய வேண்டும்; பூவும் தளிருமாக நம் இலக்கியப் பூங்கா விளங்க வேண்டும்; வங்க மொழிக்கு நேர்ந்த இழுக்கு நீங்க வேண்டும். இந்தக் காலத்துக்குரிய கல்விப் பெருக்கு வங்க மக்களின் வறண்ட உள்ளத்திலும் பாய்ந்து இரு கரையும் பொங்கி வழிய வேண்டும்; எங்கும் மகிழ்ச்சியொலி கேட்க வேண்டும்; நிறைவும் ஏற்பட வேண்டும்.”

துணை நூல்கள் - வெளியீடுகள்

1) *Nitiation : Santiniketan Brahmachary - Ashram (விசுவபாரதி மறுவெளியீடு 1951)*
2) *Aashramer roop o vikas (விசுவபாரதி மறு வெளியீடு 1951)*
3) *He True Form of University (Visvabharati எனும் தலைப்பில் 1919-இல் வெளியிடப்பட்ட சிறு நூல்)*
4) *Lipika (1918ல் வெளியிடப்பட்டது)*
5) *abindranath Tagore : A Biographical Study* **by Ernest Rhys Macmillan & Co., London**, 1915
6) *abindranath Tagore : The Man and his poetry* **by Basanta Kumar Roy. Dodd, Mead & Co., Newyork, 1916**
7) *Rabindranath Tagore: 1861-1961 : A Centenary Volume.* Sahitya Akademi, New Delhi, 1961
8) *Tagore for You* **Edited by Sisir Kumar Ghose. Visva-Bharati, Calcutta, 1966**

(குறிப்பு: குருதேவர் வங்க மொழியிலும் ஆங்கிலத்திலும் ஏராளமாக எழுதிக் குவித்தார். அவற்றைத் தொகுத்து வெளியிடும் பணி தொடங்கிப் பல ஆண்டுகள் ஆயினும் இன்றுவரை (2008) நிறைவுறவில்லை. அவற்றைப் பட்டியலிடும் பணி இன்றும் தொடர்கிறது! குருதேவரின் படைப்புகள் இப்போது நாட்டுடமை ஆக்கப்பட்டுள்ளன. விளைவு? RUPA *போன்ற வணிகப் பதிப்பாளர்கள் எந்திரத்தனமாக பிழைகள் மலிந்த மறுபதிப்புகளையும் மோசமான மொழி ஆக்கங்களையும் சந்தைப்படுத்தி வருகின்றனர். 'விசுவபாரதி' வெளியீடுகள் மட்டுமே நூலார்வலர்களால் தொடர்ந்து போற்றப்படுகின்றன.* Frontine *இதழில் அண்மையில் பாஸ்கர்கோஷ் அவர்கள் எழுதும்போது மொழிபெயர்ப்பாளர்களிடம் குருதேவரின் படைப்புகள் படும் பாடு குறித்து வேதனையை வெளிப்படுத்தியுள்ளது குறிப்பிடத்தக்கது.)*

●●●

* 9 7 8 8 1 8 9 9 0 9 2 5 3 *

FCW - #0168 - 061026 - C0 - 216/140/8 - PB - 9788189909253 - Matt Lamination